Hope for Us

Cleo Parker

Contents

Chapter 1.

B^{ea}

When I was a kid, I'm dad's favorite. I have a brother name Loel. He is my partner in everything. He was my partner in crime. We always bond together with dad. But everything has change, when dad left us and he choose to go with another woman. I thought he was the best and loving dad, but as I said awhile ago, he changed. And turn into a monster.

I thought we are the best and perfect family, pero nagiba lang nung nakahanap si Daddy na kapalit kay Mommy, hindi ko alam kung ano ang pwede kong maramdaman. Nasa murang edad palang kami non ni kuya nung naghanap siya ng iba. He left us hanging. Nalaman nalang namin na umalis na pala siya ng country when Mommy saw his friends.

Doon ko lang naramdaman na hindi na ako kompleto, na hindi na kami matatawag na buo. That's why I badly wanted to have a brother or sister that time. Gusto ko ng bagong miyembro ng pamilya, gusto ko na may makalaro kase si kuya nag iba na rin. Gusto ko ng karamay. Gusto ko yung dadamayan ako. Pinipilit ko si Mommy na magkaroon siya ng anak, tanda ko pa nun. I was 6 years old that time, I always wanted Mommy will bring a new child or new born in our family. On the contrary, she can't give what

I want. Kaya nagtatampo talaga ako sa kanya that time. Nung malapit na ang pasukan, I don't want to go to school kase nga hindi ko parin nakukuha ang gusto ko. Kaya siguro napilitan si Mommy na humanap ng paraan para mapapayag ako.

Mommy, Kuya Loel and I go to an orphanage and I don't have any idea why we we're here in this place, I don't even know why are so many kids here. Kase nga bata pa ako nun, and wala pang ka muwang muwang sa mga nangyayari. Nakakatawa nga kase sa lugar na yun dun ko pala makikilala ang kasangga ko, ang kasama ko, minsa'y naging mundo ko na rin.

Ako'y nagtataka kase sa mga oras na yun, umuwi kami nina Kuya na may batang babae ng kasama. Medyo mas matanda siya ng dalawang taon sa'kin, kaya hindi parin nagkakalayo na pwede kaming maging magkalaro kase nga diba nasa murang edad pa kami, at paglalaro ang pinagkaka abalahan sa buhay. Heto kami ngayon nakasakay sa sasakyan ni Mommy kase tinatahak na namin ang daan pauwi. Nasa backseat ako ngayon naka upo kase nga katabi ko yung batang babae na nakilala ko doon sa bahay ampunan. Yun pala yun, bahay ampunan pala yun.

Nung una naiilang ako sa kanya, kase sobrang tahimik niya at ako sobrang makulit. Minsan nga umiiyak pa ako kase hindi niya ako kinikibo, hindi siya nakikipag halubiro kaya parang wala ring saysay na dumating pa siya sa'king buhay kase sobrang mailap siya, minsan lang siya nagsasalita kapag si Mommy ang kumakausap sa kanya. Ang daya. Eh samantalang ako hindi talaga ako kinikibo.

When the school year started, ay nasa grade 3 siya at ako nasa grade 1, hindi pa kami masyadong naguusap nun, hindi pa niya ako masyadong kinikibo. Pero sabay parin naman kaming tatlo nina kuya pumapasok sa school, yung nga lang minsan sila lang yung nag uusap sa car, kase feeling ko ayaw niya akong kausap that time. Kaya medyo nagtatampo ako sa kanya kase akala ko hindi niya ako gustong makasama, pero akala ko lang pala.

Makalipas ang ilang taon, highschool na kami that time. And dun na nagstart yung closeness naming dalawa, kalog naman pala talaga siya. Sobrang saya niya kasama. People change nga talaga. That time may event kami sa school which is kailangan pumunta ang buong pamilya, pero I have no courage to tell that to Mom, kase alam ko sa sarili ko na matagal na kaming kulang. Matagal na kaming wasak. Nakaka lungkot na pangyayari. Dun ko na nasabi sa sarili ko na, ang selfish ni Dad. Sobrang selfish kase pinabayaan niya kami. Pinagpalit niya kami. Pero si Jhoana yung nagparamdam sa'kin na buo parin ako, pinapa alala niya sa kin na kahit anong mangyari nandito siya, andito sila. Kaya sa araw na yun dun ko naramdaman na parang ang gaan gaan sa loob na kahit may nawala may dumating naman.

I was in first year highschool, while she is in 3rd year highschool. Sobrang dami na naming nagawa sa buhay namin that time, adventure here and adventure everywhere. We trying to discover things by ourselves lang, kumbaga gusto naming maging independent. Gusto naming mamuhay ng matapang. Pero medyo nakaka tampo kase mas close sila ni Mom and ako mas close naman kay kuya. Yeah! Nagbalik yung closeness namin ni Kuya when I confess to him that I'm into girls. And she accept me, she understand me. She support me. Ang bait ni Kuya. Kase tanggap niya ako, hindi siya nandiri. Hindi niya ako kinahiya.

Yes, I know to myself that I'm into girls because I have one crush in our school. We studied kase that time in Ateneo kaya kung minsan nasasabi ko kay Kuya yung mga ganap sa buhay ko, actually kilala niya rin yung crush ko. Hindi pa alam ni Mom that time na ganun pala ako, nakakatawa nga eh kase when I confess to her isa nalang daw yung anak niyang babae, si Jhoana nalang daw. I'm happy because they accept me and nothing has change kase naramdaman ko yung pag protekta nila sa'kin nung araw na yun. Naramdaman ko na nandun parin ako sa bisig nila, kahit alam na nila na ganun pala ako. And I make myself proud because of them kase kinaya ko, hindi ko tinago.

Hanggang sa naging college ako. Kami. Pero nauna lang si Kuya matapos. So kaming dalawa nalang ni Jhoana ang magkasama, kami nalang dalawa yung magkaramay. Pero nagiba pala, kase ako yung nag iba. When I enter college, I got bullied by some of the students in school. Immature right? Pero anong magagawa ko, bullies sila eh. And pinagkaisahan nila ako. In my young age, I try to enter bar, taste liquors and try to smoke. Napabarkada din ako and all I can say is sobrang saya. Hindi alam nina Kuya and Mom, especially si Jhoana na ganun na pala yung pinag gagawa ko. Umaalis ako sa bahay na yung paalam may gagawin lang na project, pero ibang project pala yung ginagawa. Sa bar pala talaga yung punta at hindi sa bahay ng kaklase. I didn't blame Mom, Kuya, Jhoana and even myself for doing that kase sinisi ko lahat kay Daddy, kase kung hindi sana siya umalis edi sana hindi ako mabu bully, hindi ako nakikipag basag ulo para lang ipagtanggol yung winasak niyang pamilya. Because my family deserve a respect from others, and not to be down by others. Kase kung sana nandito lang siya hindi ako matatawag na may broken family, na walang ama, na baka kabit lang daw si Mommy.

Aside from entering bars and tasting any kind of cigarettes, I also found myself sleeping everyday with different stranger woman. Araw-araw iba iba ang kasama ko sa kama, kaya binasagan din nila akong "Panty Ripper" kase sobrang hanep ko daw at ang tinik sa mga babae. Tsk! Easy access. Yan yung mga bagay na natutunan ko sa araw araw kong pamumuhay, at kahit minsan hindi talaga to nalaman nina Mom, kaya malaya ako, malaya akong gawin ang mga gusto ko.

Until one day, I realized that I'm falling to the girl who is always by my side. Hindi ko namalayan na unti unti na pala akong nahuhulog. Pero bakit sa kanya pa, bakit hindi sa iba? I know na tama naman to kase hindi naman kami magkadugo pero mali eh, kase parang ate ko na siya. Parang pamilya na namin siya. Sino ba kase ang hindi mahuhulog sa taong to kong maka advice sa'kin wagas, kung makataray sa'kin parang wala ng bukas, kung makahampas at makakurot sa'kin parang bato ako ni hindi nasasaktan. Sino ba naman ang hindi mahuhulog sa taglay niyang ganda na kahit tumingin ka lang sa kanyang mata, dun mo makikita lahat. Mabibighani ka sa sobrang ganda. Kaya dito nagsimula ang aming kwento. Kwnentong pilit akong binago.

Araw ng pasukan ngayon, actually I was in 3rd year college. And ako nalang mag isa kase last year grumaduate na si Jhoana. Kaya malayang malaya na talaga ako. Malaya ko ng gawin ang mga gusto ko.

"Bea, the panty ripper huh?" sabi ni Isaac ng makalapit sa'kin.

"Hey, what's up dude?" sabi ko sabay fist bump sa kanya.

"There's a party daw mamaya. Daming chicks, sama ka?" natatawang sabi niya. Natawa naman ako.

"Alam mo, 1st day palang ng school year pero yan na agad ang business niyo. Wala nabang bago?" sabi ko na naiiling. Totoo naman kase.

"Hindi mo pa kami kilala, syempre gusto namin ng saya. Ano sasama ka ba?" sabi niya. Tumango naman ako, at nakita ko ang mga nakatakas na ngiti sa kanya mga labi.

"Basta you'll make sure that you'll be the one to ask Mom for a permission for me, and yung maayos naman ha. Baka mahuli ako diyan" sabi ko.

"Sure, Bei. 6 pm. I'll fetch you. Don't worry I got you" sabi niya sabay takbo kase male late na daw siya sa next subject niya. Party life, we will meet again.

Pumunta na ako sa next class ko, pero lalabas din ako kapag nangahalati na ang oras kase alam ko naman na hindi pa masyadong seryoso ngayon kase 1st day palang so tambay muna ako sa bilyaran dun malapit sa FEU campus. Makakalabas naman ako kase may car naman ako, gift sa'kin ni Mom last birthday ko.

So I'm right nga, nakatunganga lang kami dito sa room kase walang prof na pumasok, nakita kong nangalahati na nga ang oras kaya naman aalis na ako. Wala rin namang kwenta ang pagtambay ko dito. Mabo-bored lang ako for sure. Kaya naman dali dali akong nag ayos at lumakad na papuntang parking. Pagkatapos nagmaneho na agad ako papuntang bilyaran. Ng makarating ako di naman maraming tao kase nga class hour pa kaya konti lang ang tao dito sa loob ng billiard house, kaya dali dali akong pumwesto at humanap ng table na pwede akong maglaro. Nakita ko namang may familiar na taong papalapit sa'kin.

"Bea de leon. Known as panty ripper of Ateneo hahaha" sabi ng babaeng papalapit sa'kin.

"Celine, right?" tanong ko at tumira na. Boom pasok!

"Yes, at bakit napadpad ang isang agila dito?" natatawang tanong niya.

"Gusto atang maka dale ng isang tamaraw eh" sabi ko at tinira na naman ang kulay pula na bola. Wala daplis bro! Pasok sa banga. Lumapit naman si Celine sa'kin at pinatong ang kanyang mga kamay sa aking balikat sabay bulong.

"Car or hotel. I'm in kahit saan" malanding bulong neto. Kaya hindi na akong nag aksaya ng oras at hinila ko na agad siya at dinala sa sasakyan. Fuck! This girl is so wild.

"Fuck baby, hinay hinay lang" sabi niya kase pinasok ko agad ang dalawang daliri ko sa lagusan niya.

"Scream my name, and beg for more. C'mon" sabi ko habang naka suso sa isang bundok niya at lamas ang isa gamit ang free hand ko. Mahirap man at masikip ang posisyon namin dito sa backseat ay bahala na.

"Fuck! Ahh faster, Bei. I will cum na. Faster" pa hingal niyang sabi. At ng bilisan ko ang paglabas masok ay nilabasan din siya. Kaya naman pinaupo ko siya at sinandal ang kanyang likod sa window ng car ko at sinimulan ng sipsipin ang katas na lumabas sa kanya.

"Ohh, baby! Yeah that's it. Ahh. Ahh" sabi niya sabay himas sa aking ulo na sumisisid sa kababaihan niya.

Ng matapos kami ni Celine, ay dali dali niya namang sinuot ang kanyang mga saplot. Nakaupo lang kami dito sa backseat at hingal na hingal parin siya. Wala akong pakialam kong may nakakita man sa aming ginagawa dito sa loob ng kotseng to. Hinarap ko naman si Celine at medyo nahihingal pa rin siya at pilit binabalik ang normal niyang paghinga.

"You tired?" tanong ko ng makita kong nakapikit siya.

"Yeah. Wanting for more?" sabi niya, natawa naman ako. Palaban to.

"Next time. I enjoy it by the way. So paano ba yan, hatid na kita sa labas ng school niyo?" alok ko.

"Pwede ba? Hindi na ako tatanggi. Kase pinagod mo'ko eh" kaya naman pagkatapos niyang sabihin yun ay dumaan muna kami si Mcdo Drive thru para bilhan siya ng food, at dumiritso na kami sa school nila. Uuwi na rin ako, kase napagod din eh.

"Wala kang pasok?" yan ang bumungad sa'kin pagpasok ko sa bahay. Isang Jhoana na naka cycling at naka sports bra dahil mukhang kakagaling mag work out. Napaiwas naman ako ng tingin.

"Boring. And walang prof na pumapasok, pagpapakilala lang naman kase ang ganap dun buong araw. So umuwi nalang ako" sabi ko at dumiritso na ako sa kitchen para uminom ng tubig, nakakauhaw naman kaseng sumisid.

"Bakit gusot gusot ang damit mo? Hindi mo ba yan pinaplantsa kay man-ang?" nagtatakang tanong niya, fuck!

"Ah eh, nagmamadali kase ako kanina. Kaya yun. Tulog kapa kase nung umalis ako." sabi ko sabay kamot sa batok.

"Next time, give me your shirts ako na magpa plantsa. And wala nga pala sina Mom and Kuya, may inasikaso lang" sabi niya sabay inom ng tubig. And fuck! Sobrang sexy niyang uminom, napalunok naman ako sa nakiki-ta ko. Ang mga pawis niya ay tumutulo papuntang dibdib niya. Putcha! Kapatid ko to.

"Ah, I'll just go upstairs. Just call me if lunch is ready" sabi ko sabay yuko.

"Okay" sabi niya. Kaya naman iniwan ko na siya at dali daling pumunta sa room ko. Ah tangina! Ang hirap magpigil.

Pagkapasok ko ay, dali dali ko namang inalis ang polo ko. Ang init tangina! Narinig ko namang tumunog ang phone ko.

"Hello, Deans" pagkasagot ko ng tawag.

"Hey! I heard kuya Isaac that we will having a meet up later. I'll invite a lot of chicks for you, Master" natatawang sabi niya. Pilyang bata.

"Okay. Make sure that they are satisfying ha. Don't disappoint me, kiddo" natatawang sabi ko rin.

"Okay. I have to go. I have classes pa. See you later, Master Beibei" sabi niya.

"Mag cutting classes kana lang uy" sabi ko pero binabaan niya lang ako. Masyado kaseng strict ang parents nito kaya kahit walang pasok gusto paring mag aral. Nacha challenge kase siya, kase siya ang magmamana ng lahat ng pag aari nila.

Pipikit na sana ako ng bigla akong tawagin ni manang kase kakain na daw. Kaya naman bumaba na ako at nakita kong may ka text sa phone si Jhoana. Umupo na ako pero di niya pa rin binababa ang phone niya. Nakakainis!

"Wag kang gumamit ng phone pag nasa hapag" sabi ko at nagsimula ng kumain. Napa angat naman siya ng tingin at nilagay na sa gilid ng kanyang plato ang phone niya.

"May lakad ka later?" tanong niya sa akin.

"Yeah why?" sabi ko.

"May papakilala sana ako sa inyo ni Mom" kaya naman napatigil ako sa sinabi niya. Don't tell me may manliligaw nato. Hell no!

"Importante ba yang taong yan?" walang ganang tanong ko.

"Basta. Makikilala mo rin siya later" nakangiting sabi niya.

"Well, I don't have time for that person. And may lakad ako mamaya" sabay na sabi ko at tumayo na kase nawalan na ako ng gana.

Hi sunshine. Please bear for my grammars/errors. Thank you!

:>

Chapter 2.

B ea

"Oh bakit parang tahimik ata ang Bea natin?" tanong ni Isaac ng makarating siya sa bar, nauna na kase ako dito and kanina pa ako umiinom. Hindi na ako nagpasundo sa kanya.

"Wala, sige na. Drink this na" sabi ko sabay abot ng tequila sa kanya. Iniisip ko lang kase yung text ni kuya fuck!

From: Kuya Loel

"Bei, Jhoana introduce her suitor to us. Bakit wala ka dito?"

Bakit pa kase may manliligaw na siya. Seryoso! Bakit ngayon niya lang sinabi, putangina.

"Master, there's a lot of Lasallian out there, I meet someone na pwedeng maging source natin para makilala ang iba" natatawang turan ni Deanna ng makalapit sa'kin. Di makapagpigil ang batang to.

"Ang aga aga pa, Deanna Wong. Magpigil ka nga muna" natatawang sabi ko.

"Wala ka ata sa mood, may problema ba? Care to share" sabi niya sabay tabi ng upo sa'kin.

"Wala lang. Badtrip. Bad day lang" sabi ko saka humingi ng panibagong tequila dito sa bar counter.

"I heard that kasama mo si Celine kanina, may nangyari bang hindi maganda?" nag aalalang tanong niya. Sus! Kung alam mo lang kung ano ang nangyari Deanna.

"Don't mind me, enjoy the party kiddo. Habang maaga pa magpakasaya kana lang" natatawang sabi ko sabay gulo ng buhok niya.

"Mabuti pa, i'll introduce you nalang to my new friends in la salle. Come on, Ate Bei. I'll introduce you to them" sabi ni Deanna sabay hila sa'kin.

Ng makarating kami sa mga babaeng nagkukumpulan ay napatingin naman sila sa'min. Masasabi kong sure win ako dito, sa ayos ba naman nila at sa hugis/hubog ng katawan panalo kana.

"Hi ladies, I think kilala niyo naman tong si Master" natatawang sabi ni Deanna.

"Sino bang hindi makikilala sa isang Bea de leon?" sabi nung maputing babae sabay cling sa braso ko.

"Chill there, babe. Akin kana" sabi ni Deanna sabay tanggal ng kamay sa pagkaka cling sa braso ko.

"Possessive pala yan Mich eh" "May katapat kana Michelle" "Easy lang kase, Cobb"

Kantyaw sa babaeng hinila ni Deanna. Loko kase tong batang to, masyadong over protective sa mga nagugustuhan niya. Kaya naman napatingin ako sa isang babaeng nakaupo lang at parang bored na bored na sa nagaganap dito. Aaminin ko na sobrang sexy niya, singkit ang mata at matangkad din. Pwede natong maging dinner for tonight. Kaya naman nilapitan ko na ito, at tinabihan siya sa pagkakaupo.

"Bored?" tanong ko pagkaupo ko. Inagaw ko naman ang baso na may lamang Jack Daniel's sa kanyang harapan.

"Super, may alam ka bang pampa alis ng kabagutan sa buhay?" sabi niya. Napangisi naman ako.

"I thought Lasallian's always speak in english. Lalim ng tagalog mo ah" natatawang sabi ko.

"Grabe ka naman. So, what brings you here, Atenean?" sabi niya sabay inom ng natitirang Jack Daniel's sa bote.

"You, babe" sabi ko sabay himas ng legs niya.

"Woah! Aggressive huh. Easy there, baby" malanding bulong niya. Pataas ng pataas ang paghimas ko sa makinis niyang legs.

"Sorry, I can't eh. When it comes to you. Wanna go somewhere?" sabi ko at malapit ng marating ng aking mga kamay ang kanyang kababaihan. Napasinghap naman siya ng maramdaman niya ang aking kamay sa panty niya. Naka skirt lang kase siya kaya madaling madali lang.

"Fuck! Let's get out here. Dalhin moko kahit saan mo gusto" kaya naman inakay ko na siya at dinala sa car ko.

When we enter my condo, I aggressively kissed her like there is no to-morrow, sobrang nasabik ako sa kanya. Sobrang galing niyang humalik. Nakakadala. Nakakasabik. I have my condo narin kase, so kapag hindi ako nakakauwi sa bahay dahil sa kalasingan, dito ako dumidiretso.

Kinakapa ko ang lock ng bra niya para tanggalin ko ito, minsan nga na-papaisip ako na kapag siguro nagka girlfriend ako hindi na kailangan mag damit pag andito kami sa condo ko. Dagdag sa labahan lang naman yun.

I successfully removed her bra covering on her breast, minasa masa ko ito na parang isang tinapay na hindi pa luto, and fuck! Sobrang lambot. Kaya ng mahiga ko na siya sa bed ko ay sinimulan ko ng laruin ang mag ito gamit ang aking dila at gamit ang isa kong kamay. Nararamdaman ko na napapaangat ng bahagya ang katawan nitong babaeng to dahil siguro sa sensasyon na binibigay ko sa kanya.

"Ahhh, fuck you. Don't stop. Please, don't stop" ungol niya sabay diin ng ulo ko sa dibdib niya.

Kaya naman naisipan kong laruin na ang kanyang rosas gamit ang isa kong kamay habang patuloy parin ako sa paglalaro sa dibdib niya. I rubbed my hand to her clit, nilaro laro ko kahit naka panty pa siya. I'll wait her to beg for me, before i'll take it off. Kaya naman minsan ay pinapadaan ko rin ang middle finger ko sa gilid ng panty niya.

"Fuck you, teaser. Please, ipasok muna. Wag mo kong binibitin" mura niya sa'kin.

Kaya hindi na ako nag dalawang isip na pumunta sa baba niya at alisin ang kanyang panty, para sisirin ang namumula at namamasang rosas niya. Her juice is the sweetest compare to the girls I tasted. Iba ang katas niya, sobrang sarap. Kaya naman ng maramdaman kong madulas na ito at pwede ng pasukin ay pinasok ko muna ang isang daliri ko para matancha ang kasikipan nito. Hindi nga ako nagkakamali, di na to virgin.

"Putangina. Faster ahh. Ughh" ungol niya. Labas masok ang daliri ko sa kweba niya ngunit di pa ako nakuntento at dinagdagan ko ng dalawang daliri para mag labas masok sa nababasang rosas niya.

"Ahhh. Faster. Fuck" yan ang maririnig dito sa loob ng aking kwarto, maliban sa tunog kapag tuwing pinapasok ko ang aking tatlong daliri sa kanyang rosas. Nararamdaman ko na basa na ang aking mga daliri, she came at her second release. Yung una kase nung sinisid ko siya. Kaya naman sinipsip ko ulit ito para matikman ulit ang matamis niyang katas. Ng matapos kong gawin ang mga gusto ko ay humiga na ako sa tabi niya. She's totally naked while me is just wearing a sports bra and a boxer. Kinumutan ko naman siya at saka yumakap naman siya sa akin. Ramdam ko parin ang rosas niyang basa sa baba.

"What's your name?" tanong ko sa kanya.

"Why? Gusto mo bang gawin to ulit?" sabay unan ng kanyang ulo sa aking dibdib. Natawa naman ako.

"Pwede ba?" sabi ko, sabay himas ng kanyang buhok. Pagod to for sure.

"You can always go to taft naman, if you want i'll just give my social media accounts para may communication tayong dalawa" sabi niya.

"How about your number? Would you like to give it to me?" pagbibiro ko.

"Sorry, pero hindi ko binibigay number ko eh. Mahirap na baka kumalat" natatawang sabi niya.

"Yeah. Baka kumalat nga, di pwede yun. Baka maging sikat ka pa" natatawang sabi ko.

"Sikat kaya ako, pero pagdating nga lang sa kama" natatawang sabi niya. Hinimas himas niya naman ang abs ko. Pota! Nabubuhay muli ako,.

Kaya naman hindi na ako nagsalita at muli ko siyang pinasok gamit ang middle and ring finger ko. Ungol lang siya ng ungol.

"Aghhh! Fuck baby, my name is ahh, Kianna ahhh" sabi niya.

"Nice name, babe." sabi ko sabay Jack hammer ng kweba niya.

"Faster, Bei. Faaaaster! Ahhh! Ahh!" kaya naman she came at her 3rd released, pagkatapos nun ay natulog na kami.

"What the hell did you do last night, Bei?" natatawang bungad sa akin ni Isaac. Nandito na kase ako sa school matapos kong ihatid si Kianna. Binilihan ko na lang siya ng new clothes para may masuot siya.

"Bat bigla kang nawala?" tanong ni Adrian na kakapasok pa lang niya saka umupo sa tabi ko.

"Where did you go ha? Ha. Ha." sabi ni Isaac sabay tulak sa'kin. Ang kulit.

"Condo ko. Why? Is there any problem, Mister's?" sabi ko pero pabulong lang. Andiyan na kase yung terror naming prof. Kilala to bilang masungit kaya behave muna ako ngayon. Classmate kase kaming tatlo sa isang subject kaya kukulitin nila ako hanggang sa maka amin.

"Balita ko may nawawalang taga la salle kagabi sa bar, nag aalala nga masyado yung kasama niya kase baka mapahamak daw" pang aasar na sabi ni Adrian.

"Baka nadali na yun ni Bea" natatawang sabi ni Isaac.

"First blood ka ba?" simpleng tanong ni Adrian.

"Hindi. And oo kasama ko nga yun kagabi. Kaya makinig nalang kayo para hindi naman sayang binabayad niyo" naiiling na bulong ko sa kanila. Natawa naman sila.

Tapos na ang mga classes ko and lunch time na. I received a text from Jhoana, that we will having a lunch daw together. Kaya naman hinitay ko na lang siya dito sa parking para convoy nalang kami. Ng matanaw ko yung car niya ay papasok na sana ako sa car ko when she called my name.

"Beatriz! Dito ka na sumakay" sigaw niya kaya naman hinintay ko nalang tumigil dito sa harap ko.

"Ilang hours ang vacant mo?" tanong niya ng makapasok ako.

"2" simpleng sagot ko. Wala parin ako sa mood dahil sa manliligaw niya.

"Gutom kana ba?" malambing na tanong niya.

"Hindi pa"

"Uhm. Saan ka nga pala kagabi? Sa condo ka ba natulog? Sayang makikila mo na sana si M--" masayang sabi niya ngunit pinutol ko siya.

"Pwede bang mag drive ka nalang?!" inis na sabi ko.

"Sungit naman" sabi niya pero di ko nalang siya kinibo.

Tumingin lang ako sa labas ng bintana at iniisip ko ang manliligaw niya. Gwapo ba yun? Macho? Ma appeal? Mabait ba? Matangkad?! Fuck. Ayoko parin siyang makilala. Naramdaman ko namang tumigil na sa pagtakbo ang sasakyan niya.

"Andito na tayo, tara?" sabi niya pero nauna na akong lumabas at lumakad na rin papasok. Naghanap naman agad ako ng pwede kong maupuan. Tanaw ko naman si Jhoana na papunta na rin sa direksyon ko. Tsk! Bagal.

"May problema ba tayo, Beatriz?" tanong niya at umupo sa harap ko.

"Tanong mo sa manliligaw mo" bulong ko at tumitingin dito sa menu.

"Huh? Ano yun?" sabi niya.

"Sabi ko magorder ka nalang" walang ganang sabi ko.

Kaya naman pumili na rin ako at siya rin. Hinihintay nalang namin na dumating ang mga foods. Pero hetong si Jhoana salita parin ng salita.

"Beatriz, alam mo bang hinananp ka ni Mom kagabi? Nag alala kami alam mo ba yun?" sabi niya.

"Malaki na ako Jhoana, and alam ko kung anong ginagawa ko" walang ganang sabi ko.

"Alam mo yung ginagawa mo? Eh yung pagpunta sa bar alam mo ba yun?" sabi niya kaya nagulat naman ako sa sinabi niya.

"Beatriz kailan pa? Alam ba to nina Kuya?" sabi niya.

"Hindi. At utang na loob wag mong sabihin sa kanila" sabi ko naman.

"Beatriz, mali yang ginagawa mo. Tigilan mo na yan" mahinahon na sabi niya.

"Wag kana lang mangialam" sabi ko.

"Beatriz, may nakakita sayo kagabi. May kahalikan ka daw na babae" sabi niya kaya napa angat ako ng tingin. Putanginang chismosa!

"Sino bang chismosa ang nagsabi sa'yo?" naiinis na tanong ko.

"So totoo ngang may kahalikan ka?" sabi niya.

"Anong pake mo? And besides alam ko ang ginagawa ko" sabi ko at bumalik nasa pag twi-twiitter.

"Ayusin mo yang buhay mo, Bea. Baka malaman pato nina Mom" sabi niya. Tumigil naman siya sa pagsasalita at nagsimula ng kumain. Dumating na kase yung food kaya kumain na rin ako.

Iniisip ko kung sino ang nagsabi ng mga ginagawa ko kay Jhoana. Baka malaman to nina Mom, malalagot talaga ako. Bwesit!

"Are you done? Gusto ko ng bumalik sa school" sabi ko sabay punas sa bibig ko.

"Yeah. Let's go" sabi niya at tumayo na. Nauna naman siyang maglakad at parang galit pa rin sa pinag gagawa ko.

Tinahak namin ang daan pabalik sa school. Gusto ko na sana siyang kausapin kaso nga lang baka mas lalo pang uminit kaya papalamigin ko muna. Hindi ko naman kase matiis to, ayokong magalit sa kanya ng mata-gal. Kaya ng makarating kami sa parking ng school ay hinihintay niya na akong bumaba. Pero di parin ako umaalis sa kina uupuan ko. Narinig ko naman ang pagbuntong hininga niya.

"Uhm" ano bang sasabihin ko.

"I'm sorry sa mga sinabi ko kanina. I didn't meant to do that. Not my intention" mahinahong sabi ko ngunit di niya parin ako pinapansin.

Kaya naman inalis ko ang seatbelt ko at humarap sa kanya at hinawakan ang kanyang kamay.

"Jhoana please don't tell Mom and Kuya. Mapapagalitan ako for sure" pagmamakaawa ko.

"Mapapagalitan ka talaga. Alam mo namang mali yan pero ginagawa mo pa rin. And kissing girls na hindi mo pa talaga kilala" naiiling na sabi niya.

"Sorry, promise I will stop going to bar na. I will not do that again. Promise" parang batang sabi ko.

"Siguraduhim mo lang, Beatriz. Mabuti nalang at ako ang unang naka alam at hindi sina Kuya, kundi lagot ka talaga" sabi niya sabay hawak sa isang pisngi ko. Hinawakan ko naman ito

"Thank you! Promise hindi ko na talaga uulitin" sabi ko.

"Uhm, Beatriz. About sana sa papakilala ko sa'yo. I want to introduce you to him sana. Gusto kong manligaw siya na kilala ka niya" nakangiting sabi niya.

"Okay pakilala mo na" sabi ko kahit labag sa loob ko.

"Later pupunta siya ulit sa bahay" sabi niya.

Kaya naman bago ako umalis ay hinalikan ko siya sa noo. So, manliligaw niya nga pala yun. Bumaba na ako at naglakad papasok. Kung gusto niyang makilala ako ng manliligaw niya edi okay. Pero gusto kong makilala din ako ni Jhoana bilang manliligaw niya.

I will do my move, hindi yung maghihintay lang ako at yung wala akong gawin dito.

:>

Chapter 3.

B^{EA}

"Wow ang competitive naman pala hahaha" sabi ni Ej pagkatapos kong mag kwento.

"Siyempre ako paba?" pagyayabang ko.

"Pero di ko keri ang pinag gagawa mo ha. Jusko! Araw-araw papalit palit ng babae. Buti nalang talaga di ako nadala ng charms mo" sabi ni Ej.

"Di pa sa ngayon, pero I know na malapit na rin" natatawang sabi ko kaya hinampas niya ako.

"Aba ang kapal naman talaga eh no? Hoy! FYI si Bea de leon kalang si Ej Laure ako" sabi niya sabay irap.

"Yun na nga si Bea de leon ako tapos si Ej Laure ka lang. Yung taong malapit ng mahulog sa'kin" pang aasar ko, kaya naman kinurot at pinaghahampas niya ako.

"Bwesit ka talaga eh no! Ang taas ng tingin sa sarili" naiinis na sabi niya.

"Mataas naman talaga ako ah, sa bagay ang laki ng lamang ko sa height" sabi ko,

"Edi leche ka!" galit na sabi niya sabay hampas ng pagkalakas lakas sa aking right arm.

Kaya naman tinawanan ko lang siya at natahimik kaming dalawa. Alam ko tong pikon na to kaya di na ako mag kwe kwento sa ka--- sabi ko nga magkwe kwento pa ako.

"Ano ang sunod na nangyari, Mokong? Wag kang maging masaya diyan interesado pa ako sa buhay mo" sabi niya kaya walang takas parin ako.

Torpe ako that time kaya kahit gusto kong sabihin kay Jhoana na gusto ko siya, di ko pa rin magawa kaya naman nung nakilala ko yung manliligaw niya parang nanliit ako sa sarili ko kase siya kaya niyang magtapat, kaya niyang ipahayag ang kanyang totoong nararamdaman. Samantalang ako heto nag aantay ng tamang panahon para sabihin ang totoong sinasabi ng puso ko.

Nandito kami ngayon nina Jhoana sa isang restaurant kasama ang manliligaw niya, masyado ako ng naasar sa kanya kase para siyang bata. Joke haha. Sus lamang naman ako no. Matangkad. Gandang gwapo. Ma appeal. Sweet. Caring. At siyempre mapagmahal. Hindi katulad niyan.

"Bea, hey! Are you listening?" tawag pansin sakin ni Jhoana

"Huh? Ay yeah. Ano ba yun?" sabi ko.

"Okay ka lang ba? May iniisip ka ba?" tanong sa'kin Jho.

"Sorry, uhm may sumagi lang sa isip ko. Ano ba yun?" sabi ko.

"Marci is asking kung may kaibigan ka ba daw sa bar na pinuntahan mo last last night" sabi ni Jho. Ah siguro siya yung nagsumbong kay Jho. Kalalaking tao chismosa.

"Uhm, my friend own it. Why?" sabi ko.

"Yun naman pala Marci eh. Just tell Beatriz kung anong kailangan mo para dun sa sinasabi mong party" sabi ni Jho dun kay totoy niyang manliligaw.

"Yeah. Thanks babe" sabi ni Marci kay Jho sabay hawak sa kamay na naka-patong sa table. Babe mo mukha mo.

"Uhm, Beatriz right?" pagtatanong ni Marci sa'kin.

"Oo. Left?" gusto kong matawa sa sinabi ko.

"Mapagbiro naman pala tong kapatid mo, babe" natatawang sabi ni Marci. Ano ka ngayon ha?!

"Uhm. Gusto ko lang sana kausapin friend mo, if okay lang? I want to organize a party kase there kase sobrang ganda nung place" mahabang sabi niya.

"Edi kausapin mo. Sa kanya ka naman pala may kailangan eh" sabi ko sabay subo ng pasta na inorder ko. Napansin ko namang pinandilatan ako ni Jho at tumingin ng "umayos-ka-look"

"Sabi ko nga. May I know your friend's name? Or number niya?" sabi ni Marci.

"Maddie Madayag, just find her dun sa bar niya. Andun naman yun after class" walang ganang sabi ko.

"Thanks, Bei. I owe you a lot" nakangiting sabi ni Marci pero di ko lang siya pinansin.

Ng matapos kaming kumain ay napagpasiyahan kong isabay nalang sa'kin si Jhoana. Ayoko sumasabay siya dun sa mukhang totoy na yun, nakakainis at nakaka asar. Di naman sila bagay. Kaya naman wala ng nagawa si Marci kase nag pumilit talaga akong isabay si Jho, isa lang naman kami ng uuwian kaya hello? Ayos lang no.

When we enter our house ay hinila agad ako ni Jhoana upang makaharap sa kanya, alam ko naman na galit to sa'kin kase nung nasa car palang kami ay nakasalubong na ang kanyang mga kilay kapag nag nanakaw tingin ako sa kanya. Edi magalit siya! Basta di ko lang feel yung totoy na yun.

"Ano yun, Beatriz?!" galit na tanong ni Jho.

"Ang alin?" nagmama angang tanong ko.

"Yung kanina. Konting respeto naman" sabi niya.

"Ano ba yung kanina?" sabi ko.

"Isip bata ka talaga eh no? Pa feeling na hindi talaga alam" naiinis na sabi niya.

"Mas mukha namang bata ang manliligaw mo" pairap kong sabi.

"Ano bang problema mo ha? Bakit inis na inis ka kay Marci? Wala naman ginagawa yung tao" galit na sabi niya.

"Siya yung problema ko Jho" mahinang sabi ko.

"Eh bakit nga?" naiinis niyang tanong.

"Kase inaagaw ka niya sa'kin" pabulong kong sabi na ako lang yung makakarinig.

"Ano? Umayos ka nga sa pagsasalita" singhal niya.

"Hindi ko siya gusto para sa'yo" diretsong sabi ko. Nakita ko naman ang pagkunot ng kanya noo.

"Hindi ko siya gusto para sa'yo, Jhoana. Alam mo mas marami pang mas better sa kanya. Marami pang iba diyan sa tabi tabi" sabi ko.

"Beatriz, ilang beses mo na ba yan sinabi sa tuwing may manliligaw ako? Ilang beses mo na ba yang ginawa kung may manliligaw ako? Alam mo, nakak asar na eh. May sarili naman akong buhay, Bea. Kaya pabayaan mo akong mag desisyon" galit na sabi niya.

"Alam mo, kung nakikita mo lang sana ang mga tao sa paligid mo siguro mapapansin mo. Kase manhid ka eh. Manhid ka!" sigaw ko

"Ako? Manhid? Talaga, Bea?! Kung manhid ako edi sana hindi ako tu-matanggap ng mga manliligaw ko! Umayos ka nga! Kung may problema ka sa pag ibig wag mo akong idamay!" sigaw niya rin.

"Wala naman akong problema sa pag ibig. Pero Jho, imulat mo naman yang mga mata mo. Tignan mo naman yung tao sa paligid mo" sabi ko.

"Ano o sino ba ang dapat kung makita, Bea? Nakita ko naman si Marci kaya ano pa yung hahanapin ko. Ramdam ko na sapat na siya sa'kin. Ramdam ko na siya na yung para sa'kin. Kaya please iparamdam mo naman yung suporta mo" sabi niya kaya napayuko naman ako.

"Ako. Jho, gusto kong makita mo ako" mahina kong sabi.

"Huh? Lasing kaba? Anong ikaw? Alam mo, wala naman tong patutun-guhan ang paguusap nato. Mabuti pa at umakyat kana lang sa kwarto mo" sabi niya at binalewala ang sinabi ko.

"Hindi mo ba ramdam, Jho. Yung pag aalaga ko, yung mga efforts ko para sayo? Hindi mo ba ramdam na lahat ng yun may ibig sabihin? Jhoana, malaki kana at alam ko rin na ramdam mo rin" naiiyak na sabi ko.

"Natural kase sweet kang tao at clingy, and isa pa magkapatid tayo" sabi niya.

I can still remember the first day I realized that I'm inlove with you, sa araw na yun dun ko rin sinimulan ang mga bagay na ginagawa ng isang nanliligaw. Naaalala mo pa ba? Yung mga araw na dinadalhan kita ng pagkain sa room mo? Tanda mo pa ba yung mga bulaklak na nakalagay sa bed mo every morning? Siguro naman sa paraan na yun, naramdaman mo na higit sa isang kapatid ang tingin ko sa'yo. Pero wala eh, manhid ka kaya talo ako. Pero wala rin eh, kase natakot ako na baka sa araw ding yun kapag sinabi ko ang totoo, baka bigla kang mawala at lumayo.

"Jho, alam mong higit pa sa isang kaibigan o kapatid ang tingin ko sayo" pabulong kong sabi.

"Ano bang sinasabi mo? Linawin mo nga" naiinip na sabi niya.

"Gusto kita Jho" sabi ko. Kaya naman gulat ang expression na lumbas sa kanyang mukha. "Tangina. Gustong gusto kita"

"G-gusto m-mo a-ko?" nauutal na wika niya.

"Hindi lang gusto. Mahal na yata kita" naiiyak na sabi ko. Sa wakas nasabi ko na rin,

"Pero bakit? Paano? Alam mong mali diba?" sabi niya. Halata ko sa kaniyang boses ang kaba at takot na namumuo.

"Hindi mali, Jho. Kase wala namang mali sa pagmamahal" sabi ko.

"Wala namang mali dun. Pero, Tayo? Ikaw at ako. Maling mali yun" nanghihinang sabi niya.

"Ayaw mo ba sa ganitong relasyon?" tanong ko.

"Bea, ang ak----" ngunit pinutol ko siya.

"Nandidiri ka ba sa ganitong relasyon?" sigaw ko

"Oo, Bea. Oo. Kaya mali tayo. Kaya hindi pwede maging tayo" sabi niya saka tumakbo pataas.

Hindi pwede maging tayo.

Hindi pwede maging tayo.

Hindi pwede maging tayo.

Yan ang mga salitang paulit ulit na lumilitaw sa aking isipan. Tangina! Naman eh. Halos 1 linggo na kaming hindi nagpapansinan ni Jho pagkatapos ng usapang yun. Sa loob ng 1 linggo ay parang wala akong ganang bumangon sa higaan ko, gusto kong magmukmok lang kaso parang wala ring saysay ang pagmumok mok ko. Kaya naman kahit nangako na ako sa sarili ko na di ko na uulitin ang pagba bar, gagawin ko pa rin.

"It seems like you have a problem. Care to share, Bei" sabi ni Adrian ng makalapit sa aking kinauupuan.

"Wala to, dude. Sige na enjoy kana dun sa dance floor parang namimiss ka na rin ng dance floor oh" pagbibiro ko. Hindi na kase to nakaka punta sa bar kase busy sa pagiging student-athlete. Dalawa sila ni Isaac kaya parang wala na rin silang time mag bar. And ngayon lang din kami ulit nagkita dito sa bar.

"Hindi kita titigilan hanggang di mo sinasabi problema mo. Kilala kita, Bei. Sinasabi ng mga mata mo na may mali sayo" sabi niya kaya napangiti naman ko.

"She already knew" sabi ko.

"Huh?"

"Hatdog!" pairap na sabi ko, ang slow talaga.

"Ano kase? Kompletuhin mo naman kase. Di naman ako manghuhula no para hulaan ang next na sasabihin mo lol" naiinis na sabi niya.

"Alam na ni Jho" sabi ko sabay inom ng Jack Daniel's na nasa harapan ko.

"WTFFFFFF?!!!! THE TORPE BEADEL, AY HINDI NA TORPE! HAHAHAHAHAHAHAH" sigaw niya. Di rin naman dinig ng iba sa sobrang lakas ng music.

"Tangina. Umayos ka nga. Kalalaking tao isip bata" naiiling na sabi ko sabay lagay ng alak sa baso ko.

"Oy! Oy! Oy! Magkwento ka! Magkwento ka!" excited na sigaw niya.

"Wala eh. Ayaw niya sa ganitong relationship. Mali daw kami. Maling mali" sabi ko sabay inom ulit

"Ah. In short broken ka ngayon kaya napadalaw ka dito sa bar?" nang aasar na sabi niya. Magsasalita pa sana ako ng may yumakap sa'kin.

"BEAAAAAAA! BWISIT KA! NAMISS KITA" sabi niya habang nakayakap pa rin.

"Tangina. Mads, ang laki mo kaya. Ang bigat mo pa" sabi ko habang kinakalas ang pagkakayap niya sa'kin.

"Hey! Ngayon lang ulit kita nakita dito, namimiss ka na ng alak" natatawang sabi niya.

"Broken kase kaya napadalaw dito" singit naman ni Adrian.

"Broken? Kailan pa naging broken ang matinik na si beadel?" sabi ni Maddie, wala eh. Proud talaga siya sa pagiging babaera ko.

"Ngayon lang, Mads. Nag confess na kase" natatawang sabi ni Adrian. Alam kase nilang dalawa kaya naman for sure ako yung pulutan ngayon dito.

"HOLY FCKING SHIT! TOTOO?! HAHAHAHAHA" tawang tawa na sabi ni Maddie.

"Bunganga mo, Yrenea!" pagsasaway ko sa kanya.

"Ay sorry. So anyare sis? Ano may pag-asa ba?" excited na tanong niya.

"Maddie may pag asa ba yung ganyan? Iinom saka nagpapakalasing? Nagi-isip ka ba o wala ka talagang isip?" pang aasar ni Adrian kay Maddie.

"Tanga! Baka nag cecelebrate lang diba? Ikaw ata yung wala isip eh. Nag aaral kapa naman sa mataas na antas na paaralan tapos wala ka palang utak" ganti naman ni Maddie. Kaya natawa naman ako.

"Aba! Ang harsh ng mga sinasabi mo ha. Akala mo naman ang talino" sabi ni Adrian.

"Hoy wong! Baka gusto mong ihampas ko sa'yo ang mga medal, certificate at trophy" tumigil muna siya sa pagsasalita. "ng mga kaklase ko" pagpapatuloy niya.

"Pota ka! Sa mga kaklase pala" natatawang sabi ni Adrian. Napairap naman si Maddie, pikon to eh

"Alam niyo kayong dalawa maraming nagkatuluyan sa asaran. Magulat nalang ako na pag nalaman ko na kayo na pala" natatawang sabi ko.

"Edi wow!""Yaks! Ayoko kay Maddie" sabay nilang sabi.

"Sige, asaran pa. Baka sunod gigising nalang kayo na fall na kayo sa isa't isa" pang aasar ko.

"Asarin mo rin kaya si Jhoana, para mafall sayo. Duh!" naipipikon na sabi ni Maddie.

"Edi wow! Mabuti pa at umalis nalang kayong dalawa dito. Mga istorbo!" sabi ko atsaka uminom ng Jack Daniel's

Umalis naman silang dalawa at ako nalang yung naiwan dito sa table namin. Nangangalahati na ako dito sa iniimom ko pero parang hindi pa rin tumatalab ang tapang ng iniinom ko. Parang naaalala ko parin ang mga huling sinabi ni Jho. Alam ko naman na bago siya sa mga ganitong ganap, pero sana naman inisip niya rin ang mararamdaman ko bago siya magbitaw ng mga ganung salita. Hindi ko namamalayan sa aking pag iisip ay naubos ko na ang isang bote ng Jack Daniel's medyo natatamaan na rin ako kaya hilong hilo na ako ngayon. Di na ko makatayo, hindi ko na rin alam kung paano ako makakauwi. Poutangina!

Nararamdaman ko na parang may mga kamay na umakay sa'kin at sinakay ako sa kotse.

"Hey, wala ka bang balak na masama sa'kin? Magagalit si Jhoana kapag may nangyari sa'tin dito" nahihilong sabi ko. Parang nakaupo na rin naman ako.

"Wag mo akong hahawakan ha. Wag mo kong hahalikan. Magagalit talaga si Jhoana, nangako na ako dun. Hindi na ako mambababae, kase siya lang babae ko" yan ang mga huling sinabi ko bago ako makatulog.

Hey, what's up my sunshines. Are you enjoying this story ba? So don't forget to vote po. Thank you and Godbless! Keep safe and i love y'all

:>

Chapter 4.

B EA

Mahigit isang buwan at umiiwas parin si jho. Di ko naman siya ma-sisisi dahil sa sinabi ko. Pero yung mahirap lang baka mahalata nina Mom na nagkaka ilangan kami. Andito na kasi sina Mom and Kuya, actually last week pa sila nakarating galing sa business trip nila sa Singapore kaya kung saka sakali baka mahalata nila nag nagkakaiwasan kami ni Jhoana.

Kompleto kami ngayon dito sa hapag, kompleto at masayang kumakain, actually sila lang naman ang nag uusap at nakikinig lang ako dito.

"Anak, Jho. I'm planning to have a trip sana for us. Matagal tagal ko din kayong hindi nakasama" Mom said.

"Kaya guys, napag isipan namin ni Mom na we we're having a vacation on Boracay. 3 days lang naman yun, kaya Bei after class mo tomorrow aalis tayo para makabalik tayo sa sunday" sabi naman ni Kuya. Friday kase bukas kaya half day lang ako.

"Okay, but, Mom can I go to mall later? We have a dinner date kase ni Maddie" sabi ko.

"Si Maddie? Why don't you invite Maddie to join us in our vacation? Namiss ko rin yung batang yun" sabi ni Mom. Mukhang makakatulong si Maddie sa ilangan namin Jho, if ever na makasama siya.

"Yeah sure, Mom. I'll tell her nalang later" sabi ko sabay tayo kase tapos na akong kumain.

"I'll just go upstairs na po, I enjoy the foods, Mom. Namiss ko yung food mo" sabi ko sabay lapit kay Mom at hinalikan siya sa noo.

"Sus! Mom naglalambing na naman bunso niyo, may kasalanan siguro to. Or di kaya baka may ipapakilala na to" nang aasar na sabi ni Kuya. Kaya naman napatayo ako ng maayos sa gilid ni Mom.

"Uy wala kaya. Namiss ko lang si Mom, puros nalang kase kayo ang nagkakasama, nakakatampo na" naka pout na sabi ko.

"Sus! Jhoana, behave ba to si Beatriz nung wala kami? Hindi ba to nagpa-saway sa'yo?" tanong ni Kuya, napayuko naman ako.

"Y-yes po, behave naman po siya. Uhm. Mama, may lakad po kami ni Marci later, pwede po ba?" sabi ni Jho. Tsk! Marci na naman.

"Sure anak, and try to invite Marci rin, baka pwede siya makasama sa'tin" nakangiting sabi ni Mom. Ay tangina!

"Sige po. Thank you po" sabi niya at naglakad na papuntang hagdan. Aalis na rin sana ako ng biglang bumulong si kuya sa tabi ko, uy andito pala to!

"Paano ba yan, sasama si Marci boy. Erase kana naman sa attention ni Jhoana" natatawang sabi ni Kuya kaya naman inirapan ko na lang siya. Asar! Alam kase niya na may feelings ako fo Jho, sinabi ko sa kanya ih.

Kaya naman umakyat na ako papuntang room ko. Hindi ba mawala wala tong totoy nato? Tangina! Pgkapasok ko sa loob ng room ko ay humiga agad ako at tinakpan ko ang aking mga mata ng aking braso. Bigla namang may tumawag sa'kin sa messenger kaya dali dali kong inabot ang phone ko sa night stand table ko na nasa gilid ng bed ko.

"Hello" pagkasagot ko.

"Beeeei, this is Kianna. Are you free later? Bar tayo?" nag chachat naman kami always neto, pero first time atang mag aya.

"Uhm, may ka dinner kase ako later. 8 pm pa ako available" sabi ko.

"Ah. Ganun ba? Mukhang ako lang mag isa ngayon ah" sabi niya. Nakon-syensya naman ako.

"Pero pwede din naman akong humabol. Same bar parin ba?" masiglang tanong ko.

"Yes!. Sabi ko na nga ba eh, di mo talaga ako matitiis. Yeah, babe. Same bar. See you later. Ingat" sabi niya saka binaba niya ang phone.

Naisipian ko namang matulog muna habang inaantay ang oras. Mamayang 7pm pa kase ang dinner namin ni Maddie kaya hintay muna ako.

Napasarap ata ang aking tulog at di ko namalayan ang tumatakbong oras, lagot na naman ako kay Madayag neto. Tatayo na sana ako ng makita ko ang mga text niya.

From: Baby Maddie.

Beeeei, hintayin na kita dito sa condo ko.6:00 pm.

From: Baby Maddie.

Wer r u na ba? Bat ang tagal jusko ka! 6:30 pm.

From: Baby Maddie.

Pashnea ka talaga uy! Natulog ka ba? Ako na lang pupunta sa'yo diyan. Bwesit ka talaga! 7:00 pm.

Kaya naman dali dali akong nagpalit ng damit, naka short lang ako ngayon at naka t-shirt lang, naka tsinelas na nga lang ako sa pagmamadali at dali dali bumaba dala ang car keys ko, kaya naabutan ko naman si Maddie, Kuya at Jhoana kasama si Marci sa sala. Lumapit naman ako kay Maddie na hinihingal.

"Tagal mong bumaba promise" naiinis na sabi ni Maddie.

"Sorry, babe. Nakatulog ako" kaya naman napaubo si Kuya at tiningnan ako na mukhang gulat na gulat.

"Baaaaabe? Sabi ko na nga ba eh, girlfriend mo talaga tong si Maddie. Jhoana alam mo ba to?" gulat na sabi ni Kuya. Mapang asar nga naman.

"U-uhm, hindi po" sabi ni Jhoana. Napatingin naman si Maddie kay Jho, saka nag cling sa braso ko.

"Actually. Yes po, Bea and I are together na. Hindi mo kase alam Jho kase busy ka sa mga dates mo" nang aasar na sabi ni Maddie kaya napatingin ako sa kanya.

"S-sorry. Hindi ko alam. C-congrats" sabi ni Jho.

"Hindi mo talaga alam kase wala ka namang pakialam sa feelings ni Bea, am i right Jho?" sabi ni Maddie and nag smirk pa talaga.

"M-meron naman. M-may pakialam naman ako sa f-feelings niya" sabi ni Jhoana at napayuko pa. Palipat lipat naman ang tingin ni Marci at Kuya sa'min.

"Talaga? Parang wala naman ata, sinaktan mo nga siya, diba?" sabi ni Maddie kaya bago paman makasagot si Jho ay nagsalita na ako.

"Uhm. Kuya alis na po kami, for sure gutom na to si Yrenea parang mangangain na nga eh" sabi ko sabay kamot sa batok ko.

"Kainin kita diyan eh" sabi ni Maddie kaya napatawa naman si Kuya.

"Aba! Palaban. Okay, ingat kayo. Bei, hatid mo si Maddie pauwi, nag grab lang yan papunta dito" sabi ni Kuya sabay beso kay Maddie at yakap sa'kin, pero bago ako makahiwalay may binulong pa siya.

"Ang galing umarte ni Maddie, pasado na!" natatawang bulong niya.

Kaya naman inakay ko na palabas si Maddie at pinagbuksan ko naman siya ng pinto. Pagkapasok ko ay pinaandar ko na agad ang car ko at dali daling nag drive, malapit na kaseng mag 8 pm and ayoko namang paghintayin si Kianna dun sa bar.

"Para saan yun?" nagtatakang tanong ko sa kanya. Natawa naman siya

"Nagpa practice para sa movie ko. Okay ba ang acting skills ko? Pasado na ba?" natatawang sabi niya.

"Okay na sana, kaso pinalabas mong girlfriend kita. Ano nalang sasabihin ni Jhoana?" naiinis na sabi ko habang nakafocus pa din sa daan.

"Wow! Galit na galit, ustong manakit. Aba! Hayaan mo na, bigyan mo naman ng buhay ang loveteam nating dalawa. Shini ship tayo diba? Kaya pa ganap ka naman uy" sabi neto.

"Baka iisipin niya na bago lang ako nagconfess sa kaniya, ay may reserba na. Bawiin mo yun" naiinis na sabi ko, bumaba naman ako at pinagbuksan siya, andito na kase kami. Di kase talaga to bumababa pag hindi pinag-bubuksan. OA na nilalang to eh!

"Ayoko. At wow! Hindi yung mag iisip ng kung ano ano, wala ngang pakialam sa feelings mo yun eh. Iniwasan ka nga" natatawang sabi neto sabay naunang maglakad.

Pumasok narin ako at hinanap kung saang pwesto siya naroroon. Tanaw ko naman na namimili na siya ng pagkain. Pipili lang yan pero ako din naman ang magbabayad lol. Pagkaupo ko ay tumingin naman siya sa'kin.

"Naka order na ako, andun na rin order mo" sabi niya.

"Bawiin mo yun ha" sabi ko

"Ayoko nga! Makisakay ka naman sa trip ko. Grabe ka ha. Nang lalag lag sa ere" pairap na sabi niya.

"We're just friends, Mads. Alam mo yan" sabi ko. Edi sakyan trip niya.

"Pero mahal kita, Bea. Mahal kita" naiiyak na sabi niya.

"Sorry pero mas mahal ko siya" pagsasakay ko sa trip niya.

"Ba't di mo subukan, mahalin ang kaibigan" pagkakanta niya, kaya natawa naman ako. Ganda kase ng boses neto eh.

"Sinubukan mo ba?" sabi ko.

"Oo sa'yo" sabi niya saka nag wink pa talaga.

"Mads bakit ang ganda ng boses mo?" sabi ko.

"Wala eh. Gifted ako. Kaya mainggit ka please" taas noong sabi niya.

"Siguro mas maganda talaga boses mo kapag umungol kana" natatawang sabi ko. Kaya naman naka tanggap ako ng hampas ala Madayag. Grabe solid!

"Hayop ka! Bwesit ang dumi!" naiinis na sabi niya.

Nagtigil naman kami sa pagkukulitan ng dumating na ang mga foods na inorder niya, kilalang kilala niya na talaga ako kase sobrang alam na niya talaga ang paborito ko. I'm so lucky to have Maddie in my life. Naks!

"Uhm, Mads?" tawag ko ng atensyon niya. Galit galit kase talaga kami pag kumakain.

"Are you free tomorrow afternoon until sunday?" sabi ko sabay subo ng steak.

"Yes. Bakit iimbitahin mo na ba akong mag sex at gusto mo na talaga marinig ang ungol ko? Pero 3 days talaga, Bea. Walang pahinga?" sabi niya. Bunganga talaga neto eh.

"Ang manyak ha. Baka ikaw ata diyan eh" pang aasar ko. Pero inirapan lang ako.

"Pero seryoso nga, are you free ba? Mom wants you to join us in our mini vacay baka maisipan mong gustong sumama" sabi ko.

"Tanginaaaa ka! Siyempre naman. Sige i'll go with you" excited na sabi niya.

"Sure? Uhm. Pwede sa bahay kana lang mag stay ngayon? Para di na hassle para sayo, may pupuntahan pa kase ako. Since malapit lang naman to sa house" offer ko sa kanya. Ang layo pa kase ng condo niya and out of the way na yun sa pupuntahan ko haha.

"Yeah sure, gusto ko ding makipag kwentuhan kay Tita Det, i missed her you know. Magluluto kami ng lasagna later hahaha" sabik na sabi niya.

"Uhm. Are you done na ba? Tara hatid na kita?" sabi ko.

"Wag na uy! Punta kana sa chikababe mo. May usapan kami ni Kuya Loel na susunduin niya ako kase alam namin na may lakad ka talaga ngayon" natatawang sabi niya.

"Weh? Alam ni kuya na nag babar ako?" gulat na tanong ko.

"Yeah, sinabi ko sa kanya. And sinabi ko rin na 1 month kanang broken hahahah" sabi niya. Mang aasar pa eh, napairap naman ako.

"Hindi siya nagalit?" mahinahong tanong ko.

"Hindi, kase gawain niya rin yun HAHAHAHAH. Sige na shoo! Shoo!" sabi niya pero di pa rin ako umaalis.

"Thank you, Mads. Ang dami ko ng utang sayo" sabi ko sabay lapit sa kanya at niyakap siya.

"Sige na, babe. Basta umuwi ka ha. Kahit marami kang babae basta uwian mo parin kami ng mga anak mo" sabi niya, natawa naman ako.

"Oh sure, baby. Uuwian ko parin kayo. Ingat ka. Text me pag nasundo kana ni Kuya" sabi ko hinalikan siya sa noo.

"No need na. Andiyan na siya oh. Sige ingat ka" sabi niya. Lumakad naman ako paalis at nakasalubong ko si kuya.

"Don't worry ako na mag uuwi sa girlfriend mo. Ingat ka. Hanap chicks well" natatawang sabi ni kuya saka tapik sa balikat ko. Nagpaalam naman ako sa kanya at dali daling pumunta sa car ko. Ng makasakay ako ay dumiritso agad ako sa bar nina Maddie.

Medyo malayo layo kase ito sa condo ni Mads kaya naman out of the way na talaga ako kapag ihahatid ko pa siya baka ma traffic pa ako, ayoko naman paghintayin si Kianna no. Pagkadating ko sa bar ay nagpark na agad ako, easy access na kase ako dito kase naka reserved na always sa akin ang space nato para sa car ko. Kaibigan yung may ari eh. Dali dali akong pumasok at hinanap ko agad si Kianna, nakita ko naman siya na naka upo sa walang masyadong tao, wow. Nag eemote ata si ate niyo.

"Heeey" bati ko sa kanya. Tinabihan ko naman siya at nag beso siya sa akin.

"Ang tagal ha. Bagal mo sis" sabi niya.

"Wow parang kailan lang you're moaning of my name tapos ngayon sis nalang? Ouch ha" pag dadrama ko.

"Aba ano gusto mo umungol ako dito, loko kaba?!" Sabi niya. Natawa naman ako.

"Pwede naman gusto mo ba?" sabi ko sabay lip bite.

"Mag tigil ka, wala sa mood ang keke ko ngayon" sabi niya kaya naman napatawa ako ng malakas.

"Dapat bang nasa mood yan. Hanep ha" sabi ko sabay hawak sa tiyan ko, wala eh tawang tawa talaga ako.

"Oo. At kung gusto mo hanapan na lang kita diyan" tatayo na sana siya ng pigilan ko siya.

"No need na po. Okay na ako sa'yo kahit wala sa mood yan" sabi ko sabay nguso sa gitna niya.

"Wow ang bait. Retire kana sa pagiging panty ripper mo?" natatawang sabi niya.

"Oo sis hahaha, kaya wala na akong time para sa keke mo" sabi ko. Natawa naman siya.

"naku marami pa namang nag aantay sa'yo diyan sa dance floor, sayang at wala atang madadali ang isang agila ngayon" sabi niya saka uminom ng tequila may napadaan na waiter kase, ganito kase dito may palibre kaseng tequila si Maddie kapag madaming tao ang bar niya in a week.

"Sorry sila. Jackpot ka nga eh, ikaw yung huli" sabi ko.

"Aba! Dapat talagang mag celebrate ako ngayon. Ako pala yung huli" natutuwang sabi niya.

"Order lang ako ng isang Jack Daniel's dun sa counter bar, stay here. Wag kang pupunta kung saan saan. Wala pa naman yan sa mood" sabi ko kaya natawa naman siya.

Pagkarating ko sa counter bar ay nag order naman ako agad para mabalikan si Kianna, mahirap na at baka maraming lalapit dun, sobrang ikli pa naman ng suot nun. Pagkabalik ko ay parang malalim ang iniisip niya. May problema ba to?

"Lalim naman, nakakalunod" narinig ko kase ang pag buntong hininga niya bago ako maka upo.

"Nung sumisid ka nga sa'kin hindi ka nga nalunod. Pa epal ka eh" sabi niya.

"May problema ka ba?" nag aalalang tanong ko.

"Ganyan ka ba talaga sa mga nakaka sex mo? Concern?" sabi niya, napailing naman ako.

"Hindi ah, sayo lang" napangiti naman siya.

"Siguro gusto mo lang talaga maka isa ngayon eh, kaya ganyan ka" sabi niya.

"Hindi ah. Pero seryoso na ha. May problema ba talaga?" tanong ko ulit.

"Uhm. Weird to eh. Pero are you willing to listen ba?" sabi niya.

"Magtatanong ba ako kung hindi ako willing" sabi ko hinampas niya naman ako. Ah pikon!

"May naka sex kase ako" nahihiyang sabi niya.

"Oh tapos?"

"Hindi ako sure kung naputok niya ba sa loob or ano, wala kaming ginamit na protection nun. Hindi kase na withdraw eh" nakayukong sabi niya. Mukhang mabigat nga problema nito.

"So, baka nabuntis ka niya?" mahinahong tanong ko.

"Ewan. Natatakot nga ako eh, paano nalang pag aaral ko? Scholar pa naman ako" nalulungkot na sabi niya. Paano ba to?

"Dinatnan kana ba?" tanong ko.

"Hindi pa ngayon yung sched ko, next week pa" sabi niya.

"Sakto, ano kase may vacation kase kami good for 3 days so kaya naman masasamahan kita malaman kung may bata naba talaga" nakangiting sabi ko.

"Alam mo sana ikaw nalang yung tatay eh, kase mas excited ka pa. Pero daliri nga pala yung pinasok mo" pang aasar niya sa'kin.

"Text me if hindi ka dinatnan ha. Sasabayan kitang malaman kung positve nga ba o ano. Ako na bibili ng pregnancy test mo" offer ko sabay inom ng alak. Iinom sana siya kaso inagaw ko ito mula sa kanya.

"Ano ba? Huwang ka ngang KJ." inis na sabi niya.

"Wag ka munang iinom hanggat hindi pa natin confirm kung wala nga talagang bata diyan sa stomach mo" sabi ko sabay inom sa sinalin niyang alak sa kanyang baso.

"Hindi ko alam kung concern ka bilang friend ko or concern ka lang kase na kama mo ako" pagbibiro niya.

"Concern ako kase kaibigan na kita, at please lang simula ngayon mag ingat kana sa lahat ng kilos mo okay ba yun?" pagpapa alala ko sa kanya.

"Paano kung buntis nga talaga ako, saan na ako titira kung saka sakali. Ayokong umuwi sa'min kase for sure papalayasin lang rin naman ako. Mas lalong malala pa sa dorm kase for sure tatanggalan ako ng scholarship" sabi niya.

"Sa condo ko. Sasamahan kita dun hanggang sa manganak ka na" sabi ko. Kaya naman hinampas niya naman ako. Ang hilig mang hampas eh.

"Hindi pa naman sure kung buntis nga talaga ako, excited ka masyado eh. Kakagigil" sabi niya.

"Eh sabi mo paano, epal ka naman pala. Ah Basta. So paano ba yan. Hatid na kita sa dorm niyo?" sabi ko.

"Wag na. Dito muna ako" sabi niya.

"Nope, ganito nalang sa condo nalang kita ngayon iuuwi. Wag ka muna sa dorm niyo ha. Don't worry maraming foods dun sa ref ko" sabi ko.

"Wag na, may maaalala lang ako dun" natawa naman ako.

"Magandang alala naman" sabi ko kaya hinampas niya ulit ako.

"Salamat. Di ka lang pala magaling sa kama, magaling ka rin pala mag alaga" nginitian ko naman siya dahil sa sinabi niya.

"No worries. Di ka rin pala magaling umungol. Magaling ka din pala magpasalamat" pagkasabi ko nun ay hinampas niya ako. Ginaya ko kase ang tono ng boses niya ih.

Natapos ang gabing yun at hinatid ko na si Kianna. Medyo pinagsabihan ko pa siya na kapag positive ay dun muna ako titira kasama siya, ayoko naman iwanan siya no kase di talaga madali ang haharapin niya. And sasabihin ko rin naman kina Mom ang tungkol sa kanya. And yung feelings ko para kay Jhoana ay ipagpapaliban ko muna.

———————————————————

Ahhhhhh, tinatamad akong mag type at magisip guys. Enjoy reading, sunshines!

:>

Chapter 5.

B^{EA}

"Beeeeei, kunan mo naman ako ng picture please" pag peplead ni Maddie. Andito na kasi kami sa Boracay, and she's always taking pictures in every part of this beach.

"Ilan na nga ba ulit ang mga pictures diyan sa phone mo?" sabi ko sabay abot ng phone niya.

"Maging supportive jowa ka naman uy" sabi niya kaya naman napaubo si Jhoana na kasama si Marci at Kuya dito sa gilid.

"Beatriz, maging supportive JOWA ka naman diyan kay Maddie" pang aasar ni Kuya. Edi kayo na ang magkakampi.

"Oh! Sige na, i will take a picture of yours na" napilitang sabi ko.

Sa totoo lang maganda naman kahit saang angle si Maddie eh, pero ewan ko lang talaga kung bakit wala siyang mapili na pictures na mapost niya sa IG and Twitter account niya. Eh ang ganda niyan naman lahat sa mga kuha ko. Ng matapos kong picturean si Maddie ay lumapit naman kami sa kung saan naroon sina Jho at Kuya.

"Hey, can you help me to choose, wala kase akong mapili eh. Sobrang ganda kase lahat ng kuha mo" sabi ni Jhoana kay Marci.

"Choose me, para di ka mahirapan" sabi ko. Kaya naman napalingon sina Jho, Marci and Kuya sa kung saan kami nakatayo. Naka shade kase ako kaya di masyadong halata kung nakatingin ba ako kay Jho or hindi.

"Pinili naman talaga kita ah" nagsalita naman si Maddie, hays mabuti nalang naka isip to ng paraan. Talino talaga ng bebe. Savior

"Pipiliin mo pa rin ako kapalit ng mga make up's na yan?" pagsasakay ko sa palusot niya, naghahanap kase siya ng panibagong set ng make up kaya sakto rin.

"Siyempre naman. Mas mahal kita kesa sa mga make up nato" sabi niya sabay yakap sa'kin ng pa side ways, inakbayan ko naman siya. Nakita ko naman na napaiwas ng tingin si Jho. Sumulyap kase ako sa kanya, mabuti nalang at naka eyeglass ko.

"Beadel! Tangina ka, usap tayo mamaya" bulong sa'kin ni Maddie, kaya naman kinurot ko siya sa ilong.

"I love you, too. Pakilig ka eh" sabi ko at hinila na siya pabalik sa room namen. Lagot ako neto, for sure.

"Bobo karin eh no" naiinis na sabi ni Maddie pagkapasok namin sa room namin, sabay bagsak ng kanyang katawan sa bed.

"BOBO-o ng buhay mo ayieeeeee" natatawang sabi ko.

"Leche! Kung hindi ako naka isip ng paraan kanina edi huli ka na. Bobo na, tanga pa" sabi niya. Medyo napapaiwas naman ako kase naka two piece lang ngayon si Maddie, and exposed masyado ang kanyang body.

"Sorry na, and thank you narin" sabi ko.

"Next time be careful naman. Damay din ako kong buking tayo" sabi niya. Naglipat naman siya ng posisyon. Naka dapa sabay tungkod ng kanyang dalawang siko at pinatong ang kanyang baba sa mga palad niya, kaya naman medyo kita ang cleavage niya. Andito ako sa couch nakaupo and naka harap siya sa'kin, kaya medyo naiilang ako.

"Utang na loob, Yrenea. Umayos ka ng higa" sabi ko sabay iwas ng tingin sa hinaharap niya. Naring ko naman ang pagtawa niya.

"Bakit nate temp ka?" pang aasar niya sabay lip bite.

"Hindi, kase hindi ka naman sexy" sabi ko sabay tayo, tangina! Natutuyuan ako ng lalamunan.

Kaya naman tumayo si Maddie mula sa pagkakahiga niya. Lumapit siya ng unti unti at tumayo sa harapan ko na may nang aakit na tingin.

"You know, Bei. Kung gusto mong marinig na ang mga ungol ko. Pwede naman. Magsabi ka lang" malanding sabi niya sabay lagay ng dalawang kamay sa batok ko. Poutangina, mahabaging emre!

"H-hindi a-ako i-interesado sa mga u-ungol mo" nauutal kong sabi. Napalunok naman ako ng itulak niya ako sa couch.

"Hindi ba talaga?" sabi niya sabay upo sa lap ko na paharap, at pinatong ang kanyang dalawang kamay sa aking balikat. Woah! Utang na loob, ang hirap magpigil.

"Nirerespeto kita, Mads. Parang kapatid na rin turing ko sayo" mahinahong sabi ko kase malapit na talaga akong bumigay. Marupok ako sis, huwag!

"Walain mo muna respeto mo, chance mo na to" sabi niya sabay lip-bite. Ugh! Ang init!

"No, Mads. Mali to" sabi ko.

"Wala namang mali sa'tin, Bea" sabi niya sabay lapit ng kanyang mukha sa'kin kaya napapikit ako. Poohtah. Wag kang mag response, Bea. Waaaag!

Naramdaman ko naman na malapit ng maglapat ang aming labi kase natamaan na ng ilong niya ang ilong ko. Tangina! Naka bukaka pa talaga sa harap ko si Maddie dahil sa pagkakaupo niya sa lap ko, take note naka two piece pa talaga siya. Ng lumipat na ang kanyang mga kamay papunta sa aking batok ay bigla namang bumukas ang pinto.

"Kaka----" putol na sabi ni Jhoana. Nasa ganung posisyon pa kami ni Maddie. Nakasandal ako sa couch habang siya nakaupo na naka bukaka sa lap ko.

"U-uhm, k-kakain n-na d-daw t-tayo" nauutal na sabi niya at hindi makatingin ng diretso sa'min.

"Sorry busog na kami" natatawang sabi ni Maddie. Umiling naman ko.

"No. Uhm. Sunod nalang kami. We will just fix ourselves" sabi ko at nakita ko namang tumango si Jho at dali daling sinara ang pinto. Jusmeyo, marimar!

"That was epic and cool, HAHAHAHAHHA" tawang tawa na sabi ni Maddie. Sabay alis sa pagkakaupo sa lap ko. Tiningnan ko naman siya ng masama. Kaasar eh.

"Did you see Jhoana's reaction? Gulat na gulat si ate gurl" sabi niya sabay punas ng luha sa gilid ng kanyang mata.

"Alam mo, apaka ano mo! Ano nalang iispin non?" naiinis na sabi ko sabay face palm. Bakit ko ba to naging kaibigan si Madayag.

"Edi iispin niya na magkakainan tayo. But in fairness ha, I can feel na malapit ka ng bumigay kanina hahahahaha. If nakita mo lang reaction mo, parang oxygen na nagpipigil sumabog" natatawang sabi niya. Kaasar ih.

"Ewan ko sayo, umayos ka na nga. Baka naghihintay na sila" sabi ko at akmang lalabas na sana.

"So iiwan mo'ko here? Sige, para kulitin ka don ni Kuya Loel, you know him naman diba? Mapang asar din tulad mo" sabi niya sabay pasok sa cr. Edi umupo nalang ako ulit, tama nga naman siya. For sure mang aasar yun si Kuya, kase natagalan kaming makalabas dito sa room eh.

Maya maya ay nakalabas na rin si Maddie. Suot niya ang denim polo ko dahil sinapawan niya lang ang two piece niya pero nakabukas ang dalawang botones kaya naman parang kita parin ang cleavage niya.

"Let's go my panty ripper?" inirapan ko naman siya dahil sa sinabi niya.

"Tangina mo!" sabi ko kaya hinampas niya naman ako. Pero agad agad nag cling sa braso ko. Wala ih, clingy to eh.

Ng makarating kami sa table na kung saan naroon sina Mom ay tanaw kong masayang nag uusap sila Marci at Kuya, diwaw! Kayo na yung close. Pinaghila ko naman ng upuan si Maddie, so bale nasa gitna ako ni Maddie at Kuya. Habang sa kabila naman ay nasa gitna si Jho at nasa right niya si Mom, nasa left naman si Mr. Totoy Pabibo.

"Oh! Mukhang busog na ata kayo eh. Ano masarap ba? Nakakapagod ba?" pang asar ni Kuya ng makaupo ako sa tabi niya. Napatingin naman si Jho sa'kin at narinig ko ang pag tawa ni Maddie.

"Loel, may kumakain bang nakakapagod? Alam mo ikaw talaga at yang utak mo" sabi ni Mom.

"Itanong mo dito sa bunso mo, Mom. Mukhang nakakain na ata to eh" natatawang sabi ni Kuya. Mukhang di naman gets ni Mom.

"Kumain kana ba, Isabel? Anong kinain mo?" kaya naman napatawa ng malakas si Kuya, fuck so annoying! Aahhhh!

"Oyster, oyster kinain niyan. Fresh pa ata eh" sabi ni Kuya at napatawa nalang din si Maddie, kakampi sila ih.

"Hey! nabusog ka ba sa oyster ko? I mean sa oyster na binigay ko?" natatawang sabi ni Maddie, kaya parang napa iwas naman ng tingin si Jhoana ng magtama ang aming mga tingin.

"Let's just eat, kulang talaga kayo sa pansin" sabi ko at tawang tawa naman si Maddie at si Kuya. Napikon nila ako eh. Kaya panalo sila.

Nagkwentuhan lang silang apat habang ako nakikinig lang dito. Minsan naman kinakausap ako ni Maddie at Kuya dahil tuloy parin ang pangungulit nila sa akin. Kaasar! Minsan napapatingin naman ako kay Jho na minsan ngumingiti rin sa mga corny na joke ni Maddie. Feeling clown.

"Isabel, pasuyo naman. Pwede pakisamahan si Jho later para kunin ang package ko sa labas, ngayon kase yun dadating eh, dito ko nalang pina diretso" paki usap sa'kin ni Mom.

"Ako na lang po ang sasama sa kanya, Tita" sabi ni Totoy Pabibo.

"Hey dude, baka nakakalimutan mo na we will having a bonding later. Yung boys bonding. I want to know you more, gusto kong makilala manliligaw ng favorite na kapatid ko" sabi ni Kuya. Eto na naman siya nang aasar na naman.

"Yeah, sure Mom. I will go with Jhoana" sabi ko sabay punas ng bibig tapos na rin kase ako. Tumingin naman ako kay Maddie na may nag aalalang tingin ang binigay sa'kin, nginitian ko naman siya to assure her na okay lang ako.

Kaya naman ng matapos kaming kumain ay pumunta na sa beach si Maddie at Mom, habang si Kuya at si Totoy Pabibo ay di ko alam kung saan ang punta. Andito lang ako sa cottage, tinatanaw ang mga taong masayang nakikipagsalamuha sa ma asul na tubig at pinong pino at maputing buhangin.

"Nagtext na yung guard, andun na daw yung package" rinig kong sabi kaya naman napatingin ako sa kanya at nagsalubong naman ang aming mata. Katulad ng dagat na payapa ay ganun din ang mga mata niya, sobrang payapa at ang ganda.

"Ah ganun ba? Sige. Let's go" sabi ko sabay lakad papuntang gate ng resort. Nasa gilid ko lang naman siya.

Habang naglalakad ay naririnig lang namin ang tawanan ng mga tao na nadadaanan namin bawat cottage dito sa magandang resort na ito. Walang nag tangkang magsimulang makipag usap sa isa't isa, pero maya maya lang ay nagsalita na siya ng maramdaman niyang awkward ang ganap namin habang naglalakad.

"How are you?" sabi niya.

"I'm fine, thank you" nakangiting sabi ko. Ngayon ko lang ulit narining ang kanyang boses sa malapitan. Natawa naman siya.

"Ang daya ha. Di ka man lang nagsabi na may girlfriend kana pala" nagtatampong sabi niya.

"Umiwas ka eh" pagbibiro ko.

"Bea, i'm sorry" mahinang sabi niya.

"Wala na yun, let's forget it nalang" sabi ko habang nilagay ang aking dalawang kamay sa magkabilang bulsa ng suot kong short.

"Kamusta kayo ni Maddie?" tanong niya habang sinisipa ang maliliit na batong nadadaanan namin.

"Okay naman" sabi ko. Wala kase akong masabi, eh hindi naman talaga kami ni Maddie lol.

"Ang swerte ni Maddie sa'yo" biglang sabi niya kaya naman napatingin ako sa kanya.

"Ako ang maswerte sa kanya" sabi ko. Swerte ako kase kaibigan ko siya, yun yon.

"Ang swerte niyo sa isa't isa" sabi niya ulit.

"Siguro. Oo. Pero mas maswerte parin ako sa kanya" sabi ko.

"Ang perfect niyong dalawa. Ang tapang niyong harapin ang mga sasabihin ng iba. Sana all" sabi niya.

"Si Maddie yan eh. Kahit anong mangyari matapang talaga siya" sabi ko. Sana maging matapang kana rin.

"Yeah. Kaya sobrang proud ako sa kanya, and siyempre sa'yo din" sabi niya sabay tingin at ngiti sa'kin.

"Thank you" sabi ko at tumingin nalang sa harap ko. Pero mas magiging proud talaga ako sa sarili ko kapag naturuan kitang maging matapang at lumaban.

"Wag niyo ng pakawalan ang isa't isa" sabi niya. Ramdam ko ang supporta niya.

"Di natin alam ang takbo ng buhay" sabi ko. Napatingin naman siya.

"Kase may mga bagay talaga na kahit gusto ng kumawala, hindi mo parin kaya palayain. At may mga bagay talaga na kahit hindi mo gustong mawala, nawawala pa rin" pagpapatuloy ko.

"What do you mean?" nagtatakang tanong niya.

"Kase Jho sa buhay, hindi mo talaga malalaman kong anong nangyayari, baka ngayon alam mo pa sa sarili mong wala pa, pero ma rerealize mo lang pala ito sa huli kaso nga lang wala na" sabi ko.

"Huh? hindi ko gets" sabi niya sabay patuloy parin ang aming lakad at natatnaw na namin ang guard house.

"Maiintindihan mo yun kapag alam mong sarili mong meron na" sabi ko. At ng makarating kami sa guard ay agad naman inabot ang package para kay Mom, inabot ko naman ito at nagpasalamat. Mauuna na sana akong maglakad ng magsalita si Jhoana.

"Can you explain to me what did you said kanina? I'm still confused eh" sabi niya. Lumapit naman ako sa kanya.

"Jhoana, may mga bagay na sa una andiyan pa, pero kapag napagod na mawawala rin pala. At alam mo kung anong point ko kanina? At first confused ka pa, pero when you realized na sana na appreciate mo nalang yun pero huli kana pala. Kagaya ko. Sa una andito pa ako, pero ngayon malapit na ring mawala" sabi ko sabay maglakad ng una sa kanya.

Medj nalito ako dito na part hahahaha, lutang parin kase talaga ako ih. Bumanat kase sa'kin si crush. Aaaaaahhh!

:>

Chapter 6.

B EA

Nakauwi na kami galing sa mini vacay namin, nag enjoy namin ako pero tangina lang etong si Maddie, kanina pa ako kinukulit kase nga inaasar niya talaga ako sa encounter namin dun sa room namin, siyempre suportado siya ni Kuya kaya ang lakas ng loob mang inis.

Nakalapag na ang sinakyan naming eroplano dito sa airport, nakacling lang si Maddie dito sa braso ko alam ko naman na clingy na tao to pero ngayon iba eh, parang may iniiwasan.

"Mads, masyadong dikit na dikit ah. May tinataguan ka sis?" bulong ko kase nasa harap kase namin si Jho and Marci.

"Tangina! Andiyan ex ko" naiinis na bulong niya. Natawan naman ako.

"Ako bahala sa'yo" sabi ko sabay hila papunta sa ex niya, kilala ko rin kase to kase na meet ko to sa opening ng bar nina Maddie.

"Baby, uhm. Where do you want to go after this? Starbucks? Mcdo? or Motel?" nilakasan ko talaga ang pagsabi para marinig ng ex niya. Kinurot niya naman ako ng pasimple. Brutal eh!

"Leche ka!" bulong niya. Natawa naman ako.

"Sa ano nalang love, uhm?" nagiisip na sabi niya. Naghintay naman ako.

"Motel" sabi niya kaya napatawa ako ng malakas, nakita ko namang kumunot ang noo ng ex niya.

"Sabi mo yan ah" pang aasar ko sa kanya.

Kaya naman nung paalis na sana ang ex niya ay sinadya kong banggain ang maleta niya. Kaya napatingin naman siya sa'min. Medyo nagulat naman si Maddie sa ginawa ko. Tanaw ko naman si Jho na malapit na sa direksyon namin, kase nga hinila ko ng pabilis si Maddie kaya medyo nakalayo kami sa kanila.

"Oh, Zolo? Long time no see, dude!" sabi ko sabay fist bump sa kanya. Napakapit naman ng mahigpit sa dulo ng polo ko si Maddie.

"Beaaa! Yeah, it's been while since nung nagkita tayo" sabi niya sabay tanggap ng kamay ko.

"Yeah, tanda ko pa nun na kayo pa ni Maddie. Pero ngayon kami na ni Maddie" pang aasar ko, napangiti naman ng peke si Maddie. Napaiwas naman ng tingin si Zolo.

"Yeah. Uhm, by the way, I need to go na. Stay strong, lovebirds. Congrats" sabi niya at naglakad na paalis. Natawa naman ako sa reaskyon ni Maddie. Parang naiinis na ewan. Lagot ako neto ngayon.

"Let's go, babe?" natatawang sabi ko kay Maddie. Napansin ko naman na nakatingin lang si Jho.

"Leche ka!" inirapan niya naman ako kaya.

Kaya naman naglakad na kami at hinawakan ko na lang siya sa kamay, pagkadating namin sa van namin sasakay na sana kami ng magsalita si Marci.

"Uhm, Jho susunduin kase ako ni Dad, so di na ako makakasabay sa inyo." sabi niya kay Jhoana.

"Tita, thank you po for inviting me, nag enjoy po ako" sabi ni Totoy Pabibo.

"No worries. Next time ulit, Marci" sabi ni Mom sabay tapik sa balikat niya. Bago siya umalis bumeso naman siya kay Jho, napairap naman ako hahalik pa ih!

"Beast, chill. Parang mananapak ka na eh" natatawang bulong ni Maddie.

Kaya naman sumakay na kami. Nasa harap si Mom and Maddie, mag chichika daw sila kase may pinaplano kase si Maddie na hihingi daw siya ng advice kay Mom para sa success ng business niya. Kaya pinili niya nalang dun sa harapan umupo, and para makapag solo naman daw kami ni Jhoana. Ang bait ni Madayag eh.

Nakaupo si Kuya sa first row ng van so bale nasa second row kami ni Jho. Si kuya lang mag isa sa harap kase humiga siya, napagod daw siya sa biyahe eh, so matutulog nalang daw muna siya. So tabi kami ni Jho ngayon, siya yung nasa may window side kase mahilig talaga to mag tingin tingin ng view sa labas eh.

"Saan kayo ni Maddie after neto?" nahihiyang tanong niya. Siguro narinig niya yung usapan namin kanina.

"Bahay nalang siguro, why?" sabi ko.

"Di kayo pupunta sa m---" pinutol ko na siya.

"I'm just joking kanina, gusto ko siyang asarin eh" natatawang sabi ko.

"Ang kulit mo rin eh no" sabi niya. Kaya napangiti ako. Parang unting unti na nagiging okay na kami.

"Uhm, kamusta kayo ni Marci?" sabi ko sabay tingin sa kanya, napatingin naman siya kaya sobrang lapit ng mukha namin. Torture na naman ba to?

"Uhm, okay lang" sabi niya.

"Lang? May problema ba kayo? Ano inaway ka ba niya?" OA na sabi ko.

"Chill ka nga, hindi no. Ano ka ba?!" natatawang sabi niya.

"Eh, ano? Aba! Baka sinasaktan ka niya Jho ha." sabi ko.

"Isabel, ingay ingay may natutulog" singit ni Kuya.

"Ay sorry po" sabi ko naman.

"Hindi naman niya ako sinasaktan, hindi niya kayang gawin yun" sabi niya kaya napaiwas naman ako ng tingin. Oo nga naman! Nanliligaw yun eh.

"So? What do you mean by "okay lang" kayo?" sabi ko.

"Okay kami, kase friends kami" nakangiting sabi niya.

"Friends nga kayo, kase manliligaw mo yun" mahinang sabi ko.

"Pinatigil ko na siya sa panliligaw" sabi niya. Nagulat naman ako.

"Weh?"

"Oo nga" natatawang sabi niya.

"Sure na yan?" pangungulit ko.

"Oo nga po. Ang kulit Beatriz ha" sabi niya. Kaya napangiti naman ako, chance ko na to.

"But why? Diba sabi mo siya na?" sabi ko.

"Di natin alam ang takbo ng buhay" nakangiting sabi niya.

"Lines ko yan eh, gaya gaya ka eh" naka pout na sabi ko.

Sana gayahin mo rin feelings ko hihi.

"Idol kita eh" sabi niya sabay wink.

"May reason ba kaya pinatigil mo siya?" tanong ko.

"Dapat bang may reason talaga? Eh, paano kung gusto ko na siyang tumigil sa panliligaw sa'kin? Needed ba talaga na dapat may rason?" sabi niya kaya natahimik naman ako.

"Hindi naman, pero wala naman siguro siyang ginawang di ka aya aya sayo no?" sabi ko.

"Don't worry, someday you'll know the reason behind. Basta ngayon gusto ko munang siguraduhin" nakangiting sabi niya.

"Siguraduhin ang?" sabi ko.

"Ang sarap matulog, Bei. Pasandal sa balikat mo ha" sabi niya sabay hikab. Napangiti naman ako, dati nga sumasandal ka lang diyan kahit walang paalam.

Sumandal naman siya at maya maya ay nakatulog na rin, paminsan minsan ay hinahalikan ko naman siya sa ulo niya. Namiss ko to. Pipikit na sana ako ng biglang tumunog ang phone ko. Kaya tiningnan ko naman ito agad.

From : Kianna

Babeeeee, text me if on the way kana sa condo mo ha? Nakabili na ako ng pregnancy test, titingnan lang natin result ko ngayon, pag punta mo dito.

Di na ako dumiritso sa bahay at bumaba nalang ako sa condo ko, si Maddie naman ay tumuloy na muna sa bahay kase may naiwan daw siyang gamit don. Kaya nag paalam na ako sa kanila at dali dali akong pumunta sa unit ko.

"Kianaaaaa! I'm home" sabi ko pagkabukas ko ng door.

"Baaabe, fuck you ka! Nakakagulat" sabi niya habang prenteng naka upo sa sofa at kumakain ng apple. Napangiti naman ako, himala ata di alak ang hawak neto.

"So ano? Positive ba?" excited na tanong ko.

"Hindi pa ako nag tatry eh. Maya na uubusin ko lang to" sabi niya sabay subo ulit. Umusog naman ako ng konti sa kanya at tiningnan siya ng seryoso.

"Ano na?!! Miss mo'ko teh?" natatawang sabi niya. Tanga lang ng nakabuntis dito, sobrang ganda kaya neto pero iniwan lang niya tong babaeng to.

"Kung positive man, papalakihin natin ng sabay ang bata ha" masuyong sabi ko. Ngumiti naman siya at niyakap ako.

"Opo, Dada. Sabay natin palakihin tong anak natin" napatawa naman ako, lakas ng trip neto ih.

"So kailan mo ko ipapakilala sa mga in law ko, babe?" natatawang sabi niya.

"Gago!" sabi ko at tumayo na para kumuha ng tubig, kinakabahan kase talaga ako sa posibleng resulta.

"Beeeeei, cr lang ako ha. Paglabas ko, for sure may result na" sabi niya. Kinakabahan to eh. Kaya naman lumapit ako sa kanya. Hinila ko naman siya agad at binaon niya naman ang kanyang mukha sa aking dibdib.

"Basta, andito lang ako. Hindi ako mawawala. Di kita iiwan, okay ba yun?" sabi ko sabay halik sa tuktok ng kanya ulo. Kumalas naman siya.

"Thank you" sabi niya at pumasok na sa cr.

Naghintay naman ako dito sa tapat ng cr. Naka sandal lang ako sa wall habang naka crossed arms. Fuck. Ano man ang magiging resulta haharapin namin to ni Kianna. Kaibigan ko siya kaya tutulungan ko siya. After 5 mins na paghihintay ay narinig ko naman ang pag click ng door knob, bumukas naman ito habang niluwa ang naiiyak na Kianna.

"Beeeeeei" tawag niya sa'kin sabay abot ng pregnancy test. Kinuha ko naman ito.

"Positive" bulong ko ng makita ko ang dalawang guhit.

Kaya naman niyakap ko ng mahigpit si Kianna, humagolgol naman siya ng pagkalakas lakas at wala akong magawa kundi yakapin siya ng mahigpit.

"B-beeei, h-hindi k-ko k-kaya palakihin to mag isa" humahagolgol na sabi niya.

"Kasama mo naman ako" malambing na sabi ko.

"Di ka naman forever andiyan eh" sabi niya.

"Di naman kita iiwan. Di ko kayo iiwan. Kaya huwag ka ng iiyak, makakasama sa baby yan" sabi ko. Kumalas naman siya sa pagkakayakap sa'kin. Pinunasan ko naman ang luha niya gamit ang thumb ko. Iyakin pala eh.

"Sabi mo yan ah" parang batang sabi niya. Natawa naman ako. Hinila ko naman siya pabalik sa sofa at pinaupo dun, kumuha naman ako ng tubig para inumin niya.

"Basta tandaan mo ha. Kahit anong sabihin ng iba wag kang papa apekto. Kasama mo'ko sa laban nato" nakangiting sabi ko.

"Bei, salamat. Di ko alam kung ano gagawin ko pag wala ka. Salamat talaga" sincere na sabi niya.

"Basta kapag may problema ka, iungol mo lang" natatawang sabi ko para maging okay naman at mabawasan ang iisipin niya.

"Leche ka!" sabi niya sabay hampas sa'kin.

"Basta. Ako na bahala na hahanap sa magiging OB doctor mo, and don't worry for the money ako na bahala dun. Ako na magbabayad" sabi ko. Kaya naman napaiyak siyang muli.

"Heeey, stop crying na nga. Hindi yan pwede sa bata eh. Ang iyakin mo talaga baka mamana pa yan sa'yo ni baby" sabi ko sabay hawak sa tiyan niya.

"K-kase eh, n-naiinis a-ko sa tatay netong anak ko, walang kwenta. Puro pasarap lang ang alam" naiiyak na sabi niya.

"Wag mo ng isipin yun, nasa mabuting kama na yun ng iba" sabi ko kaya hinampas niya ako ulit.

"Bunganga mo baka marining ni baby" saway niya sa'kin. Napangiti naman ako.

"I'm excited to see him/her walking. I want to see her/his first smile, gusto ko ako unang makakita nun. Siguro ang cute ng mga kamay niya kapag hinawakan ko ito. Hey, ako mag dedesign ng magiging room niya ha" nakangiting sabi ko. Ang sarap kayang may bata sa bahay. Nagulat naman ako ng bigla akong yakapin ni Kianna.

"Thank you! Parang ikaw pa yung excited kesa sa'kin. Parang ikaw yung tatay netong baby ko" sabi niya habang umiiyak.

"Tahan na kase, and wala yun. I'm willing to help you naman" sabi ko sabay rubbed ng back niya. Kumalas naman siya sa pagkakayakap sa'kin.

"Pero may problema ako" sabi niya.

"Ano yun?" nagtatakang tanong ko.

"9 months akong tuyo, 9 months akong di madidiligan" sabi niya.

"WTFFFFF?! Ang laki ng problema mo ha" sarcastic na sabi ko.

"Joke lang. Ang scholarship ko, siguradong matatanggal ito" naiiyak na sabi niya

"Hey, wag mo munang isipin yan, may friends naman ako na yung mga parents nila willing to accept students to give them a scholarship, kaya wag kang magpaka stress diyan" sabi ko.

"Ayoko ng umasa sa'yo. Ang dami ko ng utang sa'yo" nahihiyang sabi niya.

"Come on, Kians. Kusang loob naman lahat ng to. Wag kana pong mahiya" sabi ko.

"Thank you ulit ha. Angel ka para sa'min ni baby" sabi niya.

"Basta ang isipin mo ay ang kalagayan niyo ni baby, don't worry sasabihin ko to kay Mom para matulungan ka niya sa mga dapat mong iwasan at dapat gawin para maging safe kayong dalawa ni baby" sabi ko. Pero niyakap niya lang ako.

"I'm so proud of you, Bei. Ang swerte ng magiging pamilya mo. Responsible kang tao" sabi niya habang nakayakap sa'kin.

"Gusto mo bang maging swerte?" natatawang tanong ko.

"Babanat pa eh" sabi niya.

"Simula ngayon, pamilya na kita. Sagot kita. Responsibilidad kita" sagot ko.

"Swerte sana magiging pamilya mo pero wala ka palang jowa, hanap ka muna oy" natatawang sabi niya tapos kumalas na sa pagkakayakap sa'kin.

"Gusto mo bang mag apply?" pagbibiro ko.

"Ano requirements teh?" sabi niya. Natawa naman ako.

"Pauso ka rin eh no" sabi ko. Pero tiningnan niya lang ako ng seryoso

"May special someone ka ba, Bei?" biglang tanong niya.

"Yep" simpleng tanong ko.

"Talaga? Tangina! Ang swerte niya" napangiti naman ako dahil sa sinabi niya.

"May girlfriend ka pala, pero andito ka. Uwian mo yun oy, baka makalad-kad pa ako ng wala sa oras" natatawang sabi niya

"Malabo atang maging girlfriend ko siya" sabi ko, napakunot naman noo niya.

"Bakit naman? Ang swerte niya na kaya sa'yo. Sus grasya na pero iniwasan niya pa" sabi niya.

"Kase hindi niya ako kayang mahalin at yung masakit pa. Nakikita ko siyang napapasaya ng iba"

---

ang sabaaaaaw. Bow!

:>

Chapter 7.

B^{EA}

Sa unang tatlong buwan hindi naging madali para kay Kianna ang kanyang pagbubuntis, naging maselan kase ito kaya naman tripleng ingat talaga ang ginawa naming pag iingat para hindi siya mapagod at hindi siya mahirapan. Hindi pa kase namin nasasabi kay Mom ang tungkol sa kanya, since new friend ko si Kianna kaya medyo naging mahirap ang pagtatapat namin kay Mom, okay lang sana kung ako ang nakabuntis sa kanya, diba? Kaso nga lang hindi. Daliri lang yung akin eh, lol.

On the next three months, naging mabuti buti narin ang kalagayan nila ng baby niya, kase may kasama na akong mag alaga sa kanya, nasabi na rin kase namin kay Mom na may tinutulungan akong kaibigan na pregnant na naka stay sa condo ko, kaya naman naging masaya si Mom kase gusto niya rin daw mag alaga ulit ng baby, kaya medyo naka hinga hinga kami ng mabuti. Always siyang pinapayuhan ni Mom kaya naman todo sunod naman siya sa mga sinasabi nito. Medyo nahirapan din ako kase nag aaral pa ako, tumigil muna kase si Kianna dahil sa kalagayan niya and mabuti nalang nag sabi si Mom na kapag ready na ulit siyang mag aral ay sasagutin na daw ni Mom ang mga gastos sa pag aaral niya.

Siyam na buwan, at heto na nga ang pinakahihintay namin, medyo kinakabahan ako dahil baka may mangyaring masama kay Kianna at sa baby niya. Hindi pa naman kase marunong si Kianna kung paano mag deliver ng normal, and aside from that masyado pa siyang bata para magkaroon din ng anak. Next month, matatapos na ako as a 3rd year college student, kaya pag naka graduate na ako ay hindi na kami mahihirapan ni Kianna sa mga gastusin. Nasabi na rin kase niya sa pamilya niya ang nangyari sa kanya kaso lang hindi tanggap ng mga magulang niya. Na awa din ako dahil sa sinapit niya, kaya hanggang ngayon dinidibdib niya pa rin ang mga masasakit na salita na sinabi ng pamilya niya.

"Precious Kyla!" tawag ko sa babaeng bata nakahiga sa baby crib niya, napangiti naman ako sa aking nakita. Sobrang cute ng anak ni Kianna.

"Baby, come on. Let's take a bath na" ngumisi naman siya sa sinabi ko. Actually 6 months na si Baby Precious, and i'm also a graduating student na din.

"Wala si Mommy Kianna ha. So si Dada Bea muna ngayon" sabi ko sa kanya at kinarga na siya, actually natuto na rin akong mag alaga ng bata kase kapag bumibisita dito si Mom ay tinuturuan niya kaming dalawa ni Kianna.

Papasok na sana kami ni Baby Precious sa cr ng may nag doorbell, kaya naman dali dali akong pumunta sa door para pagbuksan ito.

"Jhoana, what are you doing here?" nagtataka kong tanong ng makita kong siya sa harap ng door ng unit ko.

"Uhm. Bibisitahin kayo" nakangiting sabi niya.

Hanggang ngayon, nahuhulog parin ako sa mga ngiti niya.

"Come in. Pasensiya kana. Masyadong magulo pa ang condo ko, hindi pa kase ako nakakapaglinis" sabi ko.

"Okay lang, uhm. Wala si Kianna?" tanong niya.

"Wala may inasikaso lang sa school niya, why?" sabi ko habang karga ko parin ang bata.

"Ah, ganun ba? Teka may naamoy ka ba?" sabi niya na parang sinusundan ang amoy.

"Yeah, parang ang pangit ng baho" sabi ko.

"Pangit nga, kase tignan mo tong alaga mo oh" sabi niya sabay turo sa diaper. Ugh!

"Oh my! Baby, di ka naman nagsabi" sabi ko, natawa naman ang bata kaya napangisi din si Jho.

"Papaliguan ko na kase sana to eh, kaso dumating ka. Uhm, okay lang ba na dito ka nalang muna? Papaliguan ko lang to" sabi ko kay Jho, ngunit umiling naman siya.

"Samahan nalang kita" sabi niya. Hindi na ako nakipag talo at nagpasama na rin ako para may katulong ako sa pagpapaligo dito kay baby.

Habang pinapaliguan namin si baby ay parang naligo narin kami ni Jho, paano ba naman kase. Sinisipa kase niya ang tubig kaya tumatalsik talaga ito papunta sa'min. Sobrang bibong bata kase to eh, kaya naman imbis na mainis ka dahil sa kakulitan niya ay mapapangiti ka nalang.

"Ganito ba always ang ginagawa mo kapag wala kang pasok?" tanong ni Jho, habang binabalot ko naman ng baby towel si Precious.

"Yah. But it's fun naman and nagtutulungan naman kami ni Kianna" sabi ko at dinala na namin si Precious sa bed ni Kianna. Mabuti nalang at dalawa ang room ng unit ko.

"Close na talaga kayo ni Kianna no?" biglang sabi niya kaya napatingin naman ako sa kanya.

"Yeah. She's fun and very maalaga to us" sabi ko. Nilagyan ko naman ng liniment si baby sa tiyan niya para iwas kabag daw sabi ni Mom.

"Beatriz, ano kayo ni Kianna?" nagulat naman ako sa tanong niya.

"Huh? Ofcourse, we're best of friends. Bakit ano pa ba?" nakangiting sabi ko.

"Hindi mo ba naisip na baka magustuhan mo siya?" tanong niya saka umiwas ng tingin.

"Jhoana, hindi naman mahirap mahalin si Kianna. Pero siguro kaibigan lang talaga turing ko sa kanya" sabi ko. Napatango naman sya.

Pagkatapos kong sagutin siya ay hindi na siya nagsalita ulit, tinitignan niya lang ako kung paano ko palitan ng damit at lagyan ng diaper si Precious. Medyo natagalan lang ako sa paglalagay ng diaper sa kanya kase sobra siyang malikot. Kinarga ko naman si baby at dinala pababa, nakasunod lang naman sa'min si Jho.

"Kumain ka na ba?" tanong ko.

"Yeah, but I bring food for you. Here oh, luto ko yan" sabi niya. Food pala ang dala niya kanina.

"Thanks. Ahm, titimplahan ko lang ng milk si Precious tapos kakain narin ako" sabi ko.

"Akin na, ako nalang muna magkakarga sa kanya" kaya naman binigay ko muna sa kanya si Precious.

Actually hindi parin nawawala ang feelings ko for her, mas lalong lumalalim pa nga kase madalas na ang pagpunta niya dito sa condo. Tinutulungan niya akong mag alaga sa bata, minsan kase pumupunta siya dito and timing naman na wala si Kianna, kaya parang nagkakaroon na rin kami ng bonding together.

"Jho, here oh. Painumin mo muna para makatulog na" sabi ko sabay abot ng tinimpla kong milk. Umupo naman ako sa harapan niya at nagsimula ng kumain.

"How's your studies, Bei?" tanong niya habang busy parin sa pagpapa dede sa bata.

"It's fine naman. Actually medyo nahihirapan din but kaya naman" sabi ko at sumubo ng adobo. Adobo ala Jhoana.

"If you're having a hard times in your course, you can always count on me. Tawag ka lang, pupuntahan kita agad dito" sabi niya. Napangiti naman ako.

"I'm fine, Jho. But hindi ko naman tatanggihan ang offer mo. Okay, i'll call you nalang" natatawang sabi ko. Napatawa naman siya.

Same kase kami ng course ni Jho, which is related to business. Since nabuhay kami sa mundo tungkol sa business kaya ganun din ang kinuha naming kurso kase nga alam naman namin na pagdating ng panahon, kami rin yung magpapatakbo ng company. Natapos na akong kumain at hinugasan ko na ang mga plates, hini hele naman ni Jho si Precious para makatulog na rin.

"Bei, I'll just bring Precious to her room, nakatulog na kase" sabi niya kay nag nod naman ako, maglilinis muna ako dito sa sala.

Napagpasiyahan kase ni Kianna na hindi na daw kami kukuha ng kasambahay kase wala naman daw siyang pang sweldo, hindi ko naman hahayaan na siya ang mag swe-sweldo kung kukuha kami pero nahihiya daw siya, kaya di narin ako nag pumilit kase gusto ko din matutunan ang buhay may pamilya. Maya maya ay nakarinig na ako ng mga yapak.

"Bei, pawis na pawis ka na. Change your shirt muna oh, kumuha na ako sa closet mo" sabi ni Jho na nakahawak sa likod ko.

"No, later nalang po" sabi ko at nagpatuloy muli sa pagwawalis.

"Baka matuyuan ka. Paano kung magkasakit ka? Aba! Dalawa na kayong aalagaan ni Kianna" sabi niya at lumapit sa'kin. Nagulat naman ako kase bigla niyang taasin ang laylayan ng shirt ko. Fuck.

"U-uhm, k-kaya k-ko n-naman. A-ako na" nauutal na sabi ko. Kaya nung na realized niya yung ginawa niya ay dali dali niyang inabot ang kinuha niyang shirt at agad tumalikod sa'kin. Napangiti naman ako.

"S-sorry, ikaw kase ang tigas ng ulo" sabi niya at kunwaring inaayos nalang ang arrangement ng sofa. Na iba kase ito kase inusog ko para malinisan ang ilalim nito.

"Thank you" sabi ko at tinulungan na siya pag a-arrange. Hindi nalang siya kumibo.

"Kamusta ka na, Jho?" sabi ko, para di naman kami tahimik lang na naka arrange dito no.

"Okay lang naman. Minsan pumupunta kami ng office ni Mom, kase para masanay daw ako kapag nag start na ako sa work" nakangiting sabi niya.

"Naks! Paturo naman po" pagbibiro ko, kahit di naman to sanayin si Jho, magaling naman to.

"Pauso ka" sabi niya at inirapan ako.

"Kamusto lovelife mo?" sabi ko.

"Anong lovelife ka diyan?! Wala no" sabi niya kaya naman nilapitan ko siya at tinusok tusok ang tigiliran niya.

"Wala daw, pero blooming naman" sabi ko, nakikiliti naman siya.

"B-beatriz, s-top it hahahaha, hey a-ano ba?" sabi niya habang patuloy parin ang pagkikiliti ko sa kanya.

"Hindi ako titigil hangga't sa di ka umaamin" sabi ko na natatawa rin. Kaya naman tumakbo nalang siya at hinabol ko siya.

"JHOOOOOOOOO!" sigaw ko ng madulas siya, kaya naman dali dali akong pumunta para masalo siya

Fuck.

Ang awkward ng position namin ngayon. Nakahiga si Jho sa ibabaw ko, sobrang lapit ng mukha namin. Napalunok naman ako ng dumilat siya. Wrong move kase napatingin ako sa kanyang mata, heto na naman ang familiar kong nararamdaman kapag nakatingin ako sa mga mata niya, gusto kong lumayo ngunit hinihigop parin ako ng mapang akit niyang mata. Bumaba naman ang tingin ko sa kanyang labi, at ganun din siya. Nararamdaman kong unti unti niyang nilalapit ang kanyang mukha, take note napapikit pa siya. Malapit na. Palapit ng palapit.

"AY ANAK NG! SPGGG!" sigaw nung biglang pumasok dito sa condo ko. Kaya naman dali dali kaming tumayo ni Jho.

"Ay sorry! May naistorbo ba ako?" sabi ni Kianna habang tinitignan ako ng mapang asar.

"W-wala. Kumain ka na ba? Mag food akong dala" sabi ni Jho, at dali daling lumayo sa'kin.

"Tapos na po ako, akyat po muna ako. Sisilipin ko lang si Precious" sabi ni Kianna, lumakad naman siya paakyat pero tumigil muna siya ng pasimple sa harap ko.

"Babe, next time mag text ka naman kung may gagawin kayo, para aware ako at di maka istorbo sa inyo" natatawang bulong niya kaya naman tinulak ko naman siya paakyat ng stairs. Ang bully eh!

Kaya ng mawala na sa paningin namin si Kianna, ay lumapit naman ako kay Jho na kakalabas lang ng kitchen, uminom ata ng tubig.

"Are you okay? May masakit ba sayo?" sabi ko ng makalapit ako sa kanya.

"Ayos lang ako. Ikaw? Okay kalang ba? Baka mabigat ako ha" natatarantang sabi niya, napangiti naman ako.

"Oo eh, ang bigat mo. Bigat ng mundo ko" natatawang sabi ko, nakita ko naman na parang namumula ang kanyang pisngi.

"Mundo ka diyan!" sabi niya.

"Oo, kase mundo kita" sabi ko sabay wink.

"Ang corny" sabi niya at naglakad na papuntang couch. In-on niya naman ang tv. Feeling at home si ate ih.

Kaya tumabi naman ako sa kanya, nakatingin lang ako sa kanya habang nakangiti, diretso lang naman ang tingin niya sa tv.

"Jhoana" tawag ko ng pansin niya.

"Hmmm"

"Wala" sabi ko.

Gusto parin kita eh.

Kaya naman tumango lang siya at tumingin ulit sa tv. Pero tangina nga naman! Yung palabas sa tv, naglalaplapan ang dalawang bida. Tokneneng! Kaya parang bigla kong na aalala ang eksena namin kanina. Poohtah! Tanghaling tapat pero nato-torture na ako. Napatingin naman ako kay Jho at napalunok din siya, nakatingin parin naman siya sa pinapanood niya. Tutok na tutok. Kaya naman tumayo na ako at medyo lumayo muna. Magpigil ka utang na loob.

Pupunta sana ako ng kitchen ng makita kong si Kianna ay pababa din, nakangisi naman siya sa'kin ng mapang asar.

"San punta, sis?" tanong niya ng makalapit siya sa'kin.

"Sa mars. Bakit sasama ka?" tanong ko kaya hinampas niya naman ako. Brutal eh, bagay lang na mag sama sila ni Maddie.

"Tangina ka! Alam ko naman kung bakit pupunta ka dito sa kitchen" sabi niya habang naglalakad parin kami papunta sa kitchen.

"Malamang iinom ako ng tubig" sabi ko at kumuha sa ref ng water. Isasalin ko na sana ito sa baso ng mag salita si Kianna.

"Ang sabihin mo, gusto mo lang ma relax ang katawan mo, kung hindi baka natuka mo na yung naka upo dun sa sofa"

:>

Chapter 8.

B^{EA}

2 pm umuwi na si Jho dahil tinawagan siya ni Kuya magpapatulong lang daw kase siya na related sa new business na gusto niyang ipatayo. Nandito kami ngayon ni Kianna sa room nila, gising kase si Baby Precious kaya kinukulit ko.

"Hi, baby. I'm your Dada Bea" sabi ko sabay hawak sa maliliit niyang kamay.

"Say Dada. Da-da" sabi ko na parang magsasalita na talaga ang bata. Napangiti naman si baby habang sinisipa sipa sa ere ang mga paa niya.

"Tanga ka rin eh no!" sabi ni Kianna sabay batok sa'kin.

"Aray" naiinis na sabi ko.

"Hindi pa yan magsasalita, hintayin mo nalang na mag isang taon yan" sabi niya sabay umupo sa bed niya. So bale napagitnaan namin si Precious.

"Edi wow! Wag ka ngang maki alam sa mga ginagawa ko" sabi ko kaya natawa naman siya.

"Pikon ka pala eh" sabi niya.

"Wow! Ako pikon? Sus. Neknek mo" sabi ko.

"Bea de leon, pikon! Hahaha" sasagot pa sana ako ng magsimula ng umiyak ang bata.

"Luh! Bea kasi ang kulit" sabi ni Kianna at tina tap tap ang pwet ni Precious, pero di parin to tumitigil.

"Hey, hey! Baby, stop crying na okay, we're not fighting ni Mommy" paglalambing ko pero mas lumakas ang kanyang pag iyak. Kaya naman kinuha na siya ni Kianna at kinarga, hini hele hele niya ito pero di parin tumitigil.

"What do you want baby? Here oh, si baby pooh. Or ito si baby minnie" sabi ko sabay lapit ng mga stuffed toys na bigay ni Kuya and Jho.

"Parang ayaw ata niyan, Bei. Baka ito gusto niya" sabi ni Kianna, nagulat naman ako ng bigla niyang i taas ang kanyang damit at nilabas ang kanyang left breast, napaiwas naman ako ng tingin.

"Hey, i'll go outside lang. Balik lang ako if hindi na umiiyak sa baby" tatayo na sana ako ng bigla akong pigilan ni Kianna.

"No, it's okay. Don't pretend na parang hindi mo pa to nahawakan at natikman" natatawang sabi niya kaya napairap naman ako. Mang aasar pa eh.

"Shut up, Kianns. Ugh! You're so bully talaga" naiinis na sabi ko napatawa naman siya.

"Parang kailan lang ikaw yung naka dede dito, tapos ngayon totoong bata na" naiiling na sabi niya

"Utang na loob, Kianna. Tumigil ka na. Labas nalang ako" sabi ko pero hinawakan niya ulit ako sa kamay.

"Alangan ikaw eh, pa feeling inosente haha. Nagbago kana talaga dahil kay Jhoana no?" sabi niya habang inaayos niya naman ang nipple niya dahil lumabas ito sa mouth ni Precious.

"Alangan naman, siyempre gusto ko naman na kapag naging kami ay naiwan ko na ang mga bad things na ginagawa ko" sabi ko sabay hawak sa kamay ni Precious, ang liit kase. Ang cute.

"Ang swerte niya sa'yo. Sobrang bait mo. Hindi lang maalaga, magaling pa sa kama" natatawang sabi niya. Sus! Kung hindi niya lang karga si Precious siguro nahampas ko na to.

"Ang manyak eh. Pero gusto ko lang naman na maging disente kapag nag try ulit ako na mag confess sa kanya, baka malay mo diba na she will allowed me to court her na" positive na sabi ko.

"Kaya ikaw, wag kang magmukmok dito. Galaw galaw din. Baka maunahan ka pa ng iba" sabi niya.

"Uhm. Kianns is it okay to you na I will go in a date tomorrow? Wala ka kaseng kasama dito eh. Nag aalala lang ako sa inyo" sabi ko.

"Ano ka ba? Oo naman, pwede ka naman gumala kahit wala ng paalam sa'kin. Bakit jowa ba kita?" pairap niyang sabi. Tinakpan niya naman ulit ang breast niya kase nakatulog na ang bata.

"You sure? Baka mahirapan ka dito?" nag aalalang sabi ko habang sinusundan siya papuntang crib ni baby.

"Ano ako? Baldado at para mahirapan?" mahinang sabi niya. Baka magising kase ang bata.

"Bea, okay lang kahit iwan mo kami dito. Marami ka ng naitulong sa'min kaya naman bawian mo rin ang self mo. Wag sa'min lang ang atensyon mo, okay? Hindi mo kami responsibilidad" nakangiting sabi niya. Nalapag niya naman ng maayos si baby sa crib.

"Responsibilidad ko kayo" sabi ko pero umiling naman siya.

"Oo, pero hindi naman forever na sa'min lang ang attention mo. Bigyan mo rin ng kasiyahan ang sarili mo. Kung ako sayo. Magiisip ka na ng paraan kung paano mo mapapayag si Jhoana para ligawan mo siya" sabi ni Kianna. Napangiti naman ako.

"Thank you! Thank you, kase you always giving me hope na may chance ako on Jho. You never failed me to boost my confidence. Thanks, Kianna" nakangiting sabi ko. Lumapit naman siya sa'kin, at niyakap ako. Niyakap ko rin siya pabalik.

"Ako nga dapat magpasalamat sa iyo, sa inyo eh. Sobrang bait ng pam-ilya mo. At ikaw rin pinalaki ka nilang mabait, kahit sobrang wild ka" natatawang sabi niya at kumalas mula sa pagkakayap sa'kin.

"Part ka na ng family, Kianns. And kung sinasabi mong wild ako sa kama, mas wild ka naman" natatawang sabi ko, hinampas niya naman ako.

"Leche ka! Wala ka ng ginawang mabuti sa'kin" sabi niya. Pero mahina lang kase baka magising ang bata.

"Meron kaya, ang bigyan ka ng sarap, at mapahiyaw ka rin sa sarap" natatawang sabi ko at dali daling tumakbo para di na niya ako mahampas.

"Ay ang bait naman pala. So nag alaga ka ng bata before? Kaya pala madali lang napapalapit ang mga bata sa'yo" sabi ni Ej habang naka upo parin kami dito sa couch, kumakain naman siya ng popcorn habang nakikinig sa kwento ko.

"Yah, and you know what? Sobrang miss ko na ang batang yun. Siguro nga sobrang laki na ngayon nun" nakangiting sabi ko.

"Eh, bakit di ka umuwi ng Pilipinas? Miss mo na pala sila eh" sabi niya.

"Sama ka na kase. Uuwi lang ako kapag kasama kita" pagpipilit ko sa kanya.

"Tangina, mag kwento ka na ulit. Sige na, yung love story niyo naman ni Jhoana" pag iiwas niya ng topic.

Pagkatapos sabihin ni Kianna yun. Palagi ko ng sinusuyo si Jho, pero di ko parin siya tinatanong kung pwede ko na ba siyang ligawan. Medyo naging smooth narin naman ang pag sasama namin kase bumabalik na kami sa dating kami. Minsan binibisita ko siya sa site na kung saan nagpatayo ng bagong company si Kuya. Siya muna kase ang naka kota para mag visit sa mga nagta trabaho dun, and siya rin ang mag uupdate kay kuya kung may improvement naba sa building na pinatayo niya. Wala kase si Kuya, kase may business meeting siya out of the country.

Hindi ko parin naman nalilimutan ang responsibilidad ko kina Kianna at sa baby niya. Kaya nga minsan bago ako pumupunta kay Jho ay tin-utulungan ko muna si Kianna na alagaan si Baby Precious para hindi na mapagod ng husto si Kianna, kase may pasok din siya. Salit salitan kami ng pag aalaga sa bata, minsan kapag vacant ako ay ako ang mag aalaga, minsan naman kapag vacant siya naman ang mag aalaga. Mabuti nalang at andiyan si Mom kase kapag sabay ang schedule namin ni Kianna sa pagpasok ay si Mom ang naka kota para mag alaga kay Precious, buti nalang at di na siya sumasama kay Kuya sa mga business trip. Kase kapag sumama pa siya, wala kaming mapag iwanan kay Precious.

Mamaya pa ang pasok ko kaya naman naisipan kong bisitahin si Jho sa bahay. Andito rin naman si Kianna. Mag isa lang kase si Jho sa house. Andun kase si Mom sa site kase gusto niya siya daw muna ang titingin dun sa construction site ng bagong gusali ng business nila. Kaya naisipan kong bistihan si Jho sa bahay. Ng makarating ako ay dali dali ko namang binuksan ang gate para ma park ko sa loob ang car ko. Kaya inabot ko na ang dala kong cake at flowers sa backseat at pumasok na sa bahay.

"I'm hooooooome" sigaw ko ng makapasok ako.

"Beatriz ang ingay ingay" saway sa'kin ni Manang Tes.

"Ay sorry po. Mano po, nay" sabi ko. Mabait na kasambahay namin to, bata pa kaming tatlo ay kasama na namin siya dito sa house.

"Where's Jhoana po?" tanong ko. Inabot niya naman ang cake para ihahan-da daw niya.

"Tingin ka sa likod mo?" natatawang sabi niya, kaya kahit nagtataka tumin-gin parin ako sa likod ko

"Ayyy! Love you" sabi ko kaya natawa naman si Jhoana.

"Hi" sabi ko. Hinalikan ko naman siya noo.

"Para sa'kin ba yan?" tanong niya. Alam ko naman kase na paborito niya ang sunflowers kay di na siya nahiyang magtanong.

"Wow! Nagtatanong pa eh, halos halos araw araw naman kita dinadalhan ng flowers" sabi ko. Inirapan niya naman ako.

"Joke lang. For you" sabi ko sabay abot sa kanya ng bouquet, nagulat naman ako kase niyakap niya ako bigla.

"Iisipin ko na talaga na nililigawan mo'ko" kaya naman nagulat ako sa sinabi niya.

"Edi isipin mo" sabi ko at hinalikan ang tuktok ng ulo niya.

"N-nanliligaw ka?" nauutal na tanong niya.

"Pwede ba?" nakangiting sabi ko. Pero natagalan naman siya sa pagsagot.

"I know, di ka parin papayag" sabi ko ng wala akong matanggap na sagot. Nakatingin lang kase siya sa'kin habang nakayakap pa rin

"N-nanliligaw k-ka t-talaga?" nauutal niyang tanong ulit. Kumalas naman siya sa pagkakayakap sa'kin.

"Oo, kung papayag ka sana" sabi ko. Napansin ko naman na namula ang kanyang pisngi

"Hey, okay lang naman kung hindi ka papayag. I'll stop if you want" sabi ko.

"Ipagpatuloy mo lang" sabi niya at biglang tumakbo upstairs.

"Ipagpatuloy ko lang? Huh?" doon ko lang narealize ang sinabi niya. Fuck. Totoo ba to?

"JHOOOOO. OPEN THIS. COME ON. OPEN THIS" sabi ko, dali dali ko kase siyang hinabol pagkatapos kong ma realize ang sinabi niya.

"Open yan" rinig kong sigaw niya. Napa facepalm naman ako, open nga! Sorry lutang lang.

"What did you say a while ago?" sabi ko ng makalapit sa kanya. Nag aarange pala siya ng flowers.

"Open yan?" natatawang sabi niya.

"No, hindi yan. Yung isa pa" sabi ko.

"Huh? Wala naman akong sinabi ah" inosenteng sabi niya.

"Jho naman ih. May sinabi ka. Please sabihin mo ulit" pa padyak padyak na sabi ko.

"Alin ba dun? Wala talaga akong matandaan" kaya naman napapout ako sa sinabi niya. Naglakad nalang akong papuntang bed niya at umupo dun sa edge. Naramdaman ko naman na sumunod siya. Tumayo naman siya sa harap ko.

"Oh, bat nakakunot ang noo ng Beatriz ko" sabi niya sabay cupped ng face ko, inayos niya naman ang noo ko.

Beatriz ko.

"Ikaw kase ih. Ayaw mong sabihin" naka pout na sabi ko kaya naman napatawa siya.

"Ipagpatuloy mo lang na ligawan ako" sabi niya kaya naman niyakap ko ang tiyan niya. Pinatong niya naman ang kanyang chin sa ulo ko at natatawa parin.

"Seryoso? Panaginip ba to? Kung dream lang to, ayaw ko ng magising" masayang sabi ko. Naramdaman ko naman na inaamoy niya ang tuktok ng buhok ko.

"Hindi po ito dream" sabi niya kaya napakalas ako ng yakap sa kanya. Napatayo naman ako agad at tumitig sa kanyang mga mata.

"Thank you for giving me a chance. Thank you" sabi ko habang inaayos ang nakaharang na buhok sa kanyang mukha.

"You deserved it naman. Sorry kung napatagal" sabi niya kaya binaon ko nalang ang kanyang mukha sa aking dibdib, napayakap naman siya sa bewang ko.

"You know that I'm willing to wait naman. Basta ikaw. Thank you ulit" sabi ko at hinalikan ng matagal ang kanyang noo.

"Hey wala ka bang class?" tanong niya ng maka alis siya mula sa yakap ko.

"Mamaya pa po. Parang gusto ko na nga lang na hindi pumasok eh" sabi ko pero hinampas niya naman ako.

"Beatriz ha. Pumasok ka! Teka kumain ka na ba. Nag breakfast ka na ba?" sabi niya umiling naman ako.

"Hindi pa po. Kase pag gising ko dumiritso na ako dito" nakangiting sabi ko. Hinawakan niya naman ako sa kamay at hinila palabas ng room niya.

"Next time naman bago ka pumunta dito kumain ka naman. Malilipasan ka niya eh" sabi niya, pinag intertwined ko naman ang mga kamay namin. Fit na fit ugh

"Gusto kitang maka sabay eh" sabi ko at pababa na kami.

"Ang arte mo. Pwede ka naman kumain ka lang ng konti tapos kakain ka ulit dito" naiinis na sabi niya.

"Sorry na. Okay next time" nakangiting sabi ko. Hihiwalay na sana siya ng higpitan ko ang pagkakahawak sa kaniya.

"Ano? Paghahanda lang kita" sabi niya.

"Ayaw kong bitawan ka eh" sabi ko. Kaya naman napairap siya. Ayie, kinikilig!

"Ang OA mo, di naman ako mawawala. Isa! bitaw na sabi eh" sabi niya kaya naman binitawan ko agad kase parang galit na ata.

Naghanda naman siya ng makakain, actually may tira pa naman kay ininit niya na lang yun. May naisip naman ako, kaya hinay hinay akong lumapit sa kanya at dali daling nag back hug. Nagulat naman siya.

"AYYY! BEATRIZ HA, NAKAKAGULAT KA!" sabi niya. Natawa naman ako.

"Sorry na po. Namiss kita agad eh" sabi ko tapos hinahalik halikan ang left shoulder niya.

"Andito lang ako oh, hindi ako mawawala" sabi niya.

"Natatakot lang kase ako na baka di kita makita" natatawang sabi ko. Kaya naman hinampas niya ang mga kamay ko na nasa tiyan niya.

"Leche ka! Anong tingin mo sa'kin, kasing itim ko na talaga ang pwet ng kaldero?" naiinis na sabi niya. Natawa naman ako, pikon to eh.

"Malapit na" kaya naman inalis niya ang aking dalawang kamay na nakayakap sa tiyan niya.

"Bwisit ka! Pumunta ka na nga lang dun" pagtataboy niya sa'kin. Kaya bago umalis ay hinalikan ko naman siya sa noo, nagpipigil naman siya ng ngiti. Yieee, kinikilig si ate ghorl.

Maya maya pa ay nilapag niya na sa table ang ininit niyang food kanina. Uupo na sana siya sa harap ko ng hilain ko siya. Kaya ang ending nakaupo siya ngayon sa lap ko.

"Beatriz, ano pakulo na naman to?" sabi niya pero halata namang gustong gusto niya rin.

"Di to pakulo. Subuan mo'ko please" parang batang sabi ko.

"May kamay ka naman. Kaya subuan mo sarili mo" sabi niya, tatayo na sana siya pero nag salita ako.

"Okay, di na lang ako kakain" walang ganang sabi ko. Nakita ko naman na napabalik siya ng upo at kinuha ang spoon.

"Say ahh, baby damulag" sabi niya. Natawa naman ako.

"Ang arte arte mo talaga eh no" sabi niya at kumuha ulit para isubo sa'kin.

"Ngayon lang naman to, kase bukas whole day ako sa school" naka pout na sabi ko.

"Okay, okay. Kain kana po. Baka malate ka pa sa class mo" sabi niya.

Hanggang sa matapos akong kumain ay sinubuan niya parin ako. Hindi ako makapaniwalang tinanggap na rin ni Jho ang mga ganitong relasyon. Tanda ko pa nung first time kong mag confess on her ay parang wala lang sa kanya lahat, and umiwas pa talaga siya. Pero ngayon nag iba na lahat, kase tanggap niya na, at gusto niya na rin magpakatapang na kasama ako.

"Babe, punta ako dito later. Dadalhin ko sina Kianna. Kase sabi ni Mom gusto niyang makasama si Precious" sabi ko at palabas na kami ngayon ng bahay.

"Okay, basta ingat ka ha. Text me if nakarating kana sa school" sabi niya habang inaayos ang colar ng polo ko.

"Opo, and see you later" sabi ko at niyakap siya.

"Clingy naman" natatawang sabi niya. Kumalas naman ako sa hug namin.

"Alis nako, bye babe" sabi ko at hinalikan siya sa noo.

"Bye, ingat sa pagda drive okay? Wag abusuhin ang kalsada" sabi niya nag wave naman siya ng hand kase nasa harap na ako ng pinto ng car ko.

"Opo, magiingat po talaga ako. Kase magiging girlfriend at magiging misis pa kita"

Enjoy reading, sunshines!

:>

Chapter 9.

B EA

Naging mabuti naman ang panliligaw ko kay Jho, actually mas naging nakilala pa namin ang isa't isat sa araw araw naming pagsasama. Mas nalaman namin ang kahinaan at lakas naming dalawa. Minsan naiisip ko nga na may pagkakatulad talaga kami ni Jho, at hindi lang yun nalaman ko rin ang mga bagay na kinahiligan niya.

Sa loob ng limang buwan na panliligaw ko kay Jho ay naging matibay pa ang pagtitiwala namin sa isa't isa. Ito naman talaga ang importante sa relasyon, diba? Yung mapatibay ang pagtitiwala sa isa't isa. Hindi pa man nagiging kami ay buo na ang nabibigay naming tiwala sa aming mga sarili. Marami na ring nagbago sa'kin. Katulad ng pagpunta ko sa bar at paghahanap ng mga babae, iniwasan ko lahat yun at ngayon parang tuloy na tuloy na ang pagbabago ko. Actually ngayong buwan narin ako ga graduate sa kursong kinuha ko, at baka sa mga susunod na buwan sabay narin kami ni Jho na mag tatrabaho sa company nina Mom.

"Beatriz, bukas na yung graduation mo. Anong gustong mong regalo?" sabi ni Mom. Andito kase kami lahat sa bahay, kasama namin sina Kianna at yung baby niya.

"Wala naman po. I just want to spend it with you po" sabi ko habang sinusubuan si Precious. Nag isang taon na rin si Precious noong nakaraang buwan.

"Naku, ang sabihin mo gusto mong pumunta sa bar" natatawang sabi ni Kianna. Kaya pinanlakihan ko naman siya ng mata. Fuck! Hindi ito alam ni Mom.

"Bar? Kailan ka pa natutong mag bar, Beatriz?" nagtatakang tanong ni Mom.

"Uhm, ang ibig sabihin ko po ay gusto niya pong makasakay sa bar-ko, yun po yun" pagpapaliwanag ni Kianna.

"Barko? Gusto bo mang naging seaman?" nang aasar na sabi ni Kuya. Fuck.

"Uhm, gusto ko lang po sana mag organize ng party dun, pero okay naman po na wag nalang" sabi ko. Natatawa namang nakatingin si Kianna at Kuya. Magtabi kase sila.

"Are you sure? Pwede naman tayo mag celebrate dun. May isang private yacht naman ang tito mo, we can borrow it naman" sabi ni Mom.

"Uhm, wag na po Mom. Okay lang po talaga" sabi ko. Nakita ko namang umiling si Precious ng susubuan ko na siya.

"Hey, are you full na ba baby? Ayaw mo na mag eat?" tanong ko sa bata na nasa pagitan namin ni Jho. Umiling naman ito at ngumiti. Tumayo naman si Kianna.

"Tapos kana ba, anak?" tanong ni Mom kay Kianna.

"Yes po, papalitan ko lang po ng shirt itong si Precious, mukhang pawis na pawis na eh" sabi niya.

"Come on, baby. Excuse lang po Tita and Kuya" sabi ni Kianna. Lumapit naman siya kay Precious at kinarga ito papuntang sala.

Kaya naman inusog ko ang kiddie chair ni Precious at lumapit ng upo kay Jho, hinawakan ko naman ang kamay niya sa ilalim ng table, tapos narin kase siyang kumain.

"Ang bilis naman talaga ni Flash, Mom no?" sabi ni Kuya at may mapang asar na tingin.

"Tigilan mo nga yung dalawang yan, Loel. So, Hija. How's Beatriz as your suitor?" nakangiting sabi ni Mom. Alam na kase noon ni Mom na may hidden feelings ako for Jho kaya naman hindi na kami nahirapan na mag sabi sa kanya, kase sa una palang tanggap na niya kaming dalawa

"Okay naman po, Ma. But minsan nagpapasaway pa po" natatawang sabi niya.

"Beatriz, umayos ka ha. Wag na wag mong bibigyan ng sakit ng ulo si Jhoana" sabi ni Mom in warning tone.

"Minsan lang naman po yun, promise po hindi na po mauulit" sabi ko. Nakangiti lang naman na nakatingin sa'kin si Jhoana.

Natapos ang dinner namin nina Mom at umakyat narin kami sa kanya kanya naming room, nasa guest room naman si Kianna at si baby. And Me and Jho are in my room. Tabi na rin kami natutulog kase nakasanayan naman namin to nung hindi pa ako nagcoconfess sa kanya.

"Heeey! graduation mo na bukas, are you ready?" nakangiting sabi ni Jhoana. Nagbabasa kase ako ng book habang nakasandal ang aking likod sa headboard, kakatapos niya lang kaseng maglinis ng katawan. Naka nighties siya na kulay violet.

"Excited na nga eh. Sa wakas makakalis na rin ako sa mga paper works na napakarami" natatawang sabi ko.

"Alam mo, mas mabuti pa yung paper works sa school kesa sa office. Kaya wag kang magdiwang diyan" sabi niya at kinuha niya ang right arm ko at nilagay sa balikat niya sabay yakap sa tiyan ko.

"Ang clingy mo today ah" pagbibiro ko habang inaamoy ang tuktok ng ulo niya.

"Namiss lang kita eh, puros nalang kase si Precious kasama mo whole day. Nakaktampo" naka pout na sabi niya. Natawa naman ako.

"Nagseselos ka kay baby Precious?" natatawang sabi ko.

"Hindi naman, pero parang ganun narin" sabi niya at tumingala ng tingin sa'kin. Sobrang lapit ng mukha namin ngayon. Amp!

"Oh bat ganyan ka makatingin? May binabalak ka bang masama sa'kin, Beatriz?" sabi niya habang naniningkit ang mata.

"Binabalak palang naman. Hindi ko pa itutuloy. Saka na kapag pwede na" natatawang sabi ko.

"Aba! Aba! Alam ko yang iniisip mo ha. Naku! Bata pa ako para sa ganyan" sabi niya saka hinampas ako sa tiyan.

"Bata ka pa nga para pakasalan kita" sabi ko. Napangiti naman siya. At lalong humigpit ang yakap niya sa'kin.

"Gusto ko kapag pinakasalan na kita, kaya na natin. Yung stable na yung life natin. May sarili na tayong trabaho or di kaya company. And kapag nangyari yung araw na yun. Dapat sigurado na tayo tapos wala ng pag aalinlangan pa" seryoso kong sabi.

"Sorry if hindi pa kita sinasagot ha" parang batang sabi niya.

"You're worth it, Jho. That's why i'm willing to wait" masuyong sabi ko.

"Let's sleep na nga ang aga pa natin bukas eh" natatawang sabi niya at humiga narin. Sumunod naman ako sa kanya. Ginamit niya namang unan ang braso ko.

"Goodnight, Beatriz" malambing na sabi niya sabay yakap sa'kin.

"Goodnight, Jho. I love you" sabi ko sabay halik sa kanyang noo.

Isabel Beatriz P. De Leon - Cum laude.

Rinig kong tawag ng emcee, kaya naman masaya akong umakyat sa stage at nakikita ko naman ang mga malalawak na ngiti ng aking pamilya, kasama nito si Kianna at si Baby Precious. Kaya naman winagayway ko ang diploma at ang medal ko sa kanila. Napahiyaw at napalakas ang naging palakpak ni Kuya. Ang kulit talaga eh.

Ng matapos ang seremonya ay isa isa namang lumapit ang aking mga kaibigan para may picture daw kami bago maghiwalay. Nakita ko naman si Maddie na tumatakbo upang makalapit sa'kin. Niyakap niya ako agad ng pagkahigpit higpit.

"Congraaaaats, babe!" masiglang bati niya habang nakayakap pa rin.

"Congraaaaats my always partner in crime" natatawang sabi ko habang humihiwalay sa yakap namin.

"Ano? Pakasal na tayo" natawa naman kami sa naging biro niya.

"Ehem" narinig kong parang may umubo sa may likuran ko kaya napatingin ako dun.

"Jhoana" masiglang sabi ko.

"Hi Jho" sabi naman ni Maddie, habang naka cling sa right arm ko. Kaya napansin ko naman na napatingin si Jho dun.

"Uhm. Congrats pala, Mads" sabi ni Jho at bumeso kay Maddie. Pasimple niya naman akong kinurot.

"Thank you, Jhoana. Hey! Babe. Gotta go. Hahanapin ko lang ang iba" sabi niya at bumeso naman sa'kin.

"Umayos ka. Parang galit kumander mo" natatawang bulong niya bago umalis. Kaya napaharap naman ako kay Jho na nakasalubong ang mga kilay kaya nilapitan ko siya then I cupped her face, inayos ko lang naman po ang nakakunot na noo niya.

"Ayan! Maganda ka na" sabi ko pagkatapos ko itong ayusin.

"Maganda mo mukha mo" naiinis na sabi niya.

"Hey! Are you mad?" natatawang sabi ko

"Huh? Mad? Maddie?" pairap niyang sabi. Nagseselos to.

"Are you jealous, babe?" nang aasar na sabi ko, hinila ko naman siya paalis dun sa crowd. Sobrang daming students kase.

"Mama mo jealous" sabi niya tapos inirapan ako.

"Hey! Don't be jealous, okay? Maddie is just a close friend of mine" sabi ko. Na explain na rin namin kay Jho yung pagpapanggap namin dati. Pero bago pa man nangyari yun and bago pa ako nagka feelings for her is si Maddie talaga yung first crush ko and nasabi ko yun sa kanya, kaya ganito to kung maka asta.

"Pero crush mo yun dati eh" parang batang sabi niya naka pout pa talaga.

"Yeah. Crush is paghanga. So it means hinahangaan ko lang siya. And ikaw, ikaw yung love ko. You're my everything, Jho. You're my home" seryosong sabi ko at hinalikan siya sa noo.

Niyakap niya naman ako atsaka binaon ang kanyang mukha sa aking dibdib. Ito yung gusto ko kay Jhoana eh, ramdam ko talaga na sa tuwing nagseselos siya ay parang ayaw niya talagang mawala ako sa kanya.

"Let's go na po. Let's find Mom and Kuya" sabi ko nung kumalas siya sa pagkakayakap niya sa'kin. Hihilain ko na sana siya para magsimula na kaming maglakad para hanapin sila, ng magsalita si Jho.

"Beatriz, yes!" nakangiting sabi niya.

"Huh? Cheese?" sabi ko kase di ko narinig kase nagsigawan ang mga graduates sabay bato ng kanilang graduation cap pataas.

"I said yes." sabi niya ulit. Naguguluhan man pero pinilit ko pa rin mag salita.

"Yeast? Gusto mo bang mag bake?" sabi ko di ko pa rin kase gets. Kaya naman lumapit siya sa'kin and she put her hands on my shoulders.

"Yes, kase sinasagot na kita, Beatriz" bago pa man ako makasalita ay naramdamn ko nalang na naglapat na ang aming mga labi. Because she sealed it with a kiss.

"Ang gandang graduation gift naman pala para sa iyo yun eh" sabi ni Ej. Actually naabutan na kami ng gabi sa pagkwe kwento ng mga ganap ko sa buhay.

"Maganda sana kaso nawala eh" natatawang sabi ko.

"Ang drama mo. Malay mo naman talaga diba na may mas better pa sa kaniya and andiyan lang sa tabi tabi" natatawang sabi niya at humiga na dito sa queen size bed namin. Yes po, tabi po kami matulog.

"Ikaw lang naman ang andito ah. So, it means nirereto mo sarili mo sa'kin" pagbibiro ko kaya naman binato niya ako ng unan. Mabuti nalang at nasalo ko ito.

"Baliw. Hoy! Hindi ako madadala sa mga pa ganyan ganyan mo ha" sabi niya at inirapan ako. Tumabi naman ako sa kanya.

"Hindi pa nga ba? Eh, last time naabutan kita sa cr na pinapagalitan mo ang sarili mo na dapat di ka mahulog sa'kin" natatawang sabi ko. Totoo naman yun, sinampal sampal niya pa talaga mukha niya. Loka loka talaga.

"Bwisit! Lecha ka talaga!" sabi niya habang namumula ang kanyang mukha. Let me introduce to you guys. Ej Laure, a.k.a Ms. Denial.

"Wag kanang mahiya magsabi uy, alam ko naman na dati pa pinagnanasaan mo na ako" sabi ko at inunan ang aking dalawang kamay sa aking ulo.

"Ang hangin ng Bea de leon. Sa sobrang hangin matatangay na ako" sabi niya at inirapan ako. Kaya naman tumingin naman ako sa kanya. At siya nakatingin lang sa ceiling ng tinutuluyan namin.

"Matatangay ka papunta sa'kin" bulong ko kaya naman napatingin siya sa'kin. Sobrang lapit ng mukha namin at napansin ko na napatitig siya sa labi ko.

"Matagal na akong natangay, Bea. Di mo lang pansin" kaya naman napatawa ako sa sinabi niya.

"Ang tanging hiling ay iyong mapansin. Itong pagtingin at damdamin sana'y tanggapin" pagkakanta ko. Kaya naman hinampas niya ako.

"Ayan! Diyan ka magaling. Ang galing bumanat pero pag ginantihan ko naman, mang iiwan nalang sa ere. Agila ka ngang tunay" pairap niyang sabi. Kaya naman dinaganan ko nalang siya at pumunta sa ibabaw niya. I pinned her hands on the bed and staring straightly on her eyes.

"Putangina! Kung gagasahasain ko mo'ko. Sige ituloy mo lang" sabi niya pero ramdam ko ang pagbilis ng tibok ng puso niya.

"Talaga? Okay lang?" pagbibiro ko.

"Leche ka! Umalis ka na nga diyan sa ibabaw ko" sabi niya at pilit nag pupumiglas mula sa pagkakahawak ko sa kanyang kamay.

"Hindi kita iiwan sa ere" seryosong sabi ko.

"Ano lang? Ihuhulog mo ako sa ere tapos di sasaluhin? Ganern?!" sabi niya habang andito parin ako sa ibabaw niya.

"Paano naman kita masasalo kung ako rin ay unti unti ng nahuhulog?" seryosong sabi ko, kaya napalunok naman siya.

"W-wag k-ka n-ngang magbiro ng g-ganyan" nauutal na sabi niya.

"Hindi aki nagbibiro, Ej. Seryoso akong tao" sabi ko at unti unti kong nilapit ang aking mukha. Napapikit naman siya.

Ng maglapat ang aming mga labi ay ako lang ang gumagalaw, hindi siya nag response kaya mas ginawa ko pa itong agresibo at parang sabik na sabik ang aking labi sa kanyang labi, ang akala ko ay itutulak niya ako pero nilagay niya lang pala ang kanyang dalawang kamay sa aking batok at mas lalong pinagdikit pa ang kanyang katawan sa aking katawan. Nararamdaman ko na rin na gumaganti na rin siya sa aking mga halik. Nararamdaman ko na nauubusan na rin kami ng hininga ngunit wala paring gustong bumitaw sa aming dalawa. Kinagat ko naman ang ibabang labi niya at narinig ko ang ungol na kumawala mula sa kanyang bibig.

Naramdaman ko naman na unti unti niyang tinataas ang laylayan ng aking damit at matagumpay niyang naalis ito naka sports bra nalang ako ngayon, hinalikan ko siyang muli at pinasok ang aking kamay sa kanyang damit, ramdam ko naman na walang bra si Ej, kase hindi nagsusuot ng bra to kapag matutulog na kami. Kaya naman hinawakan ko ang ang kanyang kaliwang dibdib at minasa masa ito. Napapaungol naman siya dahil sa ginawa ko. Inalis ko naman ang kanyang damit at ang tumambad sa akin ang medium size na bundok niya. Hinalikan ko ulit ang kanyang mga labi pababa sa kanyang leeg, nagiwan naman ako ng mga kissed marks dun sa kanyang leeg at napapaungol siya nung ginawa ko iyon. Bumaba naman ang aking halik patungo sa kanyang dalawang bundok. Bilogan ito at napakalambot, sinuso ko ang isa at ang isa naman ay pinaglalaruan ko gamit ang aking kamay. Napapaliyad naman siya sa aking ginagawa.

"Ahhhh, ganyan nga. Uhm" ungol niya. Kaya pinag igihan ko pang laruin ang mga ito. Basang basa na ito ng aking mga laway at nagiiwan din ako ng mga kissed marks dun. Babab na sana ako ng halik ng hilain niya ako pabalik sa taas.

"Bei, let's stop. Wag muna ngayon" sabi niya. Kaya napakunot naman ang noo ko.

"Why?" tanong ko

"Meron ako ngayon. Leche" naiinis na sabi niya kaya naman umalis na ako sa ibabaw niya.

"Bakit hindi mo sinabi agad? Sakit tuloy sa puson" natatawang sabi ko.

"Nadala ako eh. Masakit na nga yung puson ko pinasakit mo pa lalo" sabi niya atsaka nilagay ang kanyang ulo sa dibdib ko.

"Sorry if ginawa ko yun. I know we don't have any closure about our status" sabi ko sabay himas ng kanyang ulo.

"Okay lang, uso ang walang label ngayon" sabi niya sabay yakap sa'kin. Kaya ramdam ko pa rin ang kanyang mga nagtatayuang suso. Hindi niya na kase binalik ang damit niya at ganun na rin sa'kin.

"Gusto kong lagyan ng label" bulong ko.

"Let's take it slow, okay? Makakapaghintay ka naman siguro" sabi niya.

"I'm willing to wait basta ikaw" kaya naman hinampas niya ako pagkasabi ko nun.

"Tangina ka! Ganyan din sinabi mo kay Jhoana" natawa naman ako sa sinabi niya.

"Pero di naman tayo maghihiwalay. Kase wala pang tayo?" natatawang sabi ko. Hindi lang siya sumagot at hinigpitan lang lalo ang yakap sa'kin.

"Para naman akong mamatay sa pagkakayakap mo, hindi na ako makahinga oy" sabi ko at hinahalik halikan ang ulo niya.

"Papatayin kita ng pagmamahal" sabi niya. Maya maya pa ay wala ng nagsalita sa'min.

"Bukas kwento mo ulit ang love story niyo ni Jhoana ha. Ituloy mo ulit" ma awtoridad na sabi niya at bilang pambasag na rin sa katahimikan

"Bakit ka ba masyadong interested sa past life ko?" sabi ko.

"Kase gusto kong damayan ka kapag malungkot ka at kapag naaalala mo yung past mo. Gusto kong mabawasan ang bigat ng nararamdaman mo" seryosong sabi niya. Napangiti naman ako

"Okay, itutuloy natin bukas" sabi ko at niyakap ko pa siya lalo.

"Anong itutuloy natin? Yung ginawan nating ngayon o yung kwento mo?" natatawang tanong niya

"Both. Kaya matulog kana para may lakas ka" natatawang sabi ko kaya hinampas niya naman ako sa tiyan. Ouch my abs! Charot.

"Manyak!" sabi niya.

"Sayo lang naman" sabi ko.

"Matulog kana nga" naiinis na sabi niya.

"Goodnight, my Tigress" malambing na sabi ko. At hinalikan ko ulit siya sa tuktok ng kanyang ulo.

"Goodnight, my Beast"

Malapit na po tayo sa madramang chapter. Fasten your seatbelt, sunshines!

:>

Chapter 10.

B^{EA}

"BEAAAAAAA! Gising na uy" sabi ni Ej at inalog alog pa talaga ako.

"5 mins, baby" sabi ko at nagtakip ulit ng unan.

"Tangina ka! Wala na tayong makain uy" kaya naman napatayo agad ako sa pag sigaw niya.

"Fuck. You don't need to shout, okay? Babangon naman ako" naiinis na sabi ko at tumayo na mula sa pagkakahiga.

"Eh, ikaw kase. Sobrang tagal bumangon. Ayos buhay din tayo" sabi niya at tinulak tulak ako papasok sa cr.

"Dalian mo diyan, Bea. Hihintayin kita sa baba" sabi niya at sabay sara ng pinto.

Nagsipilyo nalang ako at naghilamos. Hindi na ako naligo kase baka beast-mode na ang aabutin ko dun sa baba. Naka t-shirt lang ako nang white ngayon at nag pants nalang ng black saka naka nike na white shoes. Ng bumaba ako naabutan ko naman si Ej na busy na nakatingin sa phone niya.

"Beaaaaa, diba? Kuya mo'to?" sabi ni Ej sabay lapit ng cellphone niya sa'kin.

"Yeah. Wait! Why are you stalking him? Type mo ba siya?" nagtatakang tanong ko.

"Hala siya oh. Gaga napadaan lang to sa newsfeed ko no. Wait? May anak na pala siya?" sabi niya kaya naman napatingin ulit ako dun. May karga kasing batang babae si Kuya.

"Alam mo, you better go home now. Uwian mo naman ang pamilya mo. Wag mong takasan ang buhay mo" sabi niya.

"Sabi mo bibili tayo sa labas, kaya let's go na! I don't have anytime to discuss that" sabi ko sabay nauna ng lumabas.

Nakatayo lang kami ni Ej dito sa harap ng apartment na tinutuluyan namin. Actually nag renta lang kami dito si Italy ng matutuluyan, hati kami sa pagbayad dito and hati rin kami sa foods namin. Para di mahirapan ang isa't isa ay nagtutulungan kaming dalawa. Pumara na ng taxi si Ej at pumasok na kami sa loob.

"Mi scusi, dove stai andando?" tanong ng taxi driver ng pagkasakay namin.

"Supermercato" simpleng sagot ko.

Ni isang salita na galing sa bibig ni Ej ay walang lumabas, alam ko naman na nakatingin lang siya sa'kin pero wala akong masabi sa kanya bilang sagot sa sinabi niya kanina. Hindi pa ako handa harapin ang totong mundo ko, kase matagal ng nasira at nawala ang mundong pinagkaka ingatan ko. Nabalik naman ako sa aking pag iisip ng magsalita si Ej.

"Bei, andito na tayo" sabi niya, nag abot naman siya ng bayad sa driver.

"Grazie per il passaggio sicuro, senyor" sabi niya sa driver at sabay na kaming bumaba. Naglakad naman kami papasok sa supermarket.

"Hey! Sorry sa nasabi ko kanina. I'm just worried lang naman kase baka hinahanap ka narin ng family mo. It's been 9 years Bei, and I think you're ready na" sabi niya sabay hawak sa braso ko.

"Uuwi naman ako kapag handa na ako. Pero konting panahon pa ang hinihingi ko, J. Bear with me please" sabi ko at inakay na siya para makapag simula na kaming bumili. Kumuha naman ako ng mini push cart para paglagyan namin.

Pagkatapos kong sabihin yun ang hindi na siya nagsalita. Magsasalita lang kapag pinapapili niya ako kung ano ang magandang piliin like fruits and vegetables, beverages, and mga ingredients para kapag nag bake kami. Mahilig kase kaming magbake. But most likely puros foods for kids ang nasa push cart namin, daig pa namin ang may anak sa pinagbibili ni Ej. Mahilig kase to sa mga pagkaing pambata kaya hindi na ako magtataka kung magkaka anak to sigurado akong magkakasundo talaga silang dalawa ng magiging baby niya. Di naman kami natagalan sa pagbili ng mga kailangan namin. Di naman kase maraming tao ang andito. Kaya nakauwi din kami agad.

"Bei, hindi ako sanay na hindi mo ako kinikibo. Galit ka ba?" sabi ni Ej pagpasok namin sa loob na kung saan kami nakatuloy ngayon.

"I'm not mad" maikling sagot ko at nilagay na sa counter top tong mga binili namin.

"Ang aking lang na---"

"Enough, Ej! I don't have any time to deal on your decision. Alam mo naman siguro kung anong nangayri dun sa'kin, diba? Kaya tama ng ipagtulakan mo akong umuwi at balikan sila" ma awtoridad kong sabi. Nakita ko namang napayuko si Ej. Kaya naman nilapitan ko na siya at inangat ang kanyang mukha para magpantay ang aming tingin.

"Hey! Listen, okay? Masaya na ako sa buhay ko dito. Masaya akong kasama kita. So let's just build our own life here. Let's start a new one, okay? Don't mind them. If i'm ready to see them, dapat handa ka rin. Kase isasama kita at ipapakilala sa kanila" masuyong sabi ko at niyakap siya. Niyakap niya naman ako pabalik.

"Ayoko lang naman na isipin nila na nilalayo kita sa kanila. Bei, pamilya mo sila kaya kailangan mo rin silang uwian at balikan. Nandun ang buhay mo, wala dito" sabi niya at nagsimula na siyang umiyak.

"Andito ang buhay ko kase andito ka" sabi ko kaya naman hinarap niya ako.

"Kapag ayos na ang lahat, uuwi din ako. Pero wag muna ngayon kase alam ko na di makakabuti na umuwi ako ulit. Hindi pa ako handa harapin ang lahat, hindi pa ako handa na makita siya. Sila" pag iiwas na tingin ko sa kaniya.

"Hindi ka pa handa kase mahal mo pa" mahinang sabi niya at umalis na sa pagkakayakap sa'kin. Tumalikod naman siya sa akin at akmang lalayo.

"Kaya ayokong makita siya. Ayokong muling magulo lahat. Ayokong mag alinlangan pagdating sa nararamdaman ko para sa'yo. Kase baka kapag nakaharap ko siya muli, bumalik agad" sabi ko at niyakap siya patalikod.

"Hindi mo matatakasan yan kung pilit ka parin lumalayo. Bea, hindi ka makakalimot kung nakakatatak parin ito sa isip mo. At hindi ka pa pwedeng umibig muli kung andiyan parin siya sa puso mo" sabi niya at pilit umalis sa mga bisig ko.

"Kaya ako nagpapatulong sa'yo. Tulungan mo akong mawala siya sa puso ko" mahinang bulong ko at isiniksik ang aking ulo sa kanyang leeg.

"Hindi kita matutulungan. Hindi ako ang mag didikta kung dapat mo na ba siyang kalimutan. Kase sa huli ako parin yung matatalo. Paano kung binigay ko na ang lahat pero di parin sapat?" sabi niya kaya napaisip naman ako.

"Kahit wala kang ibigay, Ej. Kase para sa'kin sapat kana" sabi ko at pinaharap siya sa'kin

"I don't want to see myself messed up again. I want to make it right this time. I want to make it right, with you. Are you with me in this battle?" sabi ko sabay hawak sa kanyang mukha.

"Kung magiging matapang ka sa laban nato, kasama mo'ko. Pero ituring mo akong gabay upang tahakin ang daan patungo sa nawawalang piraso ng puso mo" sabi niya kaya napangiti naman ako.

"I want to find my missing pieces with you" sabi ko sabay halik sa kanyang noo.

Pagkatapos ng usapan namin ay bumalik narin kami sa totoong kami, na kung saan walang problemang iniisip, walang takot na nararamdaman, at hindi duwag sa laban ng totoong buhay.

Nagluto lang si Ej ng adobo at gumawa rin siya ng vegetable salad, katuwang niya naman ako sa pag gawa nito. Konting kwentuhan ang napagsaluhan namin sa hapag, wala na akong mahihiling pa kay Ej. Kase pagdating sa kanya ang mali nagiging tama.

"Baaaaabe, kuha ka ng chips sa ref" sigaw niya, natapos narin naman akong maghugas ng pinag kainan namin.

"Why? Hindi ka ba nabusog sa kinain natin?" nagtatakang tanong ko pero ganun paman kumuha parin ang ako ng makakain sa ref.

"May utang kang kwento sa'kin. Tuloy mo na kwento mo" natatawang sabi niya. Kaya naman nagdala na ako ng pepsi at Lay's para kainin niya.

"I thought you forgot it na. Haaays, ano ba gagawin ko para di ka na magpakwento sa'kin" sabi ko sabay tabi ng upo sa kanya. Pinausog niya naman ako sa pinakadulo ng couch at humiga siya agad sa lap ko.

"Kwento kana, please. Promise, i will not interrupt you this time. I will listen carefully na po" parang batang sabi niya kaya naman kinurot ko siya sa ilong.

"Sabi mo yan ah. Okay, i'll start telling my kwento in my life na ha" sabi ko.

Pagkatapos akong sagutin ni Jho ay parang yun na rin ang pinaka achievement na nagawa ko on my life. I'm always dreaming to be her partner, and now we're already happy and strong couple. Limang buwan narin ang nakakalipas nung sagutin ako ni Jhoana, ayoko pa ngang maniwala na sinagot na niya ako at baka na pressure lang siya sa naging usapan namin nung gabi bago ang graduation ko. Kaya naman asar na asar siya kase baka ayaw ko daw siyang maging girlfriend.

"Love, are you sure with this? Pwede naman na sa bahay nalang tayo titira. And I will give to Kianna nalang yung condo na gift sa'kin ni Mom" sabi ko kase gusto ni Jho na titira kami sa ibang bahay.

"I'm always sure, Beatriz. And I want to give Mom and Kuya a peace of mind. Sobrang kulit mo kase sa bahay" naiiling ma sabi niya.

"So sure na nga tayo dito na kukuha tayo ng unit dito?" tanong ko. Isa kase ito sa mga sikat na company dito sa Manila.

"Close ba kayo ng may ari nito, Love? Bakit nakakuha ka agad ng unit dito?" tanong ko pagkatapos makipag usap ni Jhoana dun sa babaeng pinagpilian namin kung saan floor ang gusto namin.

"Yes, love. Si ate Ells yun, nakilala ko nung nag aaral pa ako sa Ateneo" paliwanag niya.

"Ah. So college friend mo pala yun? And love bakit dito pa tayo kumuha ng unit pwede naman dun nalang malapit sa unit ko para mabisita ko naman si Kianna" sabi ko. Kaya naman naptigil siya at tumingin sa'kin habang nakataas ang isang kilay.

"I mean sila ni Baby Precious" sabi ko sabay kamot ng batok ko.

"Casa De Evangelista Corp. kilala sa sila bilang magaling sa pag gawa ng mga interior designs. Ang loob ng mga condo unit nila ay nagtataglay ng magagandang ukit na ginawa pa ng magagaling na architects nila. Kaya napili ko ito kase napaka relaxing ng view and ng designs kapag nasa loob kana" mahabang sabi niya.

"Okay. Pero ang layo naman nito kina Mom" reklamo ko.

"We can stay naman sa house kapag day off ko and ikaw gusto kong matuto ka sa mga gawaing bahay. Wag puro asa lang sa iba" sabi niya.

"Basta ikaw ba ang magtuturo sa'kin willing akong matuto" masiglang sabi ko kaya naman hinampas niya naman ako

"Siyempre ako talaga ang magtuturo sa'yo. Bakit may iba ka bang gustong magturo bukod sa'kin?" mataray na tanong niya.

"Wala po. Kase ikaw lang ang gusto ko pagdating sa lahat" sabi ko sabay wink. Nakita ko namang nagpipigil siya ng ngiti.

"Tara na nga, hanap pa tayo ng mga gamit na ilalagay natin sa condo natin" sabi niya at hinila na ako palabas sa building na yon.

Pinagbuksan ko naman siya ng pinto ng makasakay kami dito sa car ko. Gusto kase ni Jho na kaming dalawa ang pipili ng mga gamit na maari naming ipasok dun sa condo namin. Pagkadating namin sa mall ay dali dali naman siyang lumapit dun sa mga furnitures.

"Bea, gusto ko sana na color yellow yung maging paint sa wall ng unit natin" nakangiting sabi niya at nagtitingin sa mga couch na pwede naming bilhin.

"Love, I think mas bagay ang white dun. Para maaliwalas diba? Pampatanggal stress" sabi ko. Wtf?! Yellow?! Ayoko nun.

"Nakakatanggal din naman ang color yellow ah. Ayaw mo ba nun?" nagtatakang tanong niya.

"Hindi naman sa ayaw love, pero masyadong masakit sa mata yun" nakita ko namang nabago ang expression ng mukha niya.

"Are you saying na ang yellow ay pangit sa paningin? Naku! Beatriz humanap ka nalang ng sariling condo unit mo" naiinis na sabi niya saka lumipat patungong night stand table.

Fuck, did I offend her?

"Love" sabi ko ng makatabi ko na siya. Pero di niya ako pinapansin at nakabusangot lang.

"Hey, love. Sorry na. It's not my intention. To make lait on your favorite color" sabi ko pero dedma parin ako.

"Loooove" pangungulit kong tawag sa kanya.

"Ano ba?! Wag ka ngang makulit" naiinis na sabi niya.

"Hey! Sorry na kase. Okay, okay. Kung gusto mong color yellow yung maging kulay ng loob ng unit natin. Okay na ko dun. If you want pati color ng bedsheet natin color yellow na, yung lampshade natin color yellow din, ang bed natin color yellow din. Then pati na rin ang couch natin color yellow din" sabi ko. Kaya naman napangiti siya sa sinabi ko.

"You sure about that? Wala ng bawian yan ha. Color yellow na lahat sabi mo" natutuwang sabi niya sabay yakap sa'kin.

"Yeah. You can do what ever you want" sabi ko at niyakap din siya.

"Thank you, love. I love you" sabi niya at hinalikan ako sa pisngi.

Ng makapili na siya ng mga gamit na pwede ilagay namin dun sa unit namin ay umuwi na rin kami. Actually, ide-deliver na lang daw yun sa unit namin kase next week pa naman kami lilipat dun. Pagkauwi namin sa bahay ay dumiritso na agad kami sa kwarto ko, tapos narin naman kaming maglunch at isa pa napagod kami sa pagpili namin dun sa mga palamuti na ilalagay namin sa unit namin.

"Love, mauna kanang mag shower sunod nalang ako" sabi ko. Tumango lang si Jho at nagdala na ng towel papasok sa cr. Nanglalagkit na kase daw ang balat niya. Hindi naman siya nagbabad sa araw.

Hihiga na sana ako sa bed ko ng biglang tumunog ang phone ko.

"Beaaaaatriz" sigaw ni Maddie sa kabilang linya.

"Hey, what's up?" sabi ko at umupo sa edge ng kama

"Magpapatulong lang sana ako if saan pwedeng makahanap ng bagong unit. Gusto kong lumipat, may stalker kase akong gustong iwasan" nang gigil na sabi niya.

"Stalker or your ex-fling? Narinig ko na diyan daw lumipat malapit sa tinutuluyan mo" natatawang sabi ko.

"Ugh! Yeah. Nakakinis nga eh. Leche talaga! Ang papansin sis" naiinis na sabi niya.

"Okay, Casa De Evangelista Corp." sabi ko.

"Is that a good choice, babe?" sabi niya.

"You can assure me, babe. Diyan din kami lilipat ni Jho" sabi ko. Napatili naman siya.

"AAAAAAHHHHH. For real? Omggg! Anong floor unit kayo?" na eex-cite na tanong niya.

"14th floor. Room 0225" natatawang sabi ko.

"Okay! Gotta go, babe. Thank you!" sabi niya.

"Okay, baby. Take care" sabi ko at binaba niya naman agad. Medyo na feel ko na parang ang pangit na ng panlasa ko kaya nakan dumiritso na ako ng cr para makapag toothbrush.

Actually hindi ko naman masisilipan agad agad si Jho kase pagpasok mo ng cr is my mini lavatory naman and may sliding glass door para sa paliguan. Siguro nagbabad na naman yun si Jho sa bathtub kaya natagalan. Pagpa-sok ko ay kinuha ko agad ang toothbrush ko at nagsipilyo na. Nakita ko namang bumukas ang sliding door dito sa salamin sa harap ko. Naka tapis lang siya ng tuwalya, lumapit naman siya sa'kin at inagaw ang toothbrush na hawak ko.

"Let me do that, baby" masuyong sabi niya at sinimulan na ang pag-to-toothbrush sa ngipin ko.

"Lo-ve t-umawag s-i Ma-ddie" hindi maintindihang sabi ko.

"Let me finish this first before you speak. Di ko maintidihan eh" sabi niya. Kaya naman di nalang ako sumagot kase patuloy parin ang paglilinis niya sa ngipin ko. Pagkatapos nun ay nagmumog muna ako.

"Love, tumawag si Maddie" sabi ko sabay punas sa bibig ko ng towel na dala ko,

"Anong sabi?" sabi niya at lumabas na rin kami sa cr.

"Kukuha daw siya ng unit katabi ng atin" nakangiting sabi ko.

"Well, that's good. Para naman may kakilala tayo dun. Diba?" sabi niya habang naglo-lotion sa katawan niya.

"Yeah. And hindi ako mabo bored pag wala ka" naka pout na sabi ko.

"Mag trabaho kana rin kase" sabi niya. Nakikita ko namang parang nahi-hirapan siya abutin ang kanyang likod para malagyan ng lotion.

"Hey, ako na" sabi ko sabay agaw ng lotion na ginagamit niya. Kaya naman hinubad niya ang towel na nakabalot sa katawan niya. Naka panty lang siya ngayon pero wala parin siyang suot na bra. Kaya napaiwas naman ako ng tingin, fuck! Likod palang to ha, paano nalang kung nakaharap pa siya.

"Beatriz, are you okay? Nastatwa ka na ata diyan" natatawang sabi niya.

"Ay sorry" sabi ko sinimulan ng lagyan ng lotion ang kanyang likuran. Sobrang kinis ng mga balat niya.

"Tapos na po" sabi ko kaya naman napahinga naman ako.

"Love, pwede lagyan mo rin yung malapit sa may butt ko?" sabi niya kaya naman nagulat naman ako dun.

"I think kaya mo naman yan, love" sabi ko at binigay sa kanya ang lotion

"Wait bat namamawis ka?" sabi niya at humarap na siya sa'kin, fuck Jho wala ka pang bra. Kaya naman napapikit ako.

"Wear bra first, please" pagmamakaawa ko. Natawa naman siya.

"Oh! Sorry I forgot" natatawang sabi niya kaya naman tumalikod muna ako sa kanya.

"Harap kana po" sabi niya nakita ko naman na naka oversized t-shirt na siya at I think di siya nagshort, naka panty parin ata siya.

"Nag short ka ba?" tanong ko ng makaharap sa kanya.

"Wala po" simpleng sagot niya at naglakad papuntang bed. Tumango naman ako.

"Magpapalit lang ako ng damit balik lang ako agad" sabi ko sabay kuha ng damit sa closet namin. Pagkatapos kong magbihis ay tinabihan ko naman siya agad.

"Love" malambing na tawag ko sa kanya. Nakasandal lang kase siya headboard and nag twi-twitter.

"Hmm"

"I love you" sabi ko para makuha lang ang atensyon niya.

"I love you too" sabi niya sabay lagay ng phone niya sa night stand.

"Sleepy ka po?" tanong ko at agad ko naman siyang inakbayan, sinandal niya naman ang kanyang ulo sa aking balikat.

"Opo" sabi niya at yumakap sa bewang ko, pinatong niya naman ang kanyang isang paa sa katawan ko.

"Sleep kana" sabi ko habang hinihinimas ang braso niya.

"Love, about pala kanina. Yung pag iwas ng tingin mo. Thank you kase di mo sinamantala" sabi niya at napatingala sa'kin ng tingin.

"I respect you, Jho. More than I respect myself" masuyong sabi ko.

"Thank you, love. I love you" sabi niya saka hinigpitan ang yakap sa'kin.

"Hindi man ako si Crisostomo Ibarra, pero irerespeto, mamahalin at aalagaan kita kagaya ng inalay at ginawa niya kay Maria Clara"

Grazie per il passaggio sicuro, senyor (Thank you for the safe ride, senior)

Mi scusi, dove stai andando? (Excuse me, where are you going?)

Supermercato (supermarket)

:>

Chapter 11.

B EA

"Jho paano mo naisip na mahal mo rin pala ako?" I asked Jho while we're lying here in my bed and I stroke my fingers through her hair as she use my left arm as her pillow.

"Naiinis ako kapag magkasama kayo ni Maddie" sabi niya at hinimas himas ang tiyan ko, pinasok niya kasi kamay niya sa t-shirt ko.

"So thanks to Maddie pala" natatawang sabi ko.

"Sayang saya ka eh no, kase libre chansing sa first crush mo" sabi niya.

"Masaya ako kase dahil sa kaniya dun mo pa ma realize na love mo pala ako" nakangiting sabi ko.

"How about you? Paano mo nalaman na mahal mo'ko?" tanong niya at tumingala ng tingin sa'kin.

"Hindi ka naman kase mahirap mahalin. Basta pag kasama mo yung manliligaw mo way back 1st year highschool parang gusto ko sa'kin lang atensyon mo, gusto ko ako lang ang napapansin mo" sabi ko at patuloy parin ang pagsuklay ng aking mga daliri sa kanyang buhok.

"Kaya pala, sa tuwing ililibre ako ng lunch ni Anton sisingit ka agad. Sus, matagal mo na pala akong gusto pero ang tagal pang umamin. Torpe ka pala eh" nang aasar na sabi niya.

"Pero worth it naman" nakangiting sabi ko. Umalis naman siya sa pagkakaunan sa aking braso at lumipat ito sa aking dibdib.

"Bea, bakit ako?" biglang tanong niya.

"Bakit hindi ikaw?" pagbabalik kong tanong sa kanya.

"Eh, kase mas marami pang mas better sa'kin diyan. Marami pang mas magaganda sa'kin" mahinang sabi niya.

"You're enough, Jho. And hindi naman tungkol sa maganda at sexy lang ang pagmamahal. Hindi lang sa panlabas na anyo kase dapat kabutihan ng kalooban at ang importante ay ang tinitibok ng iyong puso" sabi ko.

"Thank you for choosing me, Beatriz" malambing na sabi niya.

"No, Jho. Thank you for choosing me" sabi ko at hinalikan siya sa ulo.

"Wait, bakit mo pala pinatigil si Marci ng panliligaw sa'yo?" naguguluhang tanong ko.

"Eh kase naman nakakainis ka that time. You're so malandi to Maddie. Ang harot harot" sabi niya at hinampas ako sa tiyan.

"Aray, baby. Palabas lang namin yun no" pagtatanggol ko sa sarili.

"Palabas daw pero kung makakandong sa kanya si Maddie parang nakasakay sa isang kabayo. Take note naka two piece pa yun ha. Tapos ikaw game na game naman sa pagkakandong. Hello, kabayo ka ghorl?" naiinis na sabi niya kaya natawa naman ako.

"So are you jealous that time?" natatawang tanong ko.

"Siyempre naman, alangan mauunahan pa ako ni Maddie at maka first base ka sa kanya" sabi niya at umalis sa pagkakaunan sa aking dibdib at tinungkod ang kanyang siko sa bed at dun pinatong ang kanyang ulo na nakatingin sa'kin.

"First base?" natatawang tanong ko saka dumapa ng pagkakahiga.

"Nevermind" sabi niya at umirap sa'kin.

"As long as I want to make a first base sa'yo. But I want to give it to you after we say our vows" sabi ko at hinalikan siya sa noo.

"Thank you, love. Okay, after our vows, then" sabi niya atasaka yumakap agad sa'kin.

"I love you, Jhoana. I'll love you till China and Africa meet, and the river jumps over the mountain, and the salmon sing in the street, I'll love you till the ocean is folded and hung up to dry." malambing na sabi ko.

"You and your nerd lines. But I love you times a bazillion. I love you more than forever, Bea" masuyong sabi ni Jho.

"This is the geek you're looking for" mayabang na sabi ko. Natawa naman siya at binaon ang kanyang ulo sa aking leeg.

"Let's stay together for infinity, baby." sabi ko at hinalikan siya sa noo.

Makalipas ang ilang araw at linggo, ngayon na ay mag iisang taon na kami ni Jho. Kung dati ay palihim ko pa siyang minamasdan sa malayo pero ngayon heto ako kaharap niya at nakangiting nakatingin sa'kin.

"May dumi ba ako sa mukha, love?" natatawang sabi niya.

"Wala, I just want to look at your beautiful face. I just want to memorize the beautiful view i'm facing right now" malambing na sabi ko.

"Para ka namang mawawala sa mga sinasabi mo, love. At pansin ko kanina mo pa ako binobola" natatawang sabi niya.

"Hindi po ako marunong mambola. I'm just stating the fact, love. Maganda ka talaga, bagay sa katulad ko" sabi ko at hinawakan ang kamay niya na nasa table. Ngumiti lang naman siya.

"Ay, PUTANGINA!" mura ko. Tawang tawa naman si Maddie, hello nagpaka thirdwheel kase to. Gustong sumama sa date namin ni Jhoana. Epal!

"Ang lutong. Pero malandi ka pa rin" sabi niya at tumabi ng upo sa'kin. Pinalo naman ako ni Jhoana sa kamay na nakahawak sa kanya.

"Beatriz ha. Sabi ko iwasan na ang pagmumura" ma authoridad na sabi niya.

"Si Maddie kase, bat ka ba nang iihip ng tenga?!" naiinis na tanong ko, siya na kase ang nagpresenta sa mag order ng kakainin namin.

"Naku, Jho! Kung alam mo lang talaga. Alam mo ba na kapag pinagsasabihan mo itong si Bea ay pupunta nalang sa bar at mumurahin ka" sabi niya. Pooohtah! Saan galing yan?!! Totoong nagmumura ako, pero di naman si Jho ang minumura ko.

"Minumura mo ako, Beatriz?" tanong ni Jho na may matalas na tingin. Tawang tawa naman si Maddie.

"Siyempre love, hindi. Hindi kita minumura kase minamahal lang" sabi ko sabay wink sa kanya.

"Ang landi eh no. Gustong lang maka iwas na mapagalitan ni Jho" natatawang sabi ni Maddie. Inirapan ko naman siya. Si Jho naman parang nagpipigil ng ngiti.

"Alam mo, Madayag. Mabuti pang magsimula ka ng maghanap ng jowa, wag yung nanggugulo ka sa amin ni Jho" sabi ko. Dumating naman ang inorder ni Maddie.

"Gago ka! Kung ako nalang sana jinowa mo edi hindi na ako maghahanap. Si Jhoana parin kase pinili mo" sabi niya. Alam ko namang nagbibiro lang tong si Maddie or di kaya inaasar ako.

"Sorry, Mads. Pero Jho is better than you" sabi ko hinampas naman ako ni Maddie. Si Jho natatawa lang na nakatingin sa'min. Sanay na kase siya sa'min eh.

"Hoy! FYI BEADEL! Madayag nato oh, pinkawalan mo pa. Alam mo sa pagsasayang mo sa'kin para kang tumanggi sa milyong milyong ayuda" sabi niya saka umirap.

"Ayuda ka lang pero si Jho ang mundo ko. Aanhin ko naman ang pera kung wala akong mundong ginagalawan, diba?" sabi ko. Nakita ko namang napangiti si Jho.

"Jhoana, alam mo pwede naman na pagsaluhan natin si Bea. Gawa nalang tayo ng schedule. Salitan nalang tayo" sabi ni Maddie. Napailing naman ako. Mga kalokohan talaga ih.

"Sorry, Mads. Selfish ako eh. Pinagdadamot ko ang lahat, lalong lalo na si Bea" sabi ni Jho sabay subo ng steak na inorder ni Maddie.

"Ay ganun ba? Okay, magpapaalam nalang ako sayo" sabi ni Maddie.

"Paalam? Bakit pupunta ka na ng langit, Mads?" pagbibiro ko, umirap naman siya.

"Ikaw dalhin mo ako sa langit" sabi niya. Napaubo naman si Jho. Iba ang dating ng pagkasabi niya sa'kin eh. Tangina!

"Relax lang, Jho. Joke lang naman yun" natatawang sabi ni Maddie.

"Ayusin mo nga bunganga mo, Madayag" naiinis na sabi ko.

"Tumahimik ka! Akala mo naman di pa talaga ginawa yun" sabi ni Maddie, parang namula naman si Jho sa narinig niya. Hindi na lang ako sumagot at nagpatuloy nalang sa pagkain.

"Pero seryoso Jho gusto kong pormal na magpaalam" biglang sabi ni Maddie

"Magpaalam? Saan naman?" naguguluhang tanong ni Jho.

"Gusto kong magpaalam na maging kabit ni Bea. Okay lang naman sa'yo yun, diba?" sabi niya. Kaya naman nabulunan si Jho at agad ko siyang inabutan ng tubig. Tangina talaga kahit kailan to si Madayag eh.

"Hey, baby. Are you okay? Mads, kumain ka na nga lang diyan" sabi ko.

"I'm okay. Ano ba naman kase tong si Maddie. Hindi magandang biro yun ah. Marupok pa naman tong si Bea" naiiling na sabi ni Jho.

"Atleast formal akong nag ask ng permission. Hindi katulad ng iba nakiki kabit na lang sa may nagmamay ari na" natatawang sabi ni Maddie. Inirapan ko nalang siya.

Wala ng nagtangkang magsalita pagkatapos ng ganap na yun. Nagpatuloy nalang kaming tatlo sa pagkain. Palihim naman akong tiningnan ni Maddie na may mga pang aasar na tingin. Patay ka sa'kin mamaya. Mabilis lang naman kaming natapos kumain, hinihintay nalang namin ang dessert na pinahabol na orderin ni Jho and Mads.

"Bei parang humaba ata mga daliri mo" biglang tanong ni Maddie. Napa angat naman ng tingin si Jho habang pumipili ng magandang orderin na dessert.

"Huh? Hindi naman ah. Alam mo hindi naman matapang yung wine na ininom natin pero parang lasing ka na" sabi ko. Nakita ko namang inabot na ni Jho ang menu sa waiter, at agad ma umalis ito pagkakuha mg order namin.

"Di seryoso parang tumaas talaga" sabi ulit ni Maddie.

"Talaga?" sabi ko.

"Yeah. Tanda ko pa nun na hindi pa ganyan kahaba yan nung pinasok mo yan sa'kin" cool na sabi niya kaya naman nakita kong napakunot ang noo ni Jhoana. Fuck! Madayag.

"What the hell, Maddie? Anong pinasok sa'yo?" gulat na tanong ko. Tawang tawa naman si Maddie. Mabulunan ka sana. Hayop ka!

"Chill, i'm just messing around. Hey, Jho. I'm just joking. Di naman naka first base si Bea" natatawang sabi niya. Kaya parang naging malambot naman ang expression sa mukha ni Jho,

"Pero wait! Naka first base na ba sa Bei sa'yo. Ang alam ko mabilis pa to kay Flash sa mga ganyang bagay" pahabol na sabi niya. Kaya naman parang nahiya si Jho at namula.

"We're not yet ready for that Mads. And hindi naman katulad ng ibang babae si Jho na agad agad bumibigay" kalmadong sabi ko.

"Oh! I thought, ugh nevermind. But you really changed na talaga. I'm so proud of you baby" sabi ni Maddie sabay wink sa'kin.

Maya maya pa ay dumating na ang inorder nilang dessert. Pansin ko naman na sobrang tahimik lang ni Jho. For sure nailang to sa naging usapan namin kanina. Eto kaseng si Maddie eh, paepal. Kung ano ano ang sinasabi.

Hanggang sa pauwi na kami sa condo namin ni Jho ay tahimik parin siya na nakaupo dito sa passenger seat. Parang ang lalim ng iniisip, nakatingin lang sa labas ng bintana. Minsan tinatanong ko naman siya kung ano ang problema wala naman daw. Kaya naman hindi ko na lang siya kinulit at dun nalang ako sa condo magtatanong kung ano ba talaga ang problema.

"Baby, do we have a problem?" tanong ko ng makapasok kami sa loob ng condo namin. Kung tanda niyo pa, andito na kami ngayon sa building ng Casa de Evangelista Corp.

"Nothing, i'm just tired. I'll just go to our room. Goonight, Beatriz. Happy 1st Anniversary again" sabi niya at bumeso sa'kin. May mali eh, may problema to.

Hinayaan ko nalang siyang pumasok sa room namin at umupo muna ako dito sa sofa. Kung iniisip niya yung sinabi ni Maddie kanina about sa first base firste base na yun well wala naman akong balak na mag initiate on her, I know that we have a lot of time to do that, in another day to come. I'm not rushing naman. Love is not all about sex, kapag handa na si Jho dun lang ako mag i-initiate para sa love making. Hindi naman ako nagmamadali, i'm willing to wait. Hindi ko siya ipre-pressue. Bibigyan lang siya ng pleasure, charot hahaha! Maya maya ay pumasok na rin ako sa room namin at nakita ko namang si Jho na nag susuklay ng kanyang buhok sa harap ng salamin.

"Love, kung may problema tayo sabihin mo lang ha. I'm ready to listen" sabi ko ng makalapit ako at nag back hug sa kanya.

"Matulog ka nalang, alam kong nakakapagod ang araw nato" sabi niya at umalis sa pagkakayap sa'kin at naglakad papuntang bed.

"Hindi ako mapapagod pagdating sa'yo, kaya hindi ako pagod today kase kasama kita" malambing na sabi ko at tumabi sa pagkakaupo niya sa bed, nasa may bandang edge kase siya ng kama umupo.

"I'm tired, Beatriz. Matulog na tayo" sabi niya at akmang hihiga na sana pero pinigilan ko siya.

"Love ayokong natutulog tayo na may problema. Pag usapan natin yang bumabagabag sa isip mo" mahinang sabi ko.

"Wala nga ang kulit eh" naiinis na sabi niya.

"I know you, Jho. Sa loob ng isang taong magkasama tayo kilala na kita. Hindi mo'ko kinikibo kapag may problema tayong dalawa" sabi ko at hinawakan ang dalawang kamay niya.

"Pagod lang ako. Kaya please, i want to rest" sabi niya.

"Pagod ka na ba sa'tin? Ayaw mo na ba?" mahinang tanong ko.

"No, i'm not tired with us. It just like that. Basta please, gusto ko ng magpahinga" sabi niya at inalis ang pagkakahawak ko sa kamay niya, kaya naman niyakap ko nalang siya.

"I don't want to end this day that we have a little argument, love. Kaya naman sabihin mo na please para matapos na to" pagmamakaawa ko at hinigpitan pa ang pagkakayakap ko sa kanya. Ngunit di pa rin siya sumasagot.

"May nasabi ba ako? May nagawa na hindi mo gusto? Kung meron man. Sorry. Sorry hindi ko sinasadya" sabi ko at bumitaw sa pagkakayakap ko sa kanya.

"Kung nagpawasay ako sa'yo this day or di kaya may ginawa ako na nakapag pasira ng mood mo. I'm sorry hindi ko na uulitin" sabi ko.

"You didn't do anything wrong, babe. Don't say sorry. I must be the one to say sorry because I ruin our day, our night" Jho said and she cupped my face.

"You didn't ruin our day, Jho. You're just perfect for today, and to the days will come" sabi ko at hinawakan ang kanyang kamay na nasa aking mukha,

"May bumabagabag lang sa isip ko tungkol kanina" sabi niya sabay alis ng kanyang sa aking mukha.

"Is it about the first base thing? Kung about dun, i'm not rushing naman. I can wait as long as you ready. Kahit gaano pa yun katagal, maghihintay ako" masuyong sabi ko.

"Thank you for understanding me, babe. Thank you. I love you so much" sabi niya saka yumakap sa'kin.

"Are we okay now?" sabi ko sabay halik sa noo niya.

"Okay naman talaga tayo ah" sabi niya. Kaya napangiti ako.

"But, I just want to ask lang sana. About dun sa sinabi ni Maddie kanina" seryosong sabi niya kaya napabitaw ako sa yakap niya at hinarap siya.

"Fuck! Because of her nagalit ka sa'kin" naka pout na sabi ko.

"Bunganga mo ha. Sobra na yan" ma awtoridad na sabi niya.

"Sorry. But about saan yung sinabi niya kanina?" sabi ko, nakita ko namang sumimangot siya, tumayo siya at lumapit dun sa may table kung saan siya nag aayos kanina.

"May nangyari ba sa inyo?" mahinang sabi niya at nakatalikod parin sa'kin. Nakita ko naman ang reflection niya sa mirror parang naiiyak na ewan.

"Oh my god! Is that the reason why you make tampo on me?" gulat na tanong ko at lumapit sa kanya. Nasa gilid niya lang ako nakatayo.

"Sagutin mo nalang kase" walang ganang sabi niya at tumingin sa'kin

"Fuck, no way! Jho, you know that I treat Maddie as my sister, right? So why would I do that to her? Hey, ayan kana naman sa pag o-overthink mo" sabi ko.

"Kase malandi ka" sabi niya kaya naman dali dali ko siyang niyakap.

"Pang ilan na ba ako, Beatriz? Pang ilan naba ako sa mga babae mo?" sabi niya at pinaghahampas ako sa dibdib.

"Hey, love. Love. Listen okay? Listen" sabi ko sabay iwas sa mga hampas niya.

"Ayokong mag isip pero hindi talaga maiiwasan. Bea mahal kita eh, pero nung sinabi mong iba ako sa ibang babae parang nanliit ako sa sarili ko. Bea, nakakagago lang dahil kapag tuwing iniisip ko na hindi pala ako ang unang minahal mo. Hindi pala ako ang unang nakama mo" umiiyak na sabi niya. Nagulat naman ako dahil sa reaksyon niya.

"Hey. Jho listen to me. Ibang iba ka sa ibang babae kase ikaw yung mahal ko. Sa'yo ako natuto ng mga bagay na hindi ko natutunan sa iba, iba ka sa kanila dahil hindi ko iniisip ang future ko na kasama sila. Kase Jho sa'yo ko inisp na ialay ang buong buhay ko, sa'yo ko inisip na kapag naka buo na ako ng pamilya, ikaw ang kasama ko. Jhoana, ang laki ng pinagkaiba nila sa'yo. Ikaw yung tipong babae na sobrang selosa pero grabe magmahal, ikaw yung babae na kahit napaka childish minsan pero napaka maaalahanin naman. Kaya ibang iba ka sa kanila, Jho. Kase ikaw lang ang gusto kong dalhin sa altar at gustong pakasalan" sabi ko habang nakakulong parin siya sa mga bisig ko. Rinig ko naman ang mga hikbi niya

"Kaya wag mong isipin na wala kang laban sa kanila, kase alam mo sa umpisa pa lang ikaw lang ang ipaglalaban ko. Wag mong isipin na hindi mo sila nahigitan. Kase sa totoo lang, lamang na lamang ka sa kanila kase ikaw yung babaeng minahal ko. Ikaw yung babaeng ayaw ko ng pakawalan pa" sabi ko at hinalikan siya sa noo.

"T-totoo b-ba y-yan?" humihikbing tanong niya. Kumalas naman siya mula sa yakap ko

"Love, totoo lahat yun. Kaya wag ka nang mag isip, okay? Kase ikaw lang yung nag iisang prinsesa na dadalhin ko sa aking palasyo at gagawing reyna" malambing na sabi ko habang inaayos ang buhok na nakaharang sa mukha niya.

"I'm so sorry for doubting your love for me. Ayoko lang talagang mawala ka" sabi niya habang umiiyak parin, kaya naman pinunasan ko nalang ito gamit ang thumb ko.

"Sssssh. We must end our night memorable. First anniversary natin pero umiiyak ka" natatawang sabi ko.

"Sorry for ruining it. Ang drama ko kase" naka pout na sabi niya kaya naman nag peck nalang ako dun lips niya.

"Chansing kana eh" parang batang sabi niya.

"Sayo lang naman po" nakangiting sabi ko at nakatitig lang sa kanya.

Nakatitig lang ako sa bilogan niyang mata. Yung matang palaging nagpa-pakita na sa mundo niya ay sobrang saya. Nung dumating si Jho sa buhay ko parang lumiwanag ang mundong minsan binalot ng kadiliman. Siya ang nag silbing ilaw sa mga daan na hindi ko nakikita dahil sa kadiliman na bumabalot dito. Kaya naman hindi ko namalayan na sa sobrang tagal na naming nakatayo dito, ay ganun na rin ako katagal na nakatingin sa ma amo niyang mukha.

"Why are you staring? Matutunaw na ako niyan" pagbibirong sabi niya. Kaya naman hinawakan ko siya sa mukha at hinaplos ito ng may pagiingat.

"Love, always remember na ikaw lang ang magiging una't huling pag-ibig ng buhay ko. I love you"

____

Goodnight, sunshines! Mahal ko kayo

:>

Chapter 12.

B^{EA}

It's been 2 weeks after our anniversary we became open and strong to each other. We always understand and ended into each other arms. 2 weeks na rin akong hindi nakaka uwi sa bahay kaya naman napagpasiyahan ko na umuwi muna dun para dalawin si Mom kase I heard kuya was in San Francisco to meet some investors na mag iinvest sa company namin,

"Love, i'm going to visit mom today, are you free?" sabi ko habang nag-susuot ng polo. Actually okay lang naman sa'min na magbihis sa harapan ng isa't isa.

"Sorry, love. I can't eh. Busy sa office. Bawi nalang ako kay Mama" sabi niya at nagsuot ng black pencil cut skirt,

"Okay. After I drop you on your office, I'll go to house na po. I will fetch you nalang later" sabi ko, sinuot niya naman ang black cardigan niya.

"Okay, love. Basta take care ha, knowing you baka titikman mo na naman yung mga alak na dala ni Kuya" sabi niya, kinuha ko naman ang bag niya at dinala.

"Wala naman si Kuya dun, hindi ako iinom pag wala siya. Promise po" sabi ko kaya tumango nalang siya at hinawakan ang free hand ko.

After kong mahatid si Jho sa office ay dumiritso na ako sa bahay. Ito yung gawain ko everyday eh, since I'm not working pa naman. Sa tuwing hinahatid ko si Jho nag uusap kami tungkol sa mangyayari sa'min in the next 5 years, iniisip niya kung magkaka pamilya na ba daw kami. Ilang anak ba daw ang gusto ko at kung babae or lalaki ba daw ang gusto kong maging panganay. Napapangiti nalang ako kase iniisip niya talaga yung future niya na kasama ako. Ganun rin naman ako, kase wala akong gustong makasamang iba, siya lang talaga.

"Bat ka pa bumalik?! Ano, hindi ka na ba kayang buhayin ng kabit mo?" sigaw ni kuya mula sa loob ng bahay. Narinig ko kase ito pagka park ko ng car papasok sa gate.

"Putangina! Kaya ka ba bumalik dahil lugi na yung nga negosyo mo? Wala ka talagang kwenta!" sabi ni Kuya, kaya dali dali akong pumasok sa loob ng bahay. Nakita ko naman ang isang familiar na tao sa'kin. Sa amin.

"Loel, calm down please. Respect him, he's still your dad" pagpapakalma ni Mom kay Kuya. Bumalik na si dad.

"Kahit kailan hindi siya nagpaka tatay. Mas pinili niya pang iwan tayo, kaya hindi ko siya tatawaging tatay" galit na sabi ni Kuya kaya naman nilapitan ko siya at hinawakan sa braso,

"Kahit na, Kuya. He's still our dad" sabi ko.

"Pati ikaw ba naman, Beatriz. Kung sana tanda mo lang kung anong pinag gagawa ng lalaking yan siguro kakamuhian mo rin siya" galit na galit na sabi ni Kuya.

"I'm so sorry. Hindi ko yun sinasadya. Hindi ko intensyon na iwan kayo" sabi ni Dad.

"Hindi mo intensyon pero ginawa mo pa rin" walang ganang sabi ni Kuya. Kaya naman inakay ko muna siya papunta sa balcony namin at pakalmahin. Nakita ko naman pina upo ni Mom si Dad sa sofa at inabutan ng tubig.

Sa totoo lang galit na galit ako kay Dad. Simula nung nawala siya nagbago ang buhay namin ni Kuya. We always feel like we're homeless. Yung parang wala kaming matatawang na tahanan kase walang nagsilbing haligi dito. Gusto ko siyang sumbatan, gusto ko siyang sigawan dahil sa pag iwan niya sa'min. Pero I still respect him, kase kung dahil sa kanya wala kami ngayon dito. Hindi kami mabubuhay sa mundong ito.

"Are you okay na ba?" sabi ko kay Kuya. Nakatingin lang naman siya sa malayo dito sa balcony.

"Kaka uwi ko lang pero ito agad ang bumungad sa'kin" sabi niya.

"Sorry. Sorry kase ito agad ang nadatnan mo" sabi ko.

"Alam mo, di ko alam kung bakit di ka galit sa kanya. I can still remember the time that he bring his child here in house. And kitang kita ko kung paano ka niya pinalo nun kase tinulak mo yung anak niya sa labas" nang gigil na sabi niya.

"Sanay na ako dun. Kase mula nung dumating yung batang yun, kinalimutan niya na tayo. Pero yung makita kang sinasaktan ka niya parang hindi naman ata maka tarungan yun. Wala siyang kwentang ama, Isabel" galit na sabi niya,

"May kulang ba sa'tin, Beatriz? Kase kung meron man handa kong punan lahat ng yun para lang mabuo tayo ulit, pero huli na eh kase nung araw na iniwan niya tayo parang kinalimutan ko na rin gumawa ng paraan para mabuo tong pamilyang to" pahabol niya ulit pero ngayon may luha ng pumatak sa mga mata niya.

"We're totally enough, Kuya. Mom raised us without him. Kaya di na natin siya kailangan, pero hindi ibig sabihin nun kakalimutan na natin siya, ama parin natin siya. And now bumalik na siya we must ready to accept him again. Kase anak niya tayo, pamilya niya tayo" sabi ko sabay rubbed ng back niya.

"How can I accept him, eh dati pa lang tinaboy niya na tayo., kinalimutan niya na tayo" humahagolgol na sabi niya. This is the first time I saw kuya breaking down.

"He deserved a second chance, Kuya. Our family deserved a second chance" sabi ko.

"Kung gusto mong mabuo tayo, kayo nalang. Pero hindi ko ulit siya tatang-gapin at hindi ko siya kikilalaning bilang ama" sabi niya, pinunasan niya naman agad ang luha niya.

"I'll wait until you accept him again, Kuya. But please be good to him. Give him a little respect" sabi ko, sumandal naman siya sa railings.

"How's you and Jho?" biglang tanong niya. I know iniiba lang nito ang usapan.

"We're fine. We celebrate our 1st anniversary last last week" nakangiting sabi ko,

"I'm sorry for keeping Jho busy. I'm gonna make bawi nalang sa inyo" nahihiyang sabi niya.

"Don't say sorry, Kuya. She just doing her job for our company" sabi niya.

"Proud ako sa'yo kase you always understand Jho. Keep inlove to each other, okay? Wag niyong hayaan ang isa't isa na bibigay na lang agad agad. Wag niyong hayaan na masira kayong dalawa" sabi niya sabay tap sa balikat ko.

"Hindi ko hahayaan na mapunta kami sa ganyan. I will keep this relationship forever" sabi ko.

"Wag puro salita, dapat may gawa din. Basta wag niyo ng pakawalan ang isa't isa"sabi niya.

After our little talk ni Kuya we decided to go downstairs and join Mom and Dad in the living room. Actually I saw Mom wearing this smile again, nakita ko ulit yung saya sa mga mata niya na di ko nakita mula nung umalis si Dad at iniwan kami. Sana this time mabubuo na kami ulit, sana this time kami na ang pipiliin ni Dad.

"Hey come on join us" sigaw ni Mom ng makita kami sa paanan ng hagdan. Umupo naman kami agad agad at kaharap namin ngayong tatlo si Dad

"I just want to have this opportunity to explain to you. I'm so sorry for ruinig our family, naipit lang talaga ako kase nabuntis ko yung secretary ko. Pinagsisihan ko lahat, lalong lalo na yung pag iwan ko sa inyo" sabi ni Dad.

"Hindi madali ang nangyari sa'kin kase I received a threat na kapag di ko panagutan yung batang nasa sinapupunan ng secretary ko ay may mangyayaring masama sa inyo. Kaya I choose them than you kase gusto ko kayong protektahan" sabi ni Dad, nakipag titigan lang naman ako sa kanya. Ngunit sa kanyang mga mata bakit ang nakikita ko ay pagdududa.

"Kung hindi mo sana pinatulan ang secretary mo edi sana wala kang problema" sabi ni Kuya.

"I'm so sorry, hindi ako mag sasawang mag sorry sa inyo. Gusto kong bumawi" naiiyak na sabi ni Dad. Nilapitan naman siya ni Mom at hinagod ang kanyang likod.

"Bumawi? Bakit ngayon ka pa babawi? Ang sabihin mo iniwan kana ng kabit mo kase wala ka nang maibigay sa kanila, tama diba?" sabi ni Kuya.

"Loel, please down your voice. Don't shout at your dad" pagsisita ni Mom kay Kuya.

"I just want to be a Dad again to you. Gusto ko kayong alagaan ulit" sabi naman ni Dad.

"Tatay? Ngayon ka pa talaga tatayong tatay eh kaya na naman namin tumayo sa sarili naming paa. Kaya di ka na namin kailangan" sigaw ulit ni Kuya. Napayuko naman si Dad.

"Anong kailangan mo sa'min?" biglang sabi ni Kuya, matapos ang limang minutong katahimikan.

"W-wala a-kong kailangan" nauutal na sabi ni Dad.

"Hindi ka naman babalik kung wala kang kailangan, diba? Kase diyan ka naman magaling. Lilitaw ka lang kapag wala ka ng pera" sabi ni Kuya.

"Gusto ko lang talagang bumawi. Yun lang yun" sabi ni Dad. Niyakap naman siya agad ni Mom.

"Thank you, Elmer. Thank you for coming back" sabi ni Mom.

"Wag kang magpasalamat diyan, Mom. Nalaman ko na ang company na pinapatakbo mo sa Singapore ang nalugi. Kaya ka ba nandito para mag-patulong? Pwes, wala kang makukuhang tulong" sabi ni Kuya na kinagulat naman ni Dad.

"If you're thinking that we are willing to help your company rise again, well you're wrong. Kase hindi ka na namin responsibilidad, matagal ka ng walang puwang sa pamilyang to" galit na sabi ni Kuya, tumayo naman siya agad.

"Don't talk to your dad in that way, Loel. May pinag aralan ka naman. Pero bakit ka ganyan makapagsalita?" sabi ni Mom

"Kase hindi naman talaga rerespetuhin ang ganyang tao. Wala namang kwenta yan" sabi ni Kuya. Sinampal naman siya agad ni Mom.

"How dare you? Umalis ka nalang kung ganyan ka rin naman" sabi ni Mom, agad ko namang nilapitan si Kuya.

"Aalis naman talaga ako kase hindi ko kayang makipag sabayan sa isang bubong kasama ang taong walang ibang ginawa kundi ang mang iwan at manloko" sabi ni Kuya at umalis agad.

Pagkatapos nung usapang yun, dito nalang ako nag stay sa bahay. Mamaya ko pa naman susunduin si Jho kaya okay lang. Nandito ako ngayon sa may gilid ng pool nakaupo, iniisip ko na kung saan okay na yung lahat pero heto na naman kami unti unti na namang nasisira.

"Anak" sabi ni Dad at tumabi ng upo sa'kin.

"Po? May kailangan po kayo?" sabi ko.

"Wala naman anak, wala. I'm just happy kase makakasama na kita ulit" sabi niya lumapit naman ako niyakap siya. I'm longing for this hug, i'm always wanted to hug by my father, and ngayon nangyari na nga.

"I miss you, Dad" naiiyak na sabi ko.

"I miss you, too. I love you my princess" sabi niya at hinalikan ako sa noo. Nanatili lang ako sa kanyang bisig at ramdam ko ang kaligtasan dito, ramdam ko ang pagmamahal na matagal ko ng hinahanap.

"I'm sorry for leaving you" sabi niya ng kumalas na ako sa yakap niya, pinunasan niya naman ang mga luhang pumatak sa mata ko.

"I forgive you, Dad. Stop saying sorry na" nakangiting sabi ko.

"Thank you" sabi niya.

"Kamusta ka?" sabay naming sabi. Natawa naman kaming dalawa. Si dad na talaga to.

"I'm fine" sabi ko.

"How's your heart, baby?" sabi ni Dad.

"Happy and inlove" nakangiting sabi ko.

"Who's the lucky girl?" sabi niya kaya naman napakunot ang noo ko.

"You know? How?" gulat na tanong ko.

"Your mom tell me that you have a girlfriend. And i'm happy for that" sabi niya.

"Oh! Thank you, dad" sabi ko.

"I'm so proud of you. You're so brave" sabi niya.

"Mana lang sayo, dad. Walang de leon na duwag" sabi ko. Ngumiti naman siya ng malungkot.

"Duwag ako, anak. Kase sumuko ako agad, hindi ako lumaban" sabi niya.

"Don't say that" sabi ko.

"Sana katulad kita, handang lumaban. Handang masaktan" sabi niya ngunit umiling ako.

"Hindi lang naman kase ako ang lumalaban, dad. Sabay naman kami ni Jho" sabi ko.

"Jho? Yung adopted ng Mom mo?" tanong niya.

"Yeah, yung kinilalang kapatid ko" natatawang sabi niya.

"What's her name again?" tanong ulit ni dad.

"Jhoana. Jhoana Maraguinot" nakangiting sabi ko. Napaiwas naman siya ng tingin. Natahimik naman kami at pilit dinadama ang sariwang hangin.

"Uhm. Dad, Kuya said a while ago na nalulugi na daw ang company mo. I want to win it back. I will be the one to take in charge of it"

"Are you insane, Beatriz? Bat mo sinabi yun? Hindi ka ba nagiisip? Ginagamit niya lang tayo para mapabango muli ang pangalan niya" galit na sigaw ni Kuya ng makapasok siya dito sa condo namin ni Jho. It's been 1 week after ng pag uusap namin ni Dad.

"I just want to help him" mahinang sabi ko. Katabi ko lang si Jho ngayon dito sa sofa habang pinapagalitan ako ni Kuya.

"Tangina! Tulong? Gusto mo siyang tulungan? Nagpa uto kana naman dun sa walang kwenta na yun" naiiling na sabi niya.

"He's still our father, that's why I want to help" sabi ko hinawakan naman ni Jho ang kamay ko.

"Kinilala mo nga siyang ama pero ikaw ba kinilala ka ba niyang anak? Kase, Beatriz gusto niya lang makakuha ng tulong sa'tin kase wala ng ibang tutulong sa kanya" sabi ni Kuya.

"Hindi kita hahayaang ma uto niya. Ikaw yung kawawa, Bea. Hindi siya. Ikaw yung nagpakahirap tapos siya yung makikinabang" pahabol na sabi niya.

"I'm sorry for disturbing you. But I warn you, Isabel. Wag mong pagsisihan na tinulungan mo siya. Gotta go. Goodnight" sabi niya at hinalikan ako sa noo. Lumabas naman siya agad.

"Hey, love. Are you okay?" nag aalalang tanong ni Jho pagka alis ni Kuya.

"Yeah. I'm fine" sabi ko.

"Sabihin mo lang kung pagod ka na sa mundong to. Itatakas kita kapag hindi mo na kaya" sabi niya, napangiti naman ako.

"Kailanma'y hindi ako mapapagod, Jhoana. Kase sa mundong to ikaw ang pahinga ko. Mahal kita" sabi ko at niyakap nalang siya.

"Wag kang mapapagod, okay? Learn to rest not to quit" sabi niya.

"I will never get tired of us, Jho. Walang mapapagod. Walang susuko" sabi ko at pinikit nalang ang aking mga mata.

"Hindi naman yung atin ang tinutukoy ko ah. Ang ibig sabihin ko wag kang susuko intindihin ang mga nangyayari sa'yo ngayon" natatawang sabi niya.

"Basta ganun na rin yun. Hindi ako mapapagod sa lahat. Basta kasama kita, walang pagod pagod" sabi ko.

"Let's rest na po. Matulog na po tayo" sabi niya at inakay ako papuntang room namin.

"Matutulog na nga sana tayo, kaso si Kuya paepal. Susugod pa ng ganitong oras" naiiling na sabi ko at pumasok agad sa kwarto naming dalawa.

"Love, thank you dahil sa pagpayag na tulungan ko si Dad" sabi ko ng makahiga kami sa bed.

"Siyempre naman po. Tatay mo yon eh" sabi niya.

"Na magiging tatay mo rin soon" pagbibiro ko. Napangiti naman siya.

"I can't wait for that soon, love. I want to build a new world with you. With our kids" sabi ko at niyakap siya

"Kids talaga? Okay ikaw magbuntis" sabi niya, yumakap naman siya.

"Eh diba ikaw na nga nagsabi na 3 yung magiging anak natin" naka pout na sabi ko.

"3 nga. 2 yung magiging anak natin, tapos plus ikaw so tatlo lahat kase baby din kita eh" sabi niya kaya naman hindi ko maiwasang di kiligin.

"Okay baby mo nga ako" sabi ko at siniksik ang aking ulo sa kanyang leeg.

"I'll miss you" biglang sabi niya.

Nasabi ko na kase sa kanya na I need to go in Singapore to manage and watch over the company. Kailangan kong bantayan ang mga naglalabas masok dun sa company na yun. I have to investigate.

"5 months lang naman yun, love. May face time naman" sabi ko. Iiyak na to for sure.

"Pero iba pa rin kapag andito ka. Yung kayakap kita" sabi niya na parang iiyak na.

"Love, bibilisan ko nalang yung pagbawi sa company ni Dad para makabalik ako agad. Don't worry babalik ako" malambing na sabi ko.

"Sabi mo yan ah. Babalikan mo'ko" parang bata na sabi niya,

"Yes, love. I'm always coming back home to you"

———————————————————————————

hey, malapit na tayo sa nakaka ubos na luha. Charot.

Sorry for the typos/grammars.

:>

"

Chapter 13.

B EA

Nakatingin ako ngayon kay Jho na naghahanda ng aming pagkain dahil may mini vacation kaming dalawa, ilang araw nalang ang nalalabi na para makasama ko siya. Makakaya ko kaya na wala siya? Yan ang tanong na palaging sumasagi sa aking isipan. Nasanay na ako sa presensiya ni Jho and honestly parang ayaw ko ng tumuloy sa flight after netong mini vacay naming dalawa.

"Love, kanina pa kita tinatawag ano na? Let's enjoy the beach" sabi ni Jho na ngayon ay naka suot ng white two piece

"But let's eat muna love. Sayang naman tong hinanda mo" sabi ko at hinapit siya sa bewang para mahalikan sa noo,

"Love kanina ka pa humahalik sa forehead ko. Wag ka naman masyadong mag pa miss" pagbibiro niya sabay pinch ng cheeks ko.

"Yun nga yung goal ko, yung magpapa miss sa'yo para maka sunod ka dun" sabi ko at kumuha na ng shrimp para kay Jho

"Madali lang yung 5 months love, tiis tiis muna tayo" sabi niya sabay peck sa lips ko.

Tinabihan ko naman siya agad matapos ko siyang paglagyan sa kanyang plates, andito kami ngayon sa cottage namin. Malapit na rin lumubog ang araw at gusto ko itong matunghayan. May dalawang araw pa kaming masusulit dito ni Jho kaya sa mga araw na yun gusto ko maging memorable para kahit man lang bago ako umalis ay may alala akong maiiwan. Pagkatapos naming kumain ay napagpasiyahan na naming maligo. Andito kase kami ngayon sa surigao, goal kase namin ito ni Jho na pupunta kami sa Mindanao at Surigao talaga ang unang pupuntahan namin. Gusto kase niyang makita ang Enchanted River kaya ito na yung pagkakataon na dalhin ko siya dito, pero bukas pa kami makakapunta kase andito kami ngayon sa Mabua Pebble Beach. Kaya mamayang 7pm ay aalis na kami dito para makarating kami sa Hinatuan Enchanted River.

(a little trivia)Mabua Pebble Beach's unique composition was most likely formed by very strong forward swashing waves that forced the pebble material to be driven onshore, and weaker return swashing waves that caused the material to be deposited.

The countless number of smooth pebbles that make up Mabua Pebble Beach, each varying in different sizes and shapes (although the majority tend to be oval) also serve another, albeit different, purpose. Walking barefoot on the smooth stones, according to reflexologists, has a strong impact on the body, as the feet have reflex points that are connected to ougr internal organs, making this beach both stunning and therapeutic.

"Love sobrang ganda ng mga bato dito" sabi ni Jho ng maka ahon kami sa dagat. Sobrang peaceful ng tubig konti lang ang tao kaya sulit talaga ang pagpunta namin dito ni Jho.

"Yes, and baby malapit ng mag sunset. Let's watch it, can we?" sabi ko. Ngumiti naman siya at tumayo sa harap ko, kaya naman agad ko siyang niyakap patalikod.

"Thank you for bringing me here love, this is the best place for us" sabi ni Jho habang hawak ang aking mga kamay na nasa kaniyang tiyan.

"I know. Pero yung nakapag pa the best is yung kasama kita dito. But after this we will bid our goodbyes na" malungkot na sabi ko.

"Hey, wag ka ng malungkot" masiglang sabi niya at tumingin sa aking mukha na nakapatong sa kanyang balikat.

"Sama kana lang kase, love. Mas magiging masaya tayo dun" pangungulit ko sa kanya.

"Hindi nga po ako kase pwedeng sumama. Kase po matatambak po ang trabaho ko dito pagbalik ko" sabi niya.

"You can work naman there. We can work together naman" naka pout na sabi ko.

"Love, kahit gustuhin ko man na dun nalang magtrabaho pero Kuya give his full trust to me, ako ang iniwanan sa company niya and ayoko naman na kapag bumalik ako dito may problema na sa company niya" sabi niya.

"Haaaays ano pa ba pwede kong gawin para mapasama kita" nagtatampong sabi ko.

"Wala na po. And I just want you to know na kahit wala ka naman dito ikaw at ikaw parin naman ang mahal ko" sabi niya saka humarap sa'kin. Kaya naman hinapit ko siya sa bewang para makalapit sa'kin, kinawit niya naman ang kanyang mga kamay sa aking batok.

"Trust the process, love. Pagbalik mo dito ikaw pa rin ang mahal ko" malambing na sabi niya.

"I always trust you, Jho. And promise pag balik ko dito ikaw pa rin ang gusto kong pakasalan" sabi ko sabay halik sa kanyang noo.

"I love you more than anything, Beatriz. I'll always wait for you" sabi niya. Hindi na ako sumagot at hinalikan ko na lang siya sa kanyang labi, halik na puno ng pagmamahal at tiwala.

"Hey, let's watch the sunset na" natatawang sabi niya ng matapos ang aming halikan. Kaya bumalik na ako sa kanyang likod at niyakap siya mula roon.

"Jho, I live for sunsets with you." malambing na sabi ko.

"You know what, I'll miss this, I'll miss you" malungkot na sabi niya.

"Don't say that please, baka yan pa yung reason kaya hindi ako tumuloy" pagbibirong sabi ko.

"I just wanna be near you, Beatriz" naiiyak na sabi niya.

"Ako rin, love. Ako rin" sabi ko at isiniksik nalang ang ulo ko sa leeg niya.

"Promise me na kapag andun ka na palagi kang tatawag okay?" sabi niya, tumango nalang ako. Ayokong sumagot kase baka iiyak pa ako

"Promise me also na kapag nakakita ka ng babaeng maganda wag kang titingin, wag kang lilingon" sabi niya kaya natawa naman ako.

"Trust me, love. And ikaw at ikaw lang. Sayo lang ako, kaya sana akin ka rin" sabi ko.

"Sayo lang ako, love. Sayong sayo lang" sabi ko kaya lumipat ako sa kanyang harapan at hinawakan siya sa mukha.

"Baby, always remember that no matter what happen, I'm always coming back to my home at ikaw yun. Kaya pagbalik ko, wala paring iba kase ikaw lang talaga. I love you, Jho" sabi ko.

"Be my beginning and my ending, Beatriz" sabi niya. At kasabay ng paglubog ng araw ay sabay din ng pagdikit muli ng aming nga labi.

Sunsets are proof that endings can be beautiful too.

"Tapos anong nangyari dun sa last vacation na together kayo?" sabi ni Ej na ngayon ay nag aabot ng kakatapos ko lang na na-mix na mga alak.

"Edi may nangyaring masarap" sabi ko kaya hinampas niya naman ako.

"Hey careful naman, nag mi-mix ako ng alak oh" naiinis na sabi ko.

"Bunganga mo kase, ang bastos" sabi niya at nag abot na naman ng panibagong alak sa lalaking nakaupo dito sa harap namin.

Nagta trabaho kase kami ni Ej dito sa isang sikat na Bar dito sa Italy, ako yung taga mix at siya naman yung taga salin at nag aabot sa mga costumer na gustong matikman ang ginawa ko. Ito na yung bumubuhay sa'min ni Ej. Minsan naman waiter siya kapag absent ang isang waiter dito sa bar, kaya kung minsan ako lang mag isa dito kaya medyo nahihirapan din ako kase gabi gabi maraming tao.

"Nagtatanong ka diba kung anong nangyari? Tapos nung sinagot ko naman nanghahampas ka" sabi ko at shinake na ang hawak kong mixer.

Admiral's Flush, Black and Tan, Bul, Coronarita, Clam Pint, Depth Charge, Flaming Doctor Pepper, Irish Car Bomb. Those are the beer cocktails that I usually mixing, yan kase ang request ng karamihan kaya nasanay na rin akong mag mix ng ganyan.

"Bastos ka eh. Kwento ka na nga ulit para malibang naman tayo habang kaharap natin tong mga lasinggero at lasinggera" sabi niya, ganito kase talaga kami ni Ej nililibang ang aming sarili kapag lasing na ang kaharap namin, night shift kase ang schedule namin kaya pampawala antok din kapag interesado ang aming pinag uusapan.

"Isabel, mag ingat ka dun ha. Call us if may problema ka dun. Wag mong pababayaan self mo, okay?" sabi ni Mom.

"Mom, kanina mo pa yan sinasabi. Di ko na talaga yan makakalimutan kase parang nakatatak na talaga yan sa'kin" natatawang sabi ko habang hawak ko ang kamay ni Jho.

"I'm just worried kase ngayon ka lang mawawalay sa'min" sabi ni Mom. Actually kanina pa ako palinga linga dito sa airport na baka may lumitaw na Kuya Loel.

"I can handle myself, Mom. I'm ready to face the consequences" mayabang na sabi ko kaya natawa naman silang lahat.

"Naku! Ang yabang naman talaga ng Bea de leon eh no!" sabi ni Maddie at binangga ang right shoulder ko.

"Siyempre mayabang ka rin eh, nahawaan mo'ko" sabi ko kaya inirapan niya naman ako.

"Hey i'm gonna miss my partner in crime. Umayos ka dun ah, wala ka pa namang kilala dun" sabi niya.

"Umayos ka rin dito, wala na ako para paalahanan ka na wag maging tanga" natatawang sabi ko, kaya hinampas niya naman ako.

"Hindi ako tanga. Bwesit ka!" sabi niya.

"Pero seryoso, mag ingat ka dun, Bei. I'm just one call away. Pag di ako busy tawag ka lang pupuntahan kita dun, okay?" sabi niya at niyakap ako.

"Thank you, Mads. I'm going to miss you too. Take care always, baby" sabi ko sabay gulo ng buhok niya.

"Nang gugulo pa ng buhok eh" sabi niya kaya natawa naman ako. Pikon po talaga siya.

"Anak" sabi ni Dad, lumapit naman ako sa kanya.

"Dad" sabi ko.

"Thank you! Mag iingat ka dun ha. Ako na bahala sa Mommy mo at kay Jhoana" sabi niya. Hinalikan niya naman ako sa noo.

"Thanks dad, take care too. I love you" sabi ko at kumalas na mula sa yakap niya.

"Love" tawag ko kay Jho. Ngumiti naman siya at agad akong niyakap.

"I'll miss you, Bei. I love you. I love you. I love you" paulit ulit na sabi niya at paulit ulit din binabangga ang kanyang ulo sa aking dibdib

"I love you so much, baby" bulong ko. Binaon ko naman ang aking ulo sa kanyang leeg.

"Mag ingat ka dun. Kumain ka always ng healthy foods, okay? Wag puro fast food. I warn you ha, pag nangayayat ka dun hindi talaga kita papansin-in" sabi niya kaya natawa naman ako.

"Tapos matulog ka ng maaga. Wag puro ML. Kapag pagod ka na dapat marunong ka rin magpahinga" sabi niya tumango naman ako.

"Yes love, tatandaan ko lahat yan" sabi ko at kumalas na mula aming yakap.

"I love you" naiiyak na sabi niya.

"Mas love po kita" sab ko at hinalikan siya sa noo.

"Isabel" tawag ng isang boses na kanina ko pa hinahanap.

"Kuyaaaaaa!" masiglang sabi ko at niyakap agad siya.

"Take care ha. Wag kang magpapagod. Ang tigas kase ng ulo mo eh. Pag talaga may mangyaring masama sayo dun, I'm gonna punch the face of that guy" kaya naman hinampas ko siya ng pabiro.

"Kuya! I will be fine. I'm not a kid na. Kaya ko na" sabi ko, umalis naman siya sa pagkakayakap niya sa'kin.

"Fuck, i will be going to miss you. Wala ng bully" sabi niya kaya naman natawa ako.

"All passengers travelling to Singapore on flight DR3421 please have your boarding passes and passports ready for boarding. Flight DR3421 now boarding at gate 14"

"Paano ba yan? Wala ng cute na Beatriz ang makikita niyo" pagbibirong sabi ko kase nakikita ko ng umiiyak si Mom at Maddie.

"Wala ng higanteng bully" sabi ni Maddie at yumakap ulit sa'kin.

"Bye, Madzilla" sabi ko at niyakap rin siya.

"Bye Mom and Dad" paalam ko sa kanila at yumakap na rin.

"Bye, big brother. Take care" sabi ko sabay fist bump sa kanya.

Napatingin naman ako kay Jhoana. Mami miss ko itong mga mata na nagpa ibig at nagpa hulog sa'kin. Mga matang punong puno ng emosyon.

"Love, alis na ako" sabi ko. Tumulo naman ang luha niya. Kaya niyakap ko siya ulit.

"I'm always here. I'll wait. I love you more than anything, baby" sabi niya habang umiiyak sa dibdib ko. Kaya naman hinalikan ko na lang siya sa noo at niyakap ng mahigpit.

"I swear i'll go back. Pangako ko sa'yo na ikaw lang at ako. Jhoana, bilanggo ako ng pag ibig mo. Mahal kita"

Ahhhhhh ewan! Hindi ko feel magsulat

:>

Chapter 14.

B EA

Pagkarating ko dito sa Singapore naging maayos naman ang stay ko, actually nabisita ko na rin ang company ni Dad. Okay naman ito so far, na meet ko na rin ang nga nagta trabaho dun. 1 week na rin kase naman ako dito and medyo busy agad pagdating ko dito. May mga pinoy din na nag nagwo work dun, nakilala ko sila kase approachable at mababait naman sila.

"Love, ayos ka lang ba diyan?" sabi ni Jho na kaharap ko ngayon sa phone.

"Yeah, i'm fine. I miss you" sabi ko. Mabuti nalang at no time difference and Singapore and Philippines kaya di kami nahihirapan mag usap.

"Did you eat your breakfast na ba? Baka nagpapagutom ka ha" sabi niya at sa tingin ko pupunta na rin to sa office. 7 am na kase.

"Yes po. I prepare omelet and fried rice" nakangiting sabi ko. Nakabihis na kase ako and hinihintay ko nalang na sunduin ako dito ng kakilala ko. Remember Celine from FEU? Nandito kase siya, actually FA siya but she prefer to stay here kase andito daw ang mama niya.

"Good. So I'll call you later, okay? Sabay tayong kakain ng lunch" sabi niya. We always doing that, yung kaharap namin ang isa't isa sa phone kapag kumakain. Parang kasama narin naming ang isa't isa.

"Okay love, take care. I love you" sabi ko at nag flying kiss pa.

"I love you too, babyloves" sabi niya at akmang may sinalo. Natawa naman ako.

Matagal tagal ding dumating si Celine kaya I review some papers about the company. Napag alaman ko na 2 years ago nag invest si Dad ng kalahating property sa company ng Ravena Eagle Company. Malaki laki rin ito and ang nakakapagtaka lang bakit malulugi pa ang company ni dad eh sa loob ng dalawang taon maganda naman ang kita ng company. Hindi kaya may kababalaghang nangyayari sa loob ng kompanya?

"BEEEEEEP" rinig ko ng may bumusina sa labas, kaya dali dali akong tumayo marahil ay si Celine na ito.

"Hey! Goodmorning, Bei" sabi niya na naka dungaw sa window ng car niya, agad naman akong pumasok dahil sigurado male late na ako.

"Goodmorning, Celine" sabi ko at kinabit ang seatbelt

"Nagmamadali ka ba?" tanong niya at agad pina andar ang kotse niya.

"I'm not rushing naman. Di ba kita na abala? Baka may gagawin ka" sabi ko.

"Nothing, Bei. I'm willing to help naman. Bored sa bahay and gusto lang kitang makasama" sabi niya kaya naman parang naging un easy ako.

"Hey, don't even think na gusto kitang makasama dahil gusto kita sa kama ha. I know that you have a girlfriend, i saw it on your IG account" natatawang sabi niya kaya nakahinga naman ako ng malalim.

"Hindi naman yan yung iniisip ko eh" sabi ko.

"Eh, ano pala? Gusto ko lang naman mag explain. Gusto ko lang linawin" natatawang sabi niya, kaya napatawa na rin ako.

"I'm thinking the company. I'm just worried kung paano ito nalugi" sabi ko.

"Oh, i'm sorry for that. If about business lang sana ang course ko for sure matutulungan talaga kita" sabi niya.

"This a big help, Celine. Hayaan mo kapag nabawi ko na ang company, babawi din ako sa'yo" sabi ko.

"Aasahan ko yan ha" sabi niya. Maya maya ay tumigil na rin siya sa harapan ng isang malaking gusali. Tanaw ko na ang mga taong naglalabas masok sa gusaling ito, paano to nalugi eh marami pa namang nagtatrabaho dito. Weird.

"Celine thank you for the safe ride. Gonna make bawi to you soon. Take care" sabi ko at nagbeso sa kanya.

"No need to mention, Bei. Gusto ko lang bumawi sa pagpapasakay mo sa'kin sa car mo" sabi niya kaya naman napakunot ang noo ko.

"After nung nagpapawis tayo. Hinatid mo ako nun after sa school" natatawang sabi niya sabay pabirong hinampas ang braso ko. FUCK! OO NGA PALA. MAY NANGYARI PALA SA'MIN SA CAR KO.

"Oy! Natulala ka na, baba kana po" sabi niya kaya napabalik naman ako sa aking pagiisip.

"About that, sorry" sabi ko.

"Ginusto ko yun, bei. That was amazing and thanks for so much pleasure" sabi niya. Tumango nalang ako at nakatingin pa rin sa kanya.

"Di ka pa ba baba? Gusto mo ba ng part two?" pabirong sabi niya kaya napakamot naman ako sa ulo ko. Baba na kase!

"Y-yeah. N-no i mean, i need to go. See you, Celine. Thank you again" nagmamadaling sabi ko at bumaba naman ako agad, nag wave nalang ako at umalis na ang car niya.

Kaya naman dali dali akong pumasok sa company ni Dad, nakikita ko na focus lahat ang mga tao dito sa loob, kitang kita ko ang maraming mga papel na nakatambak sa mga kanya kanyang cubicle dito sa loob kaya naman sa dami nila paano pa sila nabibigyan ng sweldo ni dad? Eh palugi na nga to.

"Excuse me, Ma'am" sabi ng isang singkit na babae na lumapit sa'kin.

"Pinoy?" agad na tanong ko kase may tattoo siya sa kanyang left wrist na watawat ng pilipinas.

"Yes po" nakangiting sabi niya.

"Pinoy rin ako" sabi ko naman, kaya mukhang nagulat pa siya.

"Mag aaply po kayo?" tanong niya.

"My dad own this company" simpleng sagot ko.

"May isa pa palang anak si Mr. R----" hindi na niya natuloy ang sasabihin niya kase may tumawag sa kanya.

"Aba! Jia, bumalik ka na sa cubicle mo, alam mo bang may dadating na bisita ngayon? Kaya bumalik ka na. Uso ang trabaho, kaya alis na. Later na ang chika" sabi ng isang maputing babae. Actually mas matangkad ako dito pero feel ko mas matanda to sa'kin.

"Sige po Ate Den. Uhm. Excuse lang po ha" sabi niya kaya tumango naman ako sa kanya.

"What do you need, Miss?" tanong nung babae ng maka alis si Nida, Ida, Ija ba yun? Ay ewan, basta.

"Uhm, wala naman po" nagtagalog na lang ako kase nagtagalog din siya kanina eh.

"Pinoy ka?" gulat na tanong niya. Tumango naman ako.

"You must be the daughter of our boss" pahabol sabi niya.

"Yeah. Ako po yun" nakagiting sabi ko.

"Hindi ko alam na may anak pa pala si sir" naguguluhang sabi niya.

"Hindi po kase kami palaging magkasama ni dad" sabi ko.

"Ah ganun ba? let's go po sa office niya dati" sabi niya kaya sumunod naman ako. Pumasok kami sa isang office na sobrang linis at ang bango.

"Is this dad's office?" tanong ko.

"Opo, actually po sa kabila naman po ang office ng dalawang kapatid niyo po" sabi niya kaya naman naguluhan ako. Kapatid?

"Kapatid?" tanong ko. Ah baka ito yung anak ni dad sa second family niya.

"Yes po, but wala po sila dito eh. Naka assign po sila sa ibang branch ng company niyo. Mga next 2 months pa po sila makakabalik" sabi niya kaya naman napatango ako. Mabuti naman at makikilala ko pa sila, kase nga diba 5 months pa ako dito.

"Ah ganun po ba? What's your name po?" sabi ko at umupo sa black couch sa loob.

"I'm Denden Lazaro" nakangiting sabi niya. Hindi ko ipagkakaila na may taglay na angking ganda itong si Ate Den, ang ganda ng mata eh, ang puti pa.

"Hi po Ate den. I'm Bea. Bea de leon" sabi ko at napakunot naman ang noo niya.

"De leon?" nagtatakang tanong niya, magsasalita pa sana ako ngunit tumunog naman ang phone niya.

"Hello po. Ah ganun po ba? Yah. Sige po" yan ang mga narinig ko na mga sagot ni Ate Den.

"Bea, i need to go na po. May kailangan pa kase akong gawin" sabi niya. Kaya naman napatango nalang ako at lumipat ng upo sa swivel chair ni Dad. Tumunog naman ang phone ko. Si Kuya.

"Hello kuya" agad na bungad ko.

"Beatriz, how are you? Ayos ka lang ba diyan?" sabi niya.

"I'm fine kuya. Maayos naman dito. Actually the company have a lot of workers pa. Nalugi ba talaga to?" pagbibirong sabi ko.

"What do you mean?" sabi niya.

"Marami pa pong nagtatrabaho dito. Actually may mga pinoy rin. And isa pa parang ang sisikap nilang mag trabaho. Ganito ba talaga ka strict si Dad? Kase kahit wala siya dito ay focus na focus talaga ang mga employers niya" sabi ko.

"Maraming pang workers diyan? Paano nalugi ang company niya? What the hell! Ashsjckcdndk" hindi ko na naintindihan ang huling sinabi ni Kuya dahil nawala ang signal.

"Hello kuya? Kuya? Hello" sabi ko pero wala ng sumagot.

Kaya naman nung wala akong magawa dito sa office ni Dad ay naglibot libot nalang ako. Ang nakakapagtaka lang ay may nakikita akong mga pictures dito pero kahit ni isang picture ni Dad ay wala, office niya ba talaga to? Nagulat ako ng may tumawag sa telephone dito, well what's new kahit naman may cellphone na, may telephone pa rin. Kaya sinagot ko ito pero hindi muna ako nagsalita.

"Hello. Okay na sinunod ko na ang gusto niyo. May katuwang na kayo sa pagpapalago sa negosyo niyo kaya utang na loob tantanan mo na kami ni papa" sabi nung lalaki sa telephone kaya naman mas nanaig ang katakutan na aking nararamdaman, ano ba talaga ang totoong nangyayari? Sasagot pa sana ako kaso nga lang binaba niya na.

"What's happening?" bulong ko sa sarili ko. Lalabas na sana ako ng may biglang pumasok.

"Hello po, uhm kung may kailangan po kayo mag sabi lang po kayo ha. I'm Jia Morado pala, you can call me Jia" nakabungis ngis na sabi niya.

"You're such a jolly person, nakakagulat ka" sabi ko habang hawak ang dibdib ko, nakakagulat naman kase pagpasok niya pa lang nagsasalita agad

"Ay nagulat po ba kita? Naku! Sorry po" sabi niya pero di ko na lang ito pinansin.

"Jia, can I talk to you? Sorry but gusto ko lang matapos to agad, upo ka" sabi ko at tinuro ang sofa na nasa harap ko.

"Importante po ba yun? Busy po kase ako" sabi niya.

"I want to see the documents about sa financial statement of this company. Can you give me some copies of it?" sabi ko. Hindi na ako nagpaligoy ligoy, gusto ko lang talaga malaman ang totoong nangyayari.

"Uhm, Ma'am actually last week ko pa po ito naibigay sa dad niyo po" sabi niya. Yes may binigay ngang mga documents si dad pero last year pa ang mga yun. Paano nangyari yun?

"Hindi ko pa kase nakikita ito, hindi pa nabibigay ni dad" sabi ko.

"Ah ganun po ba? Sige po ihahatid ko na lang po ito later" sabi niya.

"And I just want to see also the names of the investor that investing here in our company. Okay lang ba yun? At gusto ko ring makita yung financial statement last year. Titignan ko lang kung anong pinagkaiba ngayong taon" sabi ko.

"Sige po, ihahatid ko na lang po ito. May kailangan pa po ba kayo?" sabi niya.

"Wala na. Thank you, you may go now" sabi ko.

Hindi ko alam ang mga nangyayari pero, iisa kaya ang tinutukoy naming may ari nitong company. Tama ba ang naging pasya ko na pumunta dito? Magiging maayos ba ang lahat pag tapos na ako dito?

Hi sunshines, sa mga next chapter po ng story ko is masyadong madali na po ang mga mangyayari sa pagsasalaysay sa naging buhay ni Bea sa Singapore. Kase flashback lang po yan and malapit na tayo sa heavy ganaps sa buhay nina Jho and Bea.

Thank you for reading. Please vote! Godbless us all.

:>

Chapter 15.

B^{EA}

"Love, Nico invites me in dinner"

"Baby, Nico wants to have a breakfast with me"

"Bea, Nico bring a cute puppy here in condo. I swear the puppy is very cute"

Sa loob ng 3 months na pamamalagi ko dito sa Singapore yan yung mga chat na paulit ulit sa isip ko. Hindi naman sa wala akong tiwala kay Jho pero yung girlfriend ko niyayang mag dinner at mag breakfast. Ano nalang iisispin ko nun? Pumayag siya dahil magkaibigan sila? Ganun ba yun? Hindi ko na alam ang gagawin ko, parang gusto ko ng iwan tong company ni Dad at uuwi nalang ako ng Pilipinas.

If you're wondering kung sino si Nico, well siya yung may ari ng Casa de Evangelista. Nag meet sila last 2 months, akala ko nung una ay parang wala lang pero netong mga nakaraang araw ay bukambibig na siya parati ni Jho. Hindi ko gustong mag isip ng masama pero hello? Lalaki si Nico, at babae si Jho. Ano nalang iisipin ng iba pagmagkasama sila? At isa pa Maddie told me na araw araw daw dumadalaw dun si Nico at may dalang bulaklak.

Wow, ano yun? Nagtitinda siya ng bulaklak kay Jho at gusto niyang maging suki ito? Tangina! And hindi lang yun ha. Since nandun naman ang condo unit ni Mads hindi talaga maiiwasan na makikita niya ang mga nagaganap kay Jho and Nico, kung paano daw tumawa si Jho sa mga jokes ni Nico kase ito daw yung sumusundo kay Jho at kapag nasa hallway sila masyang nagtatawan, nagkwe kwentuha. Wow! Ginalingan ni kuya niyo Nico ang pagiging clown. Poohtangina!

"Hoy, Bei. Are you okay? Kanina pa ako nagsasalita dito" agaw atensyon sa'kin ni Celine. Actually we're eating right now in restaurant. Sikat itong restaurant dito sa Singapore.

"Y-yeah. M-may iinisip lang" sabi ko.

"Kanina ka pa lutang, okay ka lang ba talaga? Last day ko na rito oh tapos ganyan ka pa" sabi niya, uuwi muna kase si Celine kase nga reunion daw ng family nila

"I'm sorry, marami lang talaga akong iniisip. Don't think about me, Celine. Just enjoy the food" sabi ko.

"You look stressed and tired. You sure? You really okay?" pag aalalang tanong niya.

"I'm fine, Ced. Strong ata to" sabi ko sabay labas ng muscle ko. Natawa naman siya.

"How's you and Jho?" biglang tanong niya.

"W-we're f-ine?" patanong na sabi ko. Kase hindi ko alam kong okay ba talaga kami, kase yung last namin na pag uusap galit kami sa isa't isa.

"Di ka sure?" natatawang sabi niya.

"Ewan" walang ganang sagot ko.

"Kaya ka ba lutang kanina kase iniisip mo siya" sabi niya.

"Isa rin yun. Hindi ko na alam kung anong iisipin ko. Hindi naman sa pinagduduhan ko siya pero di talaga maiwasan" sabi ko.

"Oh! I can smell the chuchu third party" natatawang sabi niya.

"Sort of?"

"Bakit? Is it about the guy that keep bugging on Jhoana?" sabi niya sabay inom ng Iced Tea.

"Yes, and the nerve, he's always visiting Jho with bags of food on his hand and a bouquet" naiinis na sabi ko.

"He do that? Omg! iba na yan, Bei" sabi niya. Alam ko ibang iba ma.

"He always doing that. And ang kapal pa ng mukha ha, doon pa talaga sa condo namin ni Jho nilalabas ang kalandian niya" nang gigil na sabi niya.

"Ay nakaka gigil talaga yan. You talk na ba ni Jho about that thing. I'm sure aware naman siguro si Jho no, na kayo pa" sabi niya.

"The question is, aware nga ba talaga siya? Eh, hinahayaan nga lang niya" walang ganang sabi ko. Totoo naman, hinahayaan niya lang. Tangina.

"Bei, wag mong hayaan na may maka pasok sa foundation na binuo niyo on your relationship. Baka isang araw yung taong pinagkakatiwalaan mo, bigla nalang mawawala at nakuha na pala ng iba"

"Oh, anong ginawa mo nun?" tanong ni Ej. Actually tapos na ang shift namin dun sa bar, and heto kami ngayon naglalakad para maka uwi. Malapit lang naman kaya nilakad nalang namin.

"Nagtiwala parin ako sa kanya. Yun lang naman ang pwede kong gawin eh" sabi ko habang naka bulsa ang aking dalawang kamay sa aking suot na pantalon.

"Ay tanga ka rin naman pala. Alam mo na ngang may something na, pinabayaan mo pa" sabi niya sabay batok sa'kin.

"Ej can you please stop hitting my head. Kanina ka pa ah. Masakit kaya" sabi ko sabay hawak sa ulo ko.

"Tama lang yan no. Para maalog naman yan at maalis ang katangahan mo" sabi niya, napailing nalang ako.

"Pero parang ang dali naman atang bumigay ni Jhoana" sabi niya kaya napatingin ako.

"She wait for me" mahinang sagot ko.

"Pero kahit na, dapat hinintay ka pa rin niya. Hindi yung susuko nalang siya" sabi niya. And that hit me, sumuko nga talaga si Jhoana.

"Hindi ko rin naman siya masisisi, kase tatlong taon akong nawala" sabi ko.

"Pinagtatanggol pa rin eh no. Pero kahit na, kapag minahal ka talaga niya hindi siya makakadama ng kahit na anong special na feelings para kay Nico" sabi niya sabay yakap ng katawan niya, lumalamig na rin kase.

"Hey, wear this. Baka manigas ka na diyan" sabi ko at sinuot sa kanya ang black jacket ko,

"Thanks" sabi niya.

"Pero ang tanong minahal ka nga ba talaga ni Jhoana?" natatawang sabi niya. Mang aasar na naman to haays.

"Oo naman, i can feel it nung kami pa" sabi ko.

"Pero kahit na mahal ka niya, pinagpalit ka pa rin niya sa iba" natatawang sabi niya. Okay, everyone. Here's Ej Laure, the bully.

"Alam mo, di ko alam kung kaibigan ba talaga kita o hindi" sabi ko at inirapan siya.

"Teka lang, may nangyari na ba sa inyo ni Jho?" nagulat naman ako sa tanong niya. Wtf?!!

"What do you mean by nangyari?" sabi ko.

"Luh? Inosente ka ghorl? Nangyari uhm, chugchug ahh ahh yung ganun ba" natawa naman ako sa sinabi niya.

"You mean sex? Yun ba yun?" sabi ko sabay lapit ng mukha ko sa kanya. Andito na kase kami sa harapan ng tinutuluyan namin.

"Hoy ang bastos ah. Pero meron talagang nangyari sa inyo?" sabi niya sabay tulak sa mukha ko. Binuksan niya naman ang door, and pumasok na kami.

"Meron. Sa hagdan, sa cr, sa kotse, sa count---" sabi ko pero pinaghahampas niya ako. Tawang tawa naman ako.

"Tinanong ko lang kung meron hindi yung saan niyo ginawa. Leche ka! Ang manyak mo talaga" naiinis na sabi niya. Umupo naman ako sa sofa at hinubad ang sapatos ko. Tumabi naman siya sa'kin saka sinandal ang kanyang likod sa sandalan.

"Joke lang. May nangyari sa'min pero isa lang yun, at yun yung una at huli" sabi ko sabay tingin sa kanya. Tumingin naman siya sa'kin.

"Wow ang bait. Hindi na nasundan? Bakit?" natatawang sabi niya.

"Hindi na kase pagkatapos nun, tinapos niya na ang lahat" mahinang sabi ko.

"Bei, ano ba talaga ang totoong nangyari? Paano ba kayo humantong dito?"

After nung dinner namin ni Celine, ay dun hinatid niya na rin ako sa bahay. Natauhan ako sa sinabi ni Celine, wag dapat hahayaan na may sumira at pumasok sa pundasyon na binuo namin. Kaya naman dali dali kong tinawagan si Jho and I want to say sorry for being overthinker. Gusto kong itama ang maling inisip ko about sa kanila. Ilang ring pa at sinagot niya na rin.

"Hello" walang ganang sabi niya. Actually it's 10 pm pa naman kaya gising pa to.

"Love, i'm sorry" agad na sabi ko.

"Okay"

"I know that I overthink a lot. Kaya i'm saying sorry. I hope you forgive me, Love" sabi ko. Narinig ko naman ang pagbuntong hininga niya.

"Ikaw naman kase. Wag mong pag isipan ng masama si Nico. He's nice and friendly person lang. Wag mo naman lagyan ng malisya" naiinis na sabi niya.

"That's why i'm saying sorry. Sorry, love" sabi ko.

"Ayoko ng maulit to, Beatriz. Ayokong pinag iisipan mo ng iba ang mga ginagawa ni Nico" sabi niya kaya naman parang nainis ako, wow! Pinag-tatanggol niya pa talaga.

"Kaya nga sorry na nga diba? And sino ba naman ang hindi mag iisip na kung araw araw pumunpunta yan diyan tapos may dala pang pagkain at bulaklak. Ano siya delivery boy?" naiinis na sabi ko.

"Yan ang mahirap sa'yo eh. Naniniwala ka sa sinasabi ng iba. Bea, mabuti na nga at andito si Nico eh. Kase kung wala siya, siguro mababaliw na ako dahil wala ka" sabi niya.

"So ano yun? Naghahanap kana ng kapalit ko? Ganun ba yun? Jhoana, 3 months pa lang akong nawala pero may iba na? Wow! Ganun na ba ako kabilis mapalitan?" pasigaw na sabi ko. Bullshit!

"Tapos ngayon pinag iisipan mo na ako na pinalitan na kita. Na may iba na ako. Beatriz, kung tumawag ka lang para sabihin yan sa'kin pwes just end this non sense call" pa sigaw din na sabi niya.

"Jhoana, i'm just afraid,. I'm just afraid na baka pagbalik ko may iba na. Na baka pagbalik ko hindi na ako. Kase Jho ako lang to si Bea, si Bea na mabilis palitan at kalimutan" sabi ko, narinig ko naman ang mga hikbi niya.

"Y-yan b-ba t-talaga ang tingin mo sa'kin ha. Yung mabilis makahanap ng iba? Beatriz, ang bait ni Nico and alam ko na ang tingin niya lang sa'kin ay isang babaeng kaibigan at kapatid. Kaya wag na wag kang magisip ng iba" uniiyak na sabi niya.

"Yun na nga ang problema, Jho eh, yan kase ang iniisip mo na wala lang. Pero para sa kanya may ibang meaning yun" sabi ko.

"Hindi ko nilalagyan ng meaning kase yung iniisip ko ikaw. Hindi sumagi sa isip ko na yung mga ginagawa ni Nico ay may ibang kahulugan. Kase iniiisip kita, kase ikaw lang yung nasa puso ko. Ikaw lang yung mahal ko" pahina ng pahina na sabi niya.

Ako lang ang mahal niya.

"Mahal kita, Beatriz. At hindi kita papalitan kase mahal na mahal kita" sabi niya.

"I love you, love. Please trust me" pahabol na sabi niya.

"I always trust you, Jho. I love you too" sabi ko. At binaba ko na ang call.

Pagkatapos naming mag usap ay napasabunot nalang ako sa sarili ko, bakit hindi ko siya pinagkatiwalaan? Alam ko namang hindi magagawa ni Jho yun eh. Alam ko naman na ako lang yung mahal niya. Pero iba parin talaga kung may kutob ka sa taong umaaligid sa mahal mo. Oo kay Jho may tiwala ako pero kay Nico wala. Iniisip ko palang na kapag magkasama sila baka gumagawa na ng moves yung lalaking yun. O di kaya yung mga ginagawa ko noon kay Jho ay siya na ang gumagawa nun. Lalaki si Nico at alam ko na anytime malaya niyang magawa ang mga bagay na gusto niyang gawin, kase sa paningin ng tao tama sila. Samantalang ako, sa paningin ng iba salot at walang kwenta.

Nagising nalang ako dahil sa sinag ng araw na tumama sa mukha ko. Hindi na ako nakabihis at nakatulog nalang ako agad agad pagkatapos naming mag usap ni Jho. Inabot ko naman ang phone ko at nakita kong may chat galing kay Jho.

From: Love.

Hi love, don't forget to eat heavy breakfast. Wag magpaka pagod okay? I love you

Kaya naman hindi na ako nag reply at makikipag video call nalang ako sa kanya. Nakita ko naman na online siya kaya agad agad niya ring nasagot ito.

"Loooooove. Goodmorning, baby" masiglang bati niya. Napangiti nalang ako. Na miss ko to.

"Ang hyper ah" natatawang sabi ko.

"Okay na tayo eh. Hey, i'm sorry about last night. I love you" malambing na sabi niya. Fuck! I want to hug her.

"No, Jho. Ako dapat ang mag sorry kase hindi kita inintindi. Sorry, baby ko. I love you too" sabi ko naman.

"Enough of drama's na nga. Baka iiyak na naman ako niyan" sabi niya. Nakita ko namang naka panty at bra lang pala siya kase pinatong niya sa table ang phone niya saka lumakad papuntang closet.

"Love, tino torture mo na naman ako niyan" sabi ko. Natawa naman siya.

"Sorry love, wala kase akong mapili na susuotin eh. Kaya enjoy the view muna" sabi niya kaya napailing naman ako. Pinapanuod ko lang siyang pumili ng damit na susuotin niya. Fuck! Ang sexy ng Jhoana ko.

"You done? Hey baka malamigan ka niyan ha. Magdamit ka na po" sabi ko kase nagka kalkal parin siya sa closet niya.

"Yeeeesss! Nakita ko na" sigaw niya. Nakita ko naman yung white pencil cut skirt tapos yellow off shoulder.

"Magbihis kana po" sabi ko. Lumapit naman siya at kinuha ang phone niya, kaya naman mukha niya nalang ang nakikita ko. Better.

"Ayaw mo ba yung view? Naku! Baka mas gusto mong makita yung mga sexy na katawan ng mga babae diyan ha. Baka gusto mo na yung mga babaeng nakikita mo diyan ha" masungit na sabi niya kaya napatawan naman ako.

"Love, kahit maghubad pa sila sa harap ko. Sayo lang talaga ako titingin" sabi ko. Umirap naman siya.

"Naku! Pag siguro naghubad na sila sa harap mo baka di mo na magawang tumingin sa'kin" sabi niya habang nakataas ang isang kilay.

"Love, sayong sayo lang ang mga mata ko. Sa'yo lang to papatong" natatawang sabi ko.

"Sabi mo yan ah" sabi niya. Binaba niya naman ulit ang phone at ngayon nakikita ko na naman ang katawan niya. Ang hirap magpigil! Woah.

"How do I look, love? Sexy ba" sabi niya sabay ikot. Tangina naka bra at panty lang siya ha. Jusko.

"Super sexy love. Akin lang yan ha" sabi ko. Natawa naman siya.

"Sa'yo lang to kakalembang, love. Kaya bilisan mo na diyan" sabi niya at unti unti niya namang sinuot ang kanyang napiling damit.

"Okay, bebe. Pagbalik ko, papagorin talaga kita" sabi ko sabay lip bite.

"Magdamagan ba gusto mo? Ready ako diyan, bebe ko" malanding sabi niya. Natawa naman ako.

"Parang gusto ko nalang umuwi ngayon haha" sabi ko.

"Hihintayin kita, kahit anong mangyari" malambing na sabi niya.

"I love you" pahabol na sabi niya.

"I love you too, babe. Don't give up okay?" sabi ko at tumitig ng diretso sa kanyang mata. Inabot niya kase ulit ang kanyang phone at ngayon magandang mukha niya nalang ang nakikita.

Tinitigan ko ito na parang bawat kurba ng kanyang mukha ay gusto kong matatak sa aking isipan. Parang gusto ko itong ihulma sa aking isipan at ayaw ko ng mawala wala pa.

"On us? Siyempre, i won't" sabi niya kaya yun yung nakapagbalik sa aking katinuan.

"No. Don't give up on your dreams. Even without me" sabi ko. Napa kunot naman ang noo ko.

"Babalik ka pa kaya. Kaya sabay po natin tutuparin iyon" nakangiting sabi niya.

"Wait for me, okay? Papaksalan pa kita" sabi ko.

"I'll wait for you, Beatriz ko. Kahit gaano pa yan katagal. Kase sayo lang ako magpapakasal. Sayo lang ako bubuo ng pamilya" sabi niya.

"Jhoana"

"Hmmm"

"I know you're high maintenance. And I love maintaining you. I love you forever, love"

Spell sabaw.

U-P-D-A-T-E K-O

HAHAHAHAHAHAHA. Hey sunshines, continue voting and reading. Thank you. I love y'll.

:>

Chapter 16.

B^{EA}

"BEAAAAAAAA, Mag kwento ka na, jusko ka" sigaw ni Ej, andito parin kami sa sofa di na kami nag abala pumunta ng room. Naka focus nalang kase ako dito sa pinapanuod ko.

"Tama na kase yun, yun na yun" sabi ko at naka focus parin sa tv.

"Tangina ka naman eh, pabitin" naka pout na sabi niya.

"Nakwento ko na lahat, Ej. That's all" sabi ko. Pero naka pout parin siya. Tsk! Childish.

"Wala pa yun sa climax leche ka! Di ko pa nga alam ang totoong nangyari bat ka napadpad dito sa Italy eh dun ka naman pala sa Singapore nagpunta" naiinis na sabi niya

"Pagod na kase akong mag kwento eh" parang batang sabi ko.

"Hoy! 9 years na tayong magkasama pero hello? Ngayon ka lang nag kwento ng ganap sa life mo. Tapos bitin pa eh. Hoy te! Ayaw ko na ng book 2" natawa naman ako. Interested talaga siya.

"Ano pa ba ang gusto mong malaman? Kainis ka ha" sabi ko.

"Lahat lahat, Bea. Kaya wag kang pabitin diyan. Kutusan kita diyan eh" sabi niya.

"Okay chill, pero bukas na. Inaantok na ako eh" sabi ko at akmang tatayo na sana. Pero pinigilan niya ako

"Subukan mong tumayo diyan sa kinauupuan mo, wala ka na talagang Ej Laure na kaibigan"

Hands on na hands on ako sa pagbabangon ng company ni Dad, actually na extend ako ng 1 month dito sa Singapore so 6 months na ako dito, kase netong nakaraang buwan may nadiskubre ako na siyang kinagulat ko. According to the document i've read before, the company earning a million in a day so paano pa ito nalugi and what's the purpose of coming here kung lumalago naman pala ito. Kaya dun ako nagduda kase simula nung dumating ako dito mas domoble ang kita ng company ni Dad and nasabi rin sa'kin ni Dad na malapit ka daw but hindi ko naman siya maintindihan kung anong ibig sabihin niya sa malapit na. I'm here reading some file na sinend ni Ate Den sa'kin, siya lang kase ang nilalapitan ko dito at pati na rin si Jia. Busy ako sa pagbabasa kung paano ko malalaman kung ano nga ba ang totoong nangyari sa company ni Dad. Ngunit naagaw ang aking atensyon ng biglang may pumasok.

"M-aam, m-may naghahanap po s-sa in-inyo" nauutal at hinihingal na sabi ni Jia. Nag signal naman ako na papasukin yung naghahanap sa'kin.

"Mukhang pinalaki ka ata ng daddy mo ng matalino at napapakinabangan" sabi ng isang barakong boses mula sa isang matangkad na lalaki.

"Excuse you sir, who are you?" sabi ko at tumayo sa aking kinauupuan.

"Excuse you too, I'm the son of Mr. Bong Ravena, the owner of this company" sabi niya saka ngumisi. Fuck?

"What the hell are you saying? My dad own this company" naguguluhang sabi ko.

"Mahal mo talaga ang ama mo. Is that what he said to you, Miss De leon?" sabi niya. At nakita ko namang naglakad si Jia palabas at sinara ang pintuan.

"What do you mean?" sabi ko.

"2 years na naming nakuha itong company nato sa daddy mo. Ang tanga lang niya para papuntahin ka pa dito at tulungan kaming mapalago ito" natatawang sabi niya.

"Fuck you" sabi ko at lumapit sa kanya.

"Don't you dare do any move while you're here in our company, miss. Matagal na kayong walang pakinabang dito sa kompanyang to" mayabang na sabi niya kaya naman lumapit ako sa kanya at sinuntok ang kanyang mukha. So this is a set up? Poohtah.

"What the hell? At lumalaban ka pa talaga? Let see" akala ko gaganti pa siya pero hindi niya tinuloy at lumabas nalang ito agad agad. Napaupo nalang ako sa sofa at di ako makagalaw sa aking nalaman. So peke lang pala ang pagbabalik sa'min ni dad? Holy shit.

Kaya naman dali dali akong lumabas ngunit wala na akong naabutan na empleyado at ako na lang ang dito sa loob. Tanaw ko ang nagdadamihang lalaki na nakasuot ng itim dito sa loob, at nakita ko rin yung nakausap ko kanina.

"Kung ako sa'yo, miss. Sumuko ka na and tanggapin mo na lang ang pagbagsak ng kompanya niyo" sahi niya.

"Fuck you. Magkakamatayan muna tayo, bago niyo makuha ang kompanyang to" sabi ko at akmang lalabas na sana. Fuck kaya ko ba to? Ang dami nila.

Sa araw na yun. Dun na nag simula ang kalbaryo ng buhay ko

"So? Nagpaka action star ka pala sa araw na yun sis?" natatawang tanong ni Ej.

"Hindi naman masakit yung mga suntok nila eh. Pero yung masakit is yung nalaman ko na ako pala ang pinain ni dad sa mga kalaban niya" mahinang bulong ko.

"I'm sorry, Bei. I'm sorry for that" sabi niya sabay haplos ng braso ko.

"I'm fine, Ej. Naghilom na yung mga sakit" sabi ko at bahagyang ngumiti.

"So that's the reason kung bakit ka nawala ng 3 years at napadpad ka dito?" tanong niya. Tumango naman ako.

"Pero di lang dun natapos ang paghihirap ko. Dun pa lang nagsimula ang lahat, na kung saan nawala ang pinagkaka ingatan ko"

After that scene, nanlaban ako. Kahit sobrang dami nila lumaban ako. Ngunit ano lang naman ang isang lakas ng isang babae kumpara sa lakas ng isang lalaki. Pasa at sugat ang natanggap ko sa araw na yun, hindi ko na kinaya at kusa nalang ako nahimatay dahil sa panghinina ng aking katawan at hindi na kayang lumaban. Nagising nalang ako sa isang kwarto na puno ng nakatambak na mga lumang gamit. Nakatali, nakagapos at hinang hina ang aking katawan. Parang hindi ko na kayang lumaban pa dahil sarili kong kadugo ang nagpapapunta sa'kin dito sa sitwasyon to. Halos araw araw akong binubogbog at pinapahirapan, tinanggap ko ang lahat ng yun dahil nangako sila na kapag buhay pa ako ibabalik nila ako sa pamilya ko. Kaya naman kahit masakit na tiniisi ko pa rin kase gusto ko pang makita sina Mom and Kuya, gusto ko pang makita si Jhoana.

11 months, ganyan katagal akong nasa kamay ng mga Ravena, tiniis ko ang pag momolestya nila sa'kin para makabalik lang ako sa totoong nag-mamalakasakit sa'kin. Sa loob ng mga araw na yan ay iyak at puno ng galit ang aking naramdaman sa aking puso. Maraming ng nasayang na paraan ang aking ginawa upang makalabas lang dito sa napakadilim ng silid, sa daming beses ko ng sinubukang makawala ang ganun di karami na mahuli nila ako. Nawalan na ako ng pag asa ngunit may naghihintay sa'kin. May Jhoana na naghihintay sa'kin. Ngunit napawi lahat ang sakit ng tinanggalan nila ako ng tali, ngunit wala akong lakas ng itulak silang lahat kase wala pa akong sapat na lakas. Sa pagkakataong yun nabuhayan ako ng pag asa na baka sa araw na yun at ibabalik na nila ako sa totoo kong pamilya.

Ngunit akala ko lang pala ang lahat ng yun. Bago nila ako pinakawalan ay binigyan muna nila ako ng napakaraming suntok na siyang nakapag pahina ng lubos sa aking katawan. Mabubuhay pa ba ako? Makakabalik pa kaya ako? Sa lahat ng nangyari sa'kin, gusto kong sisihin si Dad. Siya nalang ang pinang hahawakan ko ngunit nagkamali akong mag tiwala sa kanya, nagkamali ako dahil tinulungan ko siya. Pagod na pagod ang aking katawan dahil sa suntok na aking natanggap. Hindi pa sila nakuntento dahil akala ko kapag nakasakay na akonsa eroplanong tanaw ko na ay makakauwi na ako, ngunit hindi pa rin pala. Pinasakay nila akonsa eroplano na punong puno ng mga kahon at sa loob neto ay mga droga na ipapadala nila sa Italy. Pinilit kong mag salita ng makarating ako sa airport ngunit wala akong lakas upang magsalita at ipaliwanag na biktima lang ako dito. Ng makarat-ing ako sa Italy ay muli akong nagdusa dahil sa pagkakulong ng 7 buwan. 7 buwan akong walang tigil sa pag iyak, wala akong gamit upang makipag magkaroon kami ng communication nina kuya. Wala akong gagamiting pantawag upang makausap sa kanila. Sa tingin ko ay nasabihan na ito ng mga Ravena na wag na wag akong bibigyan ng bagay upang magkaroon ng komunikasyon sa aking pamilya. Matapos ang 7 buwan na pagkakakulong ay pinatapon ako sa gilid ng daan, nagpalaboy laboy ako at wala akong sapat ng pera upang makabili ng pagkain para mabuhay, wala na akong ibang gagawin kundi ang magkal kal sa basura upang magkalaman naman ang aking kalamnan, di ko lubos maisipi kung bakit ako dumating dito sa aking kinahahantungan. Ang marangyang buhay na aking kinagisnan ay naglaho lahat mula nung pinili kong tulungan ang aking ama. Wala na akong sapat na lakas ng mga oras na yun, wala mainom na tubig, walang makalkal na pagkain mula sa mga basurahan kaya mas pinili kong sumuko nalang at matumba sa harap ng isang bahay na aking kinatatayuan. Bahala na ang Poong Maykapal na gagabay sa'kin at bibiyan ako ng anghel upang ako'y maalagaan.

Hindi ako nabigo ng hilingin kong sana may tumulong sa'kin. At dun ko nakilala si Ej, siya yung nag alaga at naging kasama ko sa pang araw araw kong buhay sa Italy. Halos 3 taon na akong hindi nakakabalik sa aking tunay na pamilya. Marami kong iniisip na mga bagay ngunit mas lalo kung naisip si Jhoana. Ako pa rin kaya? Naghintay kaya siya?. Sa loob ng 3 taon. 2 taon akong naghirap, naghirap muna ako bago ko makilala ang tumulong sa'kin. 8 buwan, walong buwan akong nag antay upang ako'y tuluyan ng gumaling mula sa mga pisikal na sugat at sugat sa aking puso na hanggang ngayon gusto ko pa rin malaman ang sagot kung bakit nagawa yun ni dad. Sinabi ko sa sarili ko na kapag bumalik ako, malakas na ako at handa ng harapin ang taong naiwan ko.

"Ngunit sa pagbalik mo ba ay nalaman mo ang totoong sagot?" tanong ni Ej.

"Hindi lang sagot ang nalaman ko" malamyang sabi ko.

"Nalaman ko rin na ang taong mahal ko ay ikakasal na sa kapatid ko" pahabol na sabi ko. Nakita ko namang napatingin sa'kin si Ej.

"Sorry kung wala ako dun para damayan ka" sabi niya, ngunit wala akong ibang ginawan kundi ang yakapin siya. Nanghihina ako kapag naaalala ko ang mga araw na yun.

"Hindi ko pa rin kaya, akala ko kaya ko ng tanggapin ang lahat pero hindi pa rin pala. Mahal ko parin siya" umiiyak na sabi ko. Naramdaman ko naman ang paghigpit ng yakap niya.

"Sige, iiyak mo lang yan. Iiyak mo lang" sabi niya habang hinahagod ang likod ko

"Ej, sa buong buhay ko sa kanya ko lang nakita ang totoong pagmamahal. Pero sa kanya ko rin naramdaman ang tunay na sakit ng dahil sa pag-ibig. Sa kanya ako namulat sa totoong paligsahan ng buhay. Sa kanya ako natuto ng mga bagay na di ko natutunan sa iba. Kaso lang nawala pa talaga siya" nanghihinang sabi ko.

"Akala ko, akala ko pagbalik ko may babalikan pa ako. Meron nga akong binalikan pero pagmamay ari na pala ng iba" pahabol na sabi ko.

"At yung masakit pa sa yung kapatid ko pa pala sa ama ang nakatuluyan niya" sabi ko at kumalas mula sa pagkakayakap ko kay Ej.

"Don't cry because of the pain that you feel right now. Umiyak ka dahil kahit ganun man yung nangyari nagawa mo parin ang bagay na gustong mong gawin sa kanya" sabi ko, ngunit naguluhan ako sa sinabi niya.

"What do you mean, Ej?" sabi ko habang tinutulungan siya punasan ang mga luhang kusang lumalabas sa mga mata ko.

"Ang ibig kong sabihin at umiyak ka dahil sa saya, hindi man kayo ang nagkatuluyan ngunit napasaya mo pa rin siya. Bea, hindi madaling magparaya ngunit nagawa mo pa rin upang makita siyang masaya. Napakatapang mo para isuko lang siya kahit mahal mo pa siya. Kaya umiyak ka dahil pinalaya niyo ang isa't isa kahit alam mo sa sarili mo na mahal mo pa siya. Nagawa mo pa rin siyang palayain kahit masasaktan ka. Kaya wag mong iyakan ang sakit na iyong nadarama, kase sa sakit na yan. Yan ang magpapa tibay sa'yo at harapin ang tunay na mundo" mahabang sabi niya.

"Sa loob ng 9 years na magkasama tayo ay alam ko na malapit ng maghilom ang mga sugat mo. Pero maghihilom lang yan kapag napalaya mo na ang iyong sarili sa pagkakabilanggo nito sa nakaraan. Palayain mo na ang iyong sarili sa nakaraan. Palayain mo lang wag mong kalimutan" sabi niya habang nakatitig sa aking mga nata.

"Ang gulo mo rin eh no. Papalayain ko lang pero di ko kakalimutan?" nakakunot noong tanong ko.

"Oo papalayain mo lang. Wag mo itong kakimutan kase ito ay magsisilbing alaala nalang. Hindi man ito magandang alaala ngunit natuto ka parin lampasan ito na ikaw lang mag isa. Naging bahagi din ito ng buhay mo, Bea. Kaya wag mong kakalimutan ang mga nangyari kase magsisilbi itong gabay at leksyon mo sa buhay" sabi niya.

"Ang lalim nun ha? Nahiya ang pacific ocean sa lalim nito" natatawang sabi ko.

"Ayan ngumingiti ka na. Smile always ha. Cute ka kapag nakangiti" sabi niya sabay kurot sa dalawa kong pisngi.

"Thank you, Ej. Sobrang thank you" sabi ko sabay hawak sa kamay niya nakapatong sa kanyang hita.

"Walang anuman. At ikaw balikan mo muna ang iyong nakaraan. Palayain muna ang iyong sarili" sabi niya sabay patong ng isa niyang kamay.

"Soon, Ej. Soon" nakangiting sabi ko.

"So ready ka na ulit magkwento?" tanong niya.

"Handa na akong balikan ang nakaraan. Fasten your seatbelt, nakakasakit ng puso to"

____

ready na ba kayo? sabi ko nga ready na HAHAHAHA.

:>

Chapter 17.

B EA

"What's your name, Miss?" sabi ni Ej habang winagayway ang kanyang kamay sa aking harapan.

"Asan ako? Who are y-you?" nanghihinang tanong ko.

"Pinoy ka miss? I'm Ej. Ej Laure" sabi niya saka ngumiti.

"Paano ako nakapunta dito? Alagad ka ba ni Ravena ha? Lumayo ka sa'kin" sabi ko at nagpupumilit tumayo mula sa aking pagkakahiga

"Hoy chill ka nga! Mabuti akong nilalang kaya kalma" sabi niya at pinahiga ako ulit.

"Please lang wag mo na akong pahirapan, lumayo ka! Hindi niyo ako mauuto" umiiyak na sabi ko. Ngunit nagulat akong ng yakapin niya ako.

"P-pagod na pagod na ako. K-kaya kung kasamahan ka ni Ravena tapusin mo nalang ang buhay ko. P-patayin mo nalang ako" umiiyak na sabi ko.

"Hey kalma ka okay? Mabuti akong tao, ako ang nakapulot sa iyo" sabi niya at kumalas mula sa pagkakayakap sa'kin.

"I saw you in front of my house, puno ka ng pasa, Miss. Nanghihina ka ng matagpuan kita. Pinalayas ka ba ng amo mo dito? OFW ka ba?" pagpapaliwanag niya

"H-hindi ako OFW. Where I am ba?" nanghihinang tanong ko.

"Minaltrato ka ba nila? Sino gumawa niyan?" nagaalalang tanong niya.

"H-hindi k-ko k-kilala" sabi ko at napaiyak na lang ulit kase naalala ko naman ang aking sinapit.

"Hey! I can help you to find the justice, just tell me. Makakamit natin ang katarungan" sabi niya sabay hawak sa kamay ko.

"Hindi mo sila kaya. Malakas sila" sabi ko.

"Sino ba sila? Alagad ng Marvels or kawal ng Avengers?" sabi niya. She's trying to make me smile.

"Alagad ni satanas" sabi ko at tumingin sa kanya.

"Ay chaka, sis! Hindi naman ako anghel para kalabanin sila, kaya behave nalang ako dito" sabi niya saka napasapo pa sa kanyang dibdib.

"I need to go back to my family" sabi ko. Napatingin naman siya ulit sa'kin.

"Alam mo ba kung nasan sila?" tanong niya.

"Philippines" simpleng sagot ko.

"Ay jusko naman, pagkalayo layo naman pala iyon. Naku sis! Mahal ang bayad sa eroplano. Wala akong pera" sabi niya.

"I have a money" sabi ko.

"Oh! Yun naman pala. Gora na ibo-book kita ng ticket" sabi niya. Na-pakunot naman ang noo ko.

"But you need to go with me, Miss. Hindi ko pa kaya. Nanghihina parin ang katawan ko" sabi ko. Hinampas niya naman ako.

"Ouch!"

"Ay jusko! Sorry, ikaw naman kase nambibigla" sabi niya sabay himas ng aking braso

"Wait lang ha. Easyhan mo lang po. Pero hindi kita kilala, at baka sinusundan ka ng mga kaaway mo. Naku! Ayoko pang pumunta ng heaven. Hindi ko pa nakikilala si the one" sabi niya. 'The one' fuck, my Jhoana!

"Hindi ka makakapunta ng heaven kung hindi mo'ko tutulungan" sabi ko sa kanya, kaya hinampas niya ulit ako.

"A-raaaay! Nakakadalawa kana"

"Wag ka namang mangonsyensya, leche ka! Tutulungan kita pero magpagaling ka muna, okay?" sabi niya kaya naman napangiti ako.

3 buwan akong nagpagaling. Sa una hindi ko matiis ang pananakit ng aking mga katawan, pilit ko paring naaalala ang lahat ng nangyari sa'kin. Hindi ko alam kung paano ako nabuhay? Marahil ay may mission pa ako sa mundong ito na kailangan ko pa ring gawin. Sa loob ng 3 buwan iyak lang ako ng iyak, gusto kong isipin kung ano ang naging sandigan at naging lakas ko sa loob ng 2 taon na naghihirap. Miss ko na si Mom, si Kuya, and siyempre si Jhoana. May babalikan pa kaya ako? Ako parin kaya? Yan ang mga tanong na pa ulit-ulit sa isipan ko. Walang araw na hindi ko naisip si Jho, siguro nga ay siya ang dahilan kung bakit buhay pa ako ngayon kase tutuparin ko pa ang mga pangako ko sa kanya, sabay pa naming tutuparin ang mga pangarap namin.

5 buwan, sa loob ng limang buwan lubos ko ng nakilala si Ej. Mabait naman ito at napakakulit. Hindi niya ako pinabayaan sa mga panahong kailangan ko talaga siya. Araw at gabi siya ang aking kasama, minsan nga

ay lumiliban pa siya sa trabaho niya upang samahan ako sa aking drama. Sa loob ng limang buwan ay tuluyan ng naghilom ang mga pasa sa aking katawan, ngunit ang sakit sa aking kalooban ay andun parin at hindi ito mawawala ng madali lamang. Sa loob din ng limang buwna doon ko na napagpasyahan na baka ito na ang tamang panahon upang ako'y bumalik na sa tunay kong tahanan. Tinulungan parin ako ni Ej sa aking gustong gawin, sinamahan niya ako sa lahat ng daan na aking tatahakin. Hindi naging madali ang nangyari sa'min ni Ej. Ang akala ko na meron pa akong pera ay akala ko nalang pala, kase wala na akong makitang ni piso sa bank account ko. Napag alaman ko rin na wala ng laman ang aking bank account kase matagal na daw itong kinuha. Poohtah! Paano nalang ang mga ipon ko dun para sa kinabukasan namin ni Jhoana? Paano nalang?!!. Doon muling naguho ang pag asa kong makita ang mga mahal ko sa buhay. Ayoko na ring umasa kay Ej, marami na siyang natulong sa'kin. Sapat na yung pag aalaga niya sa'kin at pagpapatira sa'kin dito.

8 buwan, walong buwan bago ko naisipan tawagan ang numero ni Kuya, ngunit walang ni isang tinig ang aking narinig sa cellphone na aking gi-namit. Bakit ngayon pa? Bakit?!!. Hindi ko na alam kung ano ang aking gagawin, pagod na akong maghanap ng paraan. Ang number ni Jho ay hindi ko ma contact at ganun narin kay Mom. Fuck! Sa social media account nila Kuya ay wala rin, naka deactivate lahat. Hindi ko na mahanap ang nga pangalan nila, kaya naman nawalan na ako ng pag asa. Kaya dun ko rin naisip ang mag trabaho na lang at para maka ipon ng aking pamasahe pabalik ng Philippines.

"Ano sumagot na ba?" tanong ni Ej.

"Hindi pa eh. Ito phone mo oh, thank you" sabi ko at inabot sa kanya ang phone niya.

"Are you sure na tama yung mga number na dinial mo? Baka naman mali ng isa ha kaya walang sumasagot" sabi niya saka umupo sa upuan, nakatayo naman ako dito sa at nakasandal sa counter top.

"I'm very sure, Ej. Memorize ko lahat ng number nila" sabi ko.

"Or baka nagpalit na ng number kaya di mo ma contact" sabi niya saka sumubo ng nachos.

"I don't know" mahinang bulong ko saka yumuko.

"Kung umuwi ka nalang kaya. Surprise mo sila ganun. Pak bongga diba?" sabi niya.

"I'm not ready to face them, Ej. And besides i'm not really sure if may babalikan pa ako" malungkot na sabi ko

"You sure na pamilya mo yang tinutukoy mo? Or baka naman si Jhoana?" sabi niya kaya napatingin naman ako sa kanya, bat niya kilala si Jho?

"You know her?" nagtatakang tanong ko

"Yeah, narinig ko kase yun nung binangungot ka nung isang araw" sabi niya sabay iwas ng tingin sa'kin. Actually 1 year na akong binabangungot, I'm always having a bad dream.

"Okay" sabi ko.

"Bea, 3 taon kanang nawala kaya naman sapat na yun para makita mo naman sila ulit" sabi niya.

"Enough na ba talaga yun? Baka pagbalik ko malayo na ako sa kanila" sabi ko.

"Gaga! Siyempre magiging malapit ka parin sa kanila. Pamilya ka nila, Bei. I'm really sure that they really really missed you. Kaya gora na!" sabi niya.

"Uhm. Al----" putol na sabi ko.

"Ayan kana naman sa palusot mo, oo alam ko na sasabihin mo na naman wala kang sapat na pera upang may pamasahe ka, but sapat na yung pera na kinita mo, Bei. Makakauwi kana. Pinaghirapan mo rin yung ipunin" sabi niya,

"Next year nalang, sabay nalang tayo" sabi ko.

"Ulol ka rin eh no? Umuwi kana. Baka magsisi ka pa kapag hindi ka pa babalik dun sa Pinas" sabi niya.

"Hey! Wala ka na bang nakalimutan? Wallet mo, maleta mo, uhm ano pa ba?" sabi ni Ej. Nandito na kase kami sa airport. Yes! I realized na kailangan ko na talagang umuwi, kailangan ko na talagang bumalik.

"Relax, babe. Okay natong things ko" nakangiting sabi ko.

"Hoy! Mag ingat ka dun. Wag kang lalampa lampa" sabi niya sabay hampas sa'kin.

"Mag iingat ako kase wala ka dun para tulungan ako" sabi ko. Inirapan niya naman ako.

"Leche! Babanat pa talaga. Banatan kita diyan eh" sabi niya at akmang susuntukin ako.

"Thank you, Ej. Thank you sa lahat" sabi ko sabay yakap sa kanya, mukhang nagulat naman siya at hindi nakyakap agad sa'kin.

"W-walang a-anuman" sabi niya at niyakap ako ulit.

"Thank you is not enough. But please wait for me. Babawi ako" sabi ko sabay kalas sa aming yakapan.

"Hoy! Bumawi ka muna kay Jhoana. Ayokong maging kabit, love" sabi niya kaya natawa naman ako.

"Sorry, love. I will make it right this time. Alagaan mo yung bunso natin ha" pagsasakay ko sa trip niya.

"Tangina ka! Hoy, wag ka ngang magpa miss. Wala na akong kakulitan. Bwiset" sabi niya at nakatingin ng masama sa'kin.

"Edi sama ka nalang para di mo'ko mamiss" sabi ko pero hinampas niya lang ako.

"Tinawag na ang flight mo oh. Hala sige na! Shoo! Wag ka nang bumalik" sabi niya sabay tulak sa'kin. Pero niyakap ko lang siya ulit. Fuck! Mamiss mo ko to.

"Thank you again. See you. Take care, okay? I love you" sabi ko ngunit binaon niya lang ang ulo niya sa dibdib ko.

"Wag mo nga akong paiyakin. Leche" sabi niya. Kumalas naman siya agad, pinunasan ko naman ang mga luha niya.

"Ingat ka din. Tawag ka ha" sabi niya kaya tumango na lang ako.

"Oh! Layas na. Ano kakaladkarin pa kita?" pagbabanta niya kaya dali dali naman akong umalis at nag wave nalang sa kanya.

Ito na yung matagal ko ng hinintay. Makakabalik na ako sa aking tahanan.

After ng mahabang biyahe, nakalapag na ang eroplanong sinakyan ko. Halos nanghihina ang aking mga tuhod sa mahabang pagkaka upo, ngunit napawi lang ito lahat ng marinig ko ang mga taong napapadaan sa'king harapan. Andito na nga talaga ako sa Pilipinas. Kaya naman dali dali akong pumara ng taxi. Pupunta ako ngayon sa condo namin ni Jho. Sana nga andun pa siya.

Madali lang naman akong nakarating dun sa building na kung saan andun ang condo unit namin ni Jho. Walang nagbago sa structure ng gusaling ito. Ganun parin ito kahit matagal akong nawala. Kaya dali dali akong nagtungo ng elevator at pinindot ang unit floor namin ni Jho. I'll surprise my baby.

"BEAAAAAAA?! IS THAT YOU?!" sigaw ni Maddie ng makita ako, kakalabas ko lang ng elevator ngunit sinalubong niya agad ako ng yakap.

"MAAAAADS! I MISS YOU" sabi ko at hinagkan ko rin siya.

"Where have you been? Alam mo bang halos mamatay na kami kakahanap sa iyo" umiiyak na sabi niya habang yakap parin ako

"I'm here na, Mads. Don't cry na" sabi ko sabay hagod sa likod niya, kumalas naman siya agad.

"Ikaw ba talaga yan? Fuck! I miss you, Bei. I really really miss you" sabi niya at niyakap ako ulit. Natawa naman ako.

"Hey! Can I stay in your condo muna? I want to rest na po" sabi ko.

"Yeah, sure baby. Come on! Fuck! Namiss talaga kita" sabi niya sabay cling sa braso ko. Actually gustuhin ko mang puntahan na si Jho kaso lang naunahan akong makita ni Maddie. Nasa kabilang hallway kase yung unit floor namin ni Jho eh

"Hey, bakit ba antagal mong nawala?" sabi ni Maddie ng makapasok kami sa unit niya. Umupo naman agad ako sa sofa at ganun din siya.

"It's a long story, Mads. Too tired to make a story tell to you" sabi ko sabay masahe ng ulo ko. Ugh! Jet-lag!

"We're worried kung ano na ang nangyari sa'yo. And at the same time clueless din kase akala namin patay kana" sabi niya. Natawa naman ako.

"I'm a masamang damo. Kaya heto parin humihinga pa" sabi ko. Niyakap niya naman ako pa side ways.

"I miss you, Bei. Antagal mong hindi nagparamdam." sabi niya.

"I miss you too, Mads. All of you" sabi ko sabay akbay sa kanya.

"Nag alala talaga ng husto si tita sa'yo. But i'm sure she will be happy again to see you alive, Bei" masayang sabi niya habang nakayakap parin sa'kin.

"I want to see them, Mads. Are they alright?" sabi ko, nag aalala rin ako para sa kanila. Kasama nila si Dad for god sake.

"Alright na alright. I'm sure mabibigla sila sa makikita nila" sabi niya sabay alis ng yakap sa'kin.

"How about Jho? Is she alright?" sabik na tanong ko. Ngunit napansin ko naman na napaiwas siya ng tingin.

"Y-yeah?" sabi niya

"Di ka sure?" natatawang sabi ko.

"Forget about it. Nonsense lang" sabi niya at parang nawalan ng gana.

"Is there any problem, Mads?" sabi ko.

"W-wala. Hoy gutom kana ba? I will prepare for you. Ipagluluto kita" sabi niya at akmang tatayo na sana, ngunit hinawakan ko siya.

"Mads, may problema ba kay Jho?" sabi ko. Kinakabahan ako, fuck!

"W-wala n-nga" sabi niya. Nauutal, confirmed nagsisinungaling.

"I know you, Mads. Nauutal ka. Come on, tell me the truth" pagmamaka awa ko. Nakita ko namang nalungkot ang mukha niya.

"Masasaktan ka lang. Let's wait for Jho" sabi niya at sinubukang tumayo ulit ngunit mahigpit kong hinawakan siya sa kamay.

"Maddie, please. Mas masasaktan lang ako kapag pinatagal mo pa" sabi ko.

"Siya na lang magsabi, please" sabi niya.

"Mads, utang na loob" naiiyak na sabi ko.

"Engaged na si Jho. 2 weeks nalang and wedding day na niya"

#Angsabaw

B-O-W

:>

Chapter 18.

B^{EA}

Fuck.

"What?" di makapaniwalang tanong ko.

I'm not dreaming, right?

"Jho is engaged, Bei" naluluhang sabi ni Maddie. This can't be. Damn it,

"HAHAHAHAHAH, you're so funny, Mads. Jho is waiting for me. She will not wear a long gown on the next 2 weeks kase hindi pa ako nagpo propose" natatawang sabi ko,

Napailing nalang si Maddie, "Bei, please listen. I know this is for you to accpet. But that's the truth. Ikakasal na si Jhoana" sabi ni Maddie na maitim na nakatingin sa'kin.

Ikakasal na si Jho. Poohtangina?!

"This is just a prank, right? Well, it's not funny, Mads. Hindi nakakatuwa" seryosong tanong ko. Maiiyak na ako!

"You heard the truth, Bea. And just accept it" sabi niya. Fuck, I can't accept it. Why Jho? Why?!

"Best Actress goes to Maddie Madayag. Did you join a workshop? Napak-agaling naman ng nagtuturo sayo" sabi ko, ngunit niyakap nalang ako bigla ni Maddie. Muntik pa kaming mahiga kase niyakap niya ako ng mahigpit.

"I-i'm s-so s-sorry. B-bei. K-kasalan ko to eh" umiiyak na sabi niya.

"Why are you saying sorry? It's not your fault, it's mine" naiiyak na sabi ko. I will not let Maddie see the weak side of me! Goddamn it.

"K-ung b-binabtayan k-ko lang sana si J-jho, si-guro k-kayo pa h-hanggang ngayon. I'm so sorry" umiiyak pa rin na sabi niya. Kaya naman hinalikan ko nalang ito sa noo, iyak parin ito ng iyak.

"You did a great job, Mads. Don't blame yourself. Ako ang may kasalanan dito" sabi ko habang kinakagat ang aking labi para mapigilan na mapalakas ang aking pag iyak.

"W-wala a-akong n-nagawa, B-bei. H-hinayaan ko lang s-sila. Hindi ako mabuting kaibigan" humihikbing sabi niya.

"Meron kang nagawa, Mads. You tell me the truth and that's a big help for me. Stop crying na po, i don't want to see my princess crying. Shhh!" sabi ko at ginawaran siya ng halik sa noo,

"I'm so sorry. But I'm willing to help you to win Jhoana back, hindi pa naman sila kinakasal" sabi niya at humiwalay ng yakap sa'kin. Gustuhin ko man, pero ayokong mabawi siya gamit ang pang aagaw.

"Sssshhh. For now, I just want to see them first, okay? I want to see her also" sabi ko pinunasan ang rumaragasang luha niya.

"Are you ready to face her na ba? Marami pa namang araw" sabi niya, ngumiti naman ako.

"I'm born to be ready, Mads" sabi ko sabay tayo.

"Can I use your restroom? I need to pee" sabi ko. Tinuro niya naman agad ang direction kaya mabilis ko naman itong nahanap.

Pagpasok ko sa loob ay parang nanghina ang aking mga tuhod at ang kanina ko pang pinipigilang luha ay ngayon nagsimula ng tumulo. Di ko akalain na bibigay agad si Jho. Hindi man lang niya ako hinintay. Akala ko pagbalik ko may babalikan pa ako. Pero anong nangyari sa kanyang pangako? Bakit bigla itong napako? I know that I need to blame myself too, but how can she replace me without having a closure? Am I easily to forget ba? Hindi pa ako enough? Sa tagal kong umiiyak dito si cr ay naramdaman ko nalang na may mga bisig ng nakayakap sa'kin. Ramdam ko ang pag alala ng taong nakayakap sa'kin ngayon.

"It's okay, Bei. I'm here" sabi niya habang niyayakap parin ako. Ngunit hindi ako nakasagot, tanging hagolgol lang ang lumalabas sa bibig ko.

"You need to rest. Ipagpa bukas nalang natin ang pagpunta mo sa kanila" sabi ni Maddie.

"Mads, ang sakit. Sobrang sakit" sabi ko.

"I know, Bei. But i'm always here. You can count on me. I'll never leave you" masuyong sabi ni Maddie. Mas lalo kong hinigpitan ang yakap ko sa kanya. Kailangan ko to ngayon.

"Umiyak ka lang hanggang sa mapagod ka. Kapag pagod kana magpahinga ka na, okay?" sabi niya. Naramdaman ko naman na pinatayo na niya ako at nakabaon parin ang aking ulo sa kanyang leeg. Napaupo kase ako sa sobrang panghihina ng aking tuhod.

"You need to rest, Bei. You have to gain your energy. Sleep well. I'm not gonna leave you" sabi ni Maddie at naramdaman ko ang pagbagsak ng aking katawan sa malambot na kama dito sa silid na kulay puti ang pintura.

Napamulat ako mula sa mahimbing kong tulog, alam ko na sobrang maga ng mata ko. Pagkatapos akong ihiga ni Maddie dito sa bed niya ay nalatulog agad ako dahil sa pagod. Hindi ko pa rin nakakalimutan ang mga sinabi ni Maddie kanina, yeah i'm not dreaming talaga.

"Hey, are you okay na ba?" tanong ni Maddie, nandito pala siya sa gilid ko at nakaupo habang nakasandal ang likod sa headboard.

"Kanina ka pa ba diyan? You need to rest too, Mads" sabi ko sa kanya at sumandal din sa headboard.

"I am totally fine, Bei. You're the one who need to rest. Are you hungry na ba? Nagpadeliever ako" nakangiting sabi niya.

"Yeah, i need some food right now" sabi ko, tumawa naman siya ng malakas ng marinig niya ang pagtunog ng aking tiyan.

"I see, mukhang nagwawala na nga ang mga alaga mo" sabi ni Maddie. Maya maya ay narinig namin na may nagdoorbell. Dali dali naman siya bumaba, napatingin naman ako sa aking orasan. It's 8 pm na ang 5 hours na akong tulog, wow. Just wow!

"You need to eat a lot, Bea. Hindi ka ba kumakain sa Singapore?" pagbibiro niya. If you only knew, Mads.

"Thank you! Ugh, i miss pinoy food" sabi ko at nilantakan na ang mga pagkain sa aking harapan, napapapangiti nalang si Maddie kase para akong bata na takot maagawan ng food.

"What happened to you, Bei? Bakit ngayon ka lang bumalik. It's been 3 years" biglang sabi ni Maddie. Napainom naman ako ng tubig saka nag punas ng bibig gamit ang kwento.

"BRRRRRP. Excuse me" sabi ko sabay peace sign. Ugh! Busog. Natawa naman si Maddie.

"What really happened to you?" tanong ulit ni Maddie.

"Are you willing to listen ba? It's too long, Mads" sabi ko.

"Then make it short for me. You know i'm impatient person" sabi niya kaya natawa nalang ako. Tama nga naman, Si Maddie to eh, ang ikli ng pasensiya.

Sinabi ko lahat kay Maddie, lahat lahat. Sinabi ko kung anong pinagdaanan ko, kung paano ako pinain ni dad sa kanyang kalaban at higit sa lahat yung karanasan ko sa loob ng 3 years. Kung paano ko sinaktan, pinahirapan at pinatapon sa Italy.

"I'm s-so s-sorry f-for what happened to you" umiiyak na sabi ni Maddie. Niyakap ko siya agad.

"It's okay, Mads. Buhay naman ako oh. At binalikan ko kayo" sabi ko at napaiyak naman siya lalo

"I'm not there when you need me the most. Wala akong kwentang kaibi-gan" sabi niya habang umiiyak parin.

"Kayo ang naging lakas ko para maka survive sa laban na yun, Mads. Kayo yung pinanghawakan ko" sabi ko. Humiwalay naman siya sa'kin.

"Isa lang naman ang lakas mo, pero nawala pa. I'm so stupid for letting Nico entered on Jhoana's life" umiiyak na sabi niya. Nico?! What the?!

"W-what d-do y-you m-mean?" nauutal na sabi ko.

"Remember Nico? He's Jho fiancé. Bea, I was there when she making sundo to Jho every morning but I didn't let myself to warn him that Jho is not single anymore. Bea, ang alam ni Nico ay single pa rin si Jho and I don't know why Jho didn't recognize you as her girlfriend. Ang alam ko ay kaya pumupunta si Nico sa unit niyo kase ang alam niya magkapatid lang kayong dalawa" humahagolgol na sabi niya. Fuck? What the hell? Why Jho didn't say that she's my girlfriend and vice versa?! Fuck!

"W-what?" naiiyak na tanong ko.

"Bea, i just heard it on Rex. Malapit siyang kaibigan ni Nico, and siya rin ang nagsabi ng lahat. Kaya nga pursigidong makuha ni Nico si Jho kase alam niyang walang karelasyon ito" umiiyak parin na paliwanag niya. Poohtah!

"J-ho d-deny m-me?" di makapaniwalang tanong ko. But why?

"That's why i'm saying sorry to you, kase wala man lang akong nagawa upang sabihin kay Nico na you and Jho are more than friends. More than sister's. I have no couraged to make lapit on him, kase ayoko namang isipin ni Jho na inuunahan ko siya sa mga desisyon niya at nakikialam ako" sa mga nalaman ki ngayon kay Maddie ay mas lalong nanghina ang pag asang makukuha ko ulit si Jho. So wala lang ang lahat para sa kanya? Ganun na lang ba talaga lahat yun?

"Kailan pa nagsimula ang lahat ng to, Mads?" mahinang sabi ko.

"At first 3 months, I though he's just a good friend, pero hindi pala. Kase he's starting to bring a flowers and buckets of foods for Jho. I think you can remember it pa, kase na share mo rin sa'kin na nagdududa ka sa intensyon ni Nico" sabi niya kaya tumango naman ako

"Then on the next 3 months, naging madalas na ang paghatid sundo na Nico kay Jho, and pinabayaan ko lang kase nga baka nagpapaalam na rin naman si Jho sa'yo" kaya napailing nalang ako.

"I lost my communicatin on her. To all of you that time. Kase that was 6 months totally and sinimulan na ang paghihirap sa'kin sa mga araw na yan" singit ko.

"And yun, hanggang sa hindi kana nagparamdam. Tanda ko pa nun, 1 year na ganun yung routine ni Nico. So iniisip ko nalang na baka pinapayagan mo si Jho na sumama kay Nico. Until sa naging 1 year and 5 months nalaman kong sila na pala, kase I was supposed to confront Nico that time, but huli na pala ako" malungkot ka sabi ni Nico at dun na ako napaiyak. Ako naghihirap sa mga panahon na yan, habang si Jho ay nakahanap na pala ng kapalit. Hindi man lang niya ako hinintay.

"B-bakit g-ganun l-lang kadali a-ang l-lahat para sa k-kanya, Mads?" umi-iyak na sabi ko niyakap naman ako ni Maddie.

"I know it's too fast, Bei. Hindi ko alam kung bakit madaling bumigay si Jhoana" sabi ni Maddie habang hinahagod ang aking likuran.

"G-ganun b-ba a-ko kadaling p-palitan?" sabi ko habang patuloy parin ang pag agos ng aking mga luha. Ngunit hindi lang sumagot si Maddie. Sa halip ay pinunasan niya lang ang aking mga luha at pinunasan ito, hinarap niya naman ako habang hawak niya ang pisngi ko.

"Mads, hindi ko na alam ang gagawing ko. I lost my girl. I lost my home, my world, my everything. Sana hindi ko nalang siya iniwan, at hindi ko nalang sana piniling tulungan si Dad. I'm so stupid, Mads. Ang tanga tanga ko" sabi ko habang umiyak ulit.

"Lahat ng nangyyayari ay may dahilan. Wag mong sisihin sarili mo" sabi niya at hinalikan nalang ako sa noo.

"Ano ba ang meron kay Nico na wala sa'kin?" mahinang sabi ko.

"Hotdog, Bei. Hotdog" sabi ni Maddie. Okay na sana yung drama eh, pero wala loka loka to eh. Kaya tiningnan ko nalang siya ng masama

"Joke lang. Ngumiti kana kase" sabi niya.

"What's the full name of that Nico again?" tanong ko.

"Nico. Nico Evangelista"

Fuck! Evangelista?' Shet!

"E-evangelista?" nanghihinang sagot ko.

"Yes, why? Kilala mo?" sabi niya.

"Yeah. Diba siya yung may ari ng building nato?" sabi ko kaya naman napa face palm si Maddie. I'm just joking lang naman hehe.

"Edi wow! Akala ko tumino kana. Di pa rin pala" pairap na sabi niya.

"He's familiar lang, Mads. I think nabasa ko na yang name na yan dun sa isang documents sa company ni dad" sabi ko.

"Ofcourse, his name must be there. Kase magkakilala sila" sabi ni Maddie.

"Sila ni Dad? Wow! What a small world" sabi ko.

"Indeed. Napakaliit nga talaga ng mundo" sabi ni Maddie.

"Can I ask you something?" sabi ko. Nakasandal parin kami sa headboard. And stop muna sa dramahan.

"You're already asking, duh!" sabi niya.

"I'm still wondering. Kung bakit magpapakasal sila agad. It's been 1 year and months palang sila agad. Bakit parang nagmamadali naman agad si Nico na yan?" sabi ko habang nakakunot ang noo.

"Ang narinig kong usap usapan ay gusto na daw ng Mama ni Nico na magkapamilya na si Nico" sabi niya.

"Di ka naman dakilang chismosa huh?" Sarcastic na tanong ko.

"Di naman masyado konti lang" sabi niya.

"Bakit sa lahat si Jhoana pa? Grabe isa lang ba babae sa mundo?" naiinis na sabi ko.

"If you want to ask that, wag sa'kin. Utang na loob hindi ako si Nico at hindi rin ako si Jho" sabi niya na may kasamang irap.

"Mapaglaro nga talaga ang tadhana" mahinang sabi ko.

"Sinabi mo pa. Feeling ko MVP si tadhana. Ang galing eh" sabi niya. I know she's trying to lift up the mood.

"Mads, masaya ba si Jho?" sabi ko. Napatingin naman siya sa'kin.

"Bakit ang hilig mong saktan ang sarili mo? Ganyan ka na ba ka manhid?" sabi niya

"I'm ready to take the pain if Jho is involved. Handa akong masaktan para sa kanya, Mads. Alam mo yan" sabi ko

"Well, kung gusto mo naman palang masaktan. Ikaw nalang ang bahalang maka alam kung masaya nga ba talaga si Jho" sabi niya.

"It's hard to see my girl smiling and the reason is not me anymore, I want to see her smile again and I want to be the reason of that smile" malungkot na sabi ko.

"Just be brave, Bea. I know it's hard but magpakatatag ka" sabi niya sabay hawak sa kamay kong nasa lap ko.

"I'm brave enough, Mads. Pero mahina ako pagdating kay Jho. She's my weakness and my strength also. Paano ako huhugot ng lakas mula sa kanya kung sa iba niya naman pala binibigay?" sabi ko.

"Maging matapang ka kahit wala siya. Kase sa laban nato ikaw nalang mag isa" sabi niya at inalis ang pagkakahawak sa aking kamay.

"May laban pa ba ako, Maddie? Kase hindi paman ako nagsisimulang lumaban talo na agad ako" sabi ko.

"Matatalo ka kung susuko ka agad. Asan na yung Bea de leon na kilala kong matapang?" nanghahamon na sabi niya

"Hindi pa handang lumabas eh. Palabasin mo nga" pagbibiro ko.

"Hindi na yan kailangang palabasin. Kusa yang lalabas kapag nakita na niya si Jhoana" naiiling na sabi niya.

"Ang risky naman pala neto. Paano kung hindi lalabas yung matapang na yun? Edi talo ako" sabi ko. Napatawa naman siya.

"Love is risky, Bei. Just take the risk. Manalo man o matalo. Nakuha man o hindi. May napala man o wala. Basta lumaban ka, pinaglaban mo, at hindi ka sumuko agad. Panalo ka pa rin. Wag kang maging duwag, harapin mo ito na puno ng tapang" sabi niya.

"Thank you, Maddie. I owe you a lot" seryosong sabi ko.

"I'm willing to help you, Bea. Basta laban lang" sabi niya kaya napangiti naman ako. Maddie never fail me to become brave again.

"We are together on this battle, My beast. I got you!"

Sorry sa typos/grammar errors.

I hope you enjoy this update. Enjoy reading, sunshine! Godbless us all.

:>

Chapter 19.

B^{EA}

"Are you ready?" nag aalalang tanong ni Maddie. Nakabihis narin naman kase kami, pupunta kami ngayon sa bahay. Handa na ba talaga ako?

"I'm ready, Mads. Don't mind me" sabi ko. Hinawakan niya naman ako sa kamay. Hinila niya ako palabas.

Habang nagsisimula ng magmaneho si Maddie, ramdam ko ang pag aalala niya sa'kin. The way she look at me, she really care. Naka dungaw lang ako sa labas ng bintana at nilalasap ang hangin ng Maynila. Kay tagal ko ito bago nalasap muli, iba parin talaga kapag andito ka sa sarili mong bansa. Di ko kinibo si Maddie kase iniisip ko kung ano ang aking reaksyon kapag nakita ko na si Jhoana. Kaya ko kaya? Napansin ko naman na umiba na ang tanawin sa labas, mula sa malalaking gusali ngayon ay napalitan na ng nag gagandahang bahay. Senyales ito na nandito na kami sa loob ng subdivision na kung saan naroon ang bahay ko. Naramdaman ko naman ang pag tigil ng sasakyan ni Maddie, nilingon ko siya ngunit sa kanyang ngiti ay puno ng lungkot at pag aalala.

"It seems like you're the one who's not ready on this" pagbibiro ko.

"I'm just worried, Bei. You sure that you're ready?" sabi niya. Hinawakan ko siya sa kamay.

"Thank you. I'm ready to face all of them" kaya naman dali dali siyang bumaba. Bumuntong hininga muna ako bago ko binuksan ang pintuan ng sasakyang ito.

"GOOD DAY! DE LEONS" rinig kong sigaw ni Maddie. Nagtago ako ngayon sa isang napakalaking bulaklak dito sa labas ng pinto.

"Anak. Bat ngayon ka lang naka bisita?" that's mom. Napangiti ako. Sa wakas narinig ko na rin ang boses na matagal ko ng hinahanap.

"Hi tita! I have a surprise for you!" masiglang sigaw ni Maddie.

"Naku! Ang daming pakulo, Mads ha. Para kana rin si Isabel" rinig kong sabi ni Kuya.

"Speaking of Isabel. I want to s---" putol na sabi ni Maddie.

"I'M HOOOOOOOME!" masiglang sigaw ko, ramdam ko naman ang kanilang mga tingin. But i can't see the pair of eyes that I always looking for.

"I-ISAAAAABEEEEL?!" sigaw ni Kuya at dali daling yumakap sa'kin.

"Heeeey! I-i can't breathe, kuya" natatawang sabi ko. Narinig ko naman ang mahihina niyang hikbi.

"I'm sorry for not saving you on that stupid person" bulong niya habang umiiyak.

"It's okay, kuya. I'm still alive oh" sabi ko, nakita ko naman na lumapit si Mom. Umiiyak na rin ito.

"A-anaak. You came back. Y-you c-came b-back" sabi ni Mom habang umiiyak kaya naman kumalas muna ako ng yakap kay Kuya at niyakap agad si Mom.

"I missed you, Mom. I really really missed you" umiiyak na sabi ko.

"I love you" mahinang bulong ko.

"Akala ko tuluyan ka ng mawawala. Thank you for coming back home" umiiyak na sabi ni Mom.

"I will always coming back home to you, Mom" sabi ko at hinalikan siya sa noo.

"Group hug?" sabi ko kaya naman dali daling lumapit si Kuya and Maddie. Dinaluhan nila kami ng yakap kasama si Mom.

"Hoy! Hindi ka de leon" sabi ko kay Maddie.

"Tita kakadating lang oh, nang aaway na naman" pagsusumbong ni Maddie. Natawa naman si Mom and Kuya. At kumalas na rin sa yakapan.

"Wait! I'm gonna cook lang, okay? We should celebrate" natatarantang sabi ni Mom.

"Chill, Mom. You can cook naman po, pero hinay hinay lang okay. And to be honest i really really missed your lasagna. Still the best for me" sabi ko kaya naman niyakap ako ulit ni Mom.

"Lasagna? Okay lasagna, then" sabi niya saka kumalas na sa aming yakapan. Nakita ko naman ang mga lungkot sa ngiti ni Kuya.

"Big brother? Di ka happy na andito na ako?" sabi ko at umupo naman kami sa sofa.

"Excuse lang guys. I'll just help tita" sabi ni Maddie. Tumango naman ako at si Kuya.

"I'm happy, Beatriz. I'm happy" sabi niya

"Parang di naman ang lungkot ng mukha mo oh" sabi ko.

"I'm so sorry, Bei. I'm so sorry" sabi niya at nagbabadya ng tumulo ang kanyang mga luha.

"I know what really happened to you. Alam ko kung anong nangyari sa'yo pero wala man lang akong nagawa upang sagipin ka" kaya naman kumunot ang noo ko sa mga sinasabi ni Kuya.

"I was busy on our company that time. Unti unti na itong nalulugi, hindi ko na alam ang gagawin ko. Tapos sumabay pa talaga ang walang kwentang lalaki na yun. They always fighting with mom. Araw araw nag aaway sila, simula nung nawalan ka na ng communication on us, dun na nag simula ang lahat. Di ko alam kung bakit naging sabay sabay lahat ang problema dito sa bahay. Sa pagkalugi ng komopanya, sa pagka atake sa puso ni Mom, at sa pagkawala mo. Hindi ko alam kung sino uunahin ko" umiiyak na sabi ni Kuya. Niyakap ko naman siya agad. So planado tong lahat?

"I-inatake s-sa p-puso s-si m-mom?" nauutal na tanong ko.

"Oo, Bea. Simula nung wala ka ng komunikasyon sa'min sobra ng nag alala si Mom kaya na stress siya and naapektuhan ang puso niya. Pursigido kaming mahanap ka pero wala talaga eh" sabi niya habang patuloy pa rin na tumutulo ang luha niya.

"How do you know that I'm stuck on that situation, kuya?" di makapani-walang tanong ko.

"Kase narinig kong may kausap yung walang kwenta mong ama ang isa mga anak ng Ravena. Matagal na palang binenta ng walang kwenta mong ama ang branch na pinuntahan mo dun sa Singapore, kaya ka niya pinapunta dun para mabayaran ang utang niya. You're a hardworking person, Bea. Kaya sa pamamalakad mo naging doble doble ang naging kita ng kompanya na yun. Kaya nung nabayaran mo na ang utang niya, pinahirapan ka na ng isa sa mga anak ni Ravena. And wala man lang akong nagawa para iligtas ka" sabi ni Kuya, umalis naman ako sa pagkakayakap sa kaniya.

"T-that w-was d-dad in-tention?" sabi ko. Ginamit niya lang ako?

"Sad to say yes. Ginamit ka lang niya, Beatriz. And after nung maatake si Mom sa puso nawala na siya. I don't know what to do first. Hindi ko pwedeng sabihin kay Mom ang nangyari sa'yo kase baka maapektuhan lang siya pero swear to God i try to find you. Nagpapunta ako ng private investigator dun sa Singapore kaso lang nabigo siyang mahanap ka at tumigil na rin ito kase wala na akong pambayad" sabi niya.

"I'm so sorry, Bea. Wala akong kwentang kapatid. Wala" sabi niya.

"It's okay, Kuya. You did a lot for this family. I'm so proud of you" sabi ko at niyakap siya ulit.

"I'm really really really sorry, Bei. Nawala lahat sa'yo" kaya naman napapikit ako sa huling sinabi ni Kuya. Magsasalita pa sana ako kaso lang biglang dumating si Mom.

"Tapos na akong magluto, Come on, babies. Let's eat" sabi ni Mom at lumapit sa'kin. Dali dali naman akong tumayo at niyakap siya ulit.

"I love you, Mom" malambing na sabi ko at binaon ang aking leeg sa kanyang ulo.

"Ang clingy ng bunso ko. Oh siya! Kain na, tara na" sabi ni Mom, lumakad naman kami agad at umupo. Kaharap ko ngayon si Kuya at katabi ko naman si Maddie.

"Beatriz, kain lang ng kain ha. Pakabusog ka. Para sa'yo yan lahat" sabi ni Mom. Natawa naman ako.

"Mom, sobrang dami po niyan. You know i'm still on diet para maintain ang precious body ko" pagbibiro ko. Natawan naman si Kuya and Mom.

"Luh siya! Precious body daw? Hoy ang payat payat mo kaya duh!" sabi ni Maddie. Asar!

"Shut up, Mads. Let's eat. I'm hungry na" sabi ko. Mahaba haba ang kwentuhan na nangyari sa'min. Hindi pa pala talaga alam ni Mom ang totoong nangyari sa'kin.

"Uhm. Can I rest po muna?" sabi ko. Tapos na rin kase kaming kumain ng lasagna na luto ni ma'am.

"Yes, anak. Don't worry araw araw kong pinalilinis ang room mo" sabi ni Mom, napangiti naman ako.

"Hey, akyat muna ako ha. Let's talk later" bulong ko kay Kuya. Tumango naman siya.

"Uhm, tita, kuya. I'm gonna go to Bea's room also. May pag uusapan lang kami" sinamaan ko naman siya ng tingin.

"Grabe, Bea ha parang ayaw mo talaga akong kasama. Wag mo naman pahalata" sabi ni Maddie kaya naman natawa nalang sina Mom.

"Mads, hindi na pala siya dito nakatira?" sabi ko ng makapasaok kami sa room.

"Dito pa rin naman, but I think sinamahan nun si Nico. Ang clingy kase nung nognog na yun" sabi ni Maddie.

"Nognog?"

"Maitim kase yun" sabi niya kaya natawa naman ako.

"Ay talaga?" natatawang tanong ko.

"Oo, at kung tatanungin mo sa'kin kung sinong mas papi sa inyong dalawa, siyempre ikaw pa rin" sabi niya.

"Gusto mo lang ata ng bagong bag eh" sabi ko. Ngumiti naman siya saka tumabi sa'kin ng upo sa bed.

"You really know me no? Ano pa ba ang hindi mo alam" natatawang tanong niya.

"Ang hindi ko alam? Kung nagkajowa ka ba nung nawala ako" sabi ko.

"Hoy! Wala no, siyempre hinihintay pa kita eh" sabi niya.

"Crush mo pa rin ako? Naku naman, Mads! Sorry but i can't crush you back" sabi ko, inirapan niya naman ako.

"Kapal eh no! Hoy, hinihintay kita kase gusto ko ikaw yung unang maka alam. Hindi yung magiisip ka ng ganyan duh" sabi niya.

"Naks, pero thank you ha, thank you talaga sa lahat" sabi ko. Ngumiti naman siya.

"No worries, alam mo naman na may kapalit yun lahat ng bag" natatawang sabi niya. Kaya naman humiga nalang ako at nagtalukbong ng kumot.

"Para nanghina ako kaagad eh" sabi ko kaya natawa nalang siya. Pagkatapos naming mag usap ni Maddie ay nakatulog narin ako.

Nagising ako na natutulog pa rin si Maddie, mukhang pagod na pagod eh. Kaya napag pasiyahan kong bumaba nalang, alas 6 na pala kaya for sure nagsisimula ng maghanda ng dinner si Mom.

"Bea, can we talk" nagulat ako ng biglang magsalita si Kuya.

"Nakakagulat ka naman. Yeah. Sure, saan ba?" sabi ko. Nagsimula naman siya maglakad at sinundan ko nalang ito

"Did you gain your energy again?" tanong ni Kuya ng makaupo kami, andito kami ngayon sa garden.

"Yeah. It felt so good to sleep again in my bed" sabi ko.

"I have something to tell you, Bei" mahinang sabi ni Kuya na puno ng emosyon at lungkot sa mata.

"Ang seryoso ha. Importante ba yan?" sabi ko.

"It's been 3 years since you left, Bei. Everything has changed" sabi ni Kuya. Mukhang alam ko na tong sasabihin niya.

"I know. I already know" sabi ko.

"I'm so sorry kung wala man lang akong nagawa" sabi niya. Ngumiti naman ako to assure him that it's fine. Masakit man pero kailangan kong harapin.

"It's her decision. It's her choice, Kuys. Wala kang kasalanan" mahinang bulong ko.

"Pero marami akong pwedeng gawin ngunit hindi ko man lang ito nagawa" sabi niya. Umiling ako.

"Hindi mo nagawa pero marami ka namang nagawa para sa family natin. That's enough, Kuys" sabi ko.

"You take care of mom, naging busy ka rin sa company at hindi yun madali para sa'yo dahil ikaw lang mag isa. Kaya wala akong dapat sisihin. Ang dapat sisihin dito ay ako" sabi ko at tumingin sa kawalan.

"Don't blame yourself, Kuys. Kase sa una pa lang mas pinili kong mapalayo sa inyo, sa kanya. Marami akong pwedeng gawing choices pero mas pinili ko paring tulungan si Dad" sabi ko.

"Tinulungan mo ang maling tao. Wala na siyang nagawang tama sa pamilyang to. Wala siyang kwentang tao" mariin na sabi ni Kuya.

"Pero alam mo kung ano yung masakit? Hindi niya man lang ako hinintay, ngunit naghanap na siya ng kapalit" nanghihinang sabi ko.

"Alam ko nung una palang iba na ang intesyon ng lalaking yun kay Jho, pero wala man lang akong nagawa para ilayo siya dun, kase mas finocus ko ang sarili ko sa pagbawi sa company ni Dad. I'm so bobo, Kuya." naiiyak na sabi ko, kaya naman nilapit ni Kuya ang upuan niya sa'kin at niyakap ako. Agad ko namang binaon ang aking mukha sa kanyang dibdib.

"H-hindi k-ko alam k-kung p-paano ko siya haharapin. Sa kanya ko lang nakikita ang future ko, p-pero ngayon ay hawak na ng iba" umiiyak na sabi ko.

"Ssssh, stop crying. Wag mo ng saktan pa ang sarili mo" sabi ni kuya habang hinahagod ang aking likod.

"Siya yung una kong minahal, at pinangako ko sa sarili ko na siya na yung huli. Pero wala rin eh, nawala pa rin" sabi ko.

"Sinabi ko sa sarili ko na pagod na ako, ngunit sa tuwing pipikit ako si Jho lamang ang nakikita ko. Gusto ko ng sumuko sa mga panahon na naghihirap ako, ngunit naaalala ko si Jho. Kase nangako ako sa kanya na babalikan ko siya, na papakasalan ko pa siya" pahabol na sabi ko.

"Ngunit pagdating ko dito ibang kasal pala ang matutunghayan ko, ibang kasal pala ang maabutan ko. Kasal na pinangako ko sa kanya, ngunit ang magbibigay nito ay iba na at hindi na ako" nanghihina kong sabi. Patuloy parin akong umiiyak ngunit kalaunan ay tumigil rin.

"Let's go inside, Isabel. I'm sure that mom prepare a dinner for us" sabi ni Kuya. Tumango nalang ako at inayos ang aking sarili. Pagkapasok namin sa bahay ay nakikita ko ng naghahanda na si Mom.

"Isabel, Loel. You two join us here. Gutom na daw si Maddie" sabi ni Mom.

"Sunod lang ako, Kuya. Tell mom, i'm gonna fix myself lang at my room" tumango naman agad si Kuya at pumunta na ako sa room ko. Naghilamos lang ako at inayos ang aking sarili, halata sa aking mata na galing lang ako sa iyak. Di nagtagal ay bumaba na rin ako.

"MAMA! I'm hoooooome" rinig kong sigaw ng pamilyar na boses na matagal ko ng gustong marinig. Hindi muna ako nagpakita at hinayaan ko nalang siya na pumunta sa kitchen.

"Jhoana, come on join us. For sure you'll be happy on my surprise" masiglang bati ni Mom.

"I'm with Nico po, Ma. Nag park lang ng car niya" rinig kong sabi ni Jho. Napapikit naman ako sa narinig ko. Fuck!

"What's your surprise po?" sabi ni Jho. Nakita ko namang nakatalikod sa direksyon ko si Jho. Kaya naman dun na ako tumayo.

"Turn around" nakangiting sabi ni Mom, habang si Kuya at Maddie ay parang wala lang sa kanila.

"B-beatriz?" gulat na sabi ni Jho. Matagal ko ng gustong titigan ang mukhang ito, matagal ko ng gustong malunod ulit sa mga matang ito. Parang tumigil ang pagtakbo ng oras, at bumilis ang pagtibok ng aking puso.

"Babe. Hi po, Goodevening po" rinig kong sabi ng isang boses lalaki at tumayo sa gilid ko. Mukhang nagtataka din siya sa mga nangyayari, ngumiti naman ako at lumapit kay Jho.

"I'm home. I'm with my home" bulong ko at niyakap ko si Jho. Napahigpit ang aking yakap ng di ko maramdaman ang kanyang mga kamay sa aking katawan. Wala na ba talaga?

"I missed you, baby. I really really missed you. I love you" bulong ko ulit at dun ko na naramdaman ang pagbilis ng tibok ng kanyang puso at yumakap sa'kin.

"Ehem" rinig ko, Kaya naman agad agad akong kumalas. Badtrip naman tong nognog nato.

"Ate Jhoana. Oh my god! It's been 3 years since I left and you're still beautiful" masiglang sabi ko. I need to pretend kase yun yung alam ni Nico. Fuck, Ate Jhoana?! Bullshit.

"B-beatriz?" nagtatakang tawag sa'kin ni Jhoana.

"I'm so sorry if natagalan akong bumalik. And i'm here to witnessed the most awaited wedding of yours. Congrats, ate" nanginginig na sabi ko. Gusto kong umiyak. Pero i can't.

"B-beatriz" mahinang tawag niya sa'kin. Wala na ba tong ibang alam na salita at name ko na lang ang gustong banggitin.

"Hey, let's eat. Come on, naghihintay ang pagkain" rinig kong sabi ni Maddie. Tumabi naman ako ng upo kay Maddie at kay Kuya, so kaharap ko ngayon si Jho, katabi niya si Nico sa right side at sa left naman si Mom.

"How are you, Ate Jho? Namiss talaga kita" sabi ko ng makaupo kaming lahat, inabutan naman ako ni Maddie ng adobo.

"I-im f-fine, B-beatriz" nauutal na sabi niya at hindi makatingin sa'kin ng diretso

"That's good. And uhm, can I meet your fiancé.? And ang daya mo ha, hindi mo man lang ako hinintay" kaya naman napa angat siya ng tingin sa'kin.

"I'm s-sorry." sabi niya. "Uhm, by the way this Nico Evangelista. Nico si Bea nga pala" sabi ni Jhoana. Nakita ko namang nag abot ng kamay si Nico, and I accept it naman.

"Hi po. Nice to meet you, sir" sabi ko kase feeling ko mas matanda pa to ng mga 3 years sa'kin. Feeling ko lang hehe.

"Too formal, Bea. I heard a lot from you" nakangiting sabi niya at bumitaw naman ako sa mga kamay naming nakahawak. Gigil aquoeh eh baka mabali ko pa. Charot!

"I hope it's good, di naman siguro ako sinisiraan ni Ate Jho" nakangiting sabi ko. Whoa! Kaya pa!

"All of them are good. You're such a sweet and clingy sister pala to her. Ang swerte ni Jhoana at nakasama ka niya. Sana ako rin" sabi ni Nico. Napakunot naman aking noo. Kaya naman di ko natakasan ang mga tingin ni Mom and Kuya sa'kin, anong trip ng taong to oy?

"What do you mean po? Am I related to you?" natatawang sabi ko. Napai-was naman ng tingin si Mom at ganun na rin si Jhoana, naramdaman ko naman ang paghawak ni Maddie ng kamay ko sa ilalim ng table.

"Uhm, Bei, why don't you try this? It's good you know. Tita ang sarap po ng beefsteak na niluto mo po. Pwede paturo" singit ni Maddie kaya naman napatingin ako sa kanya.

"Yeah sure anak, i'll teach you how to make this one. I'm sure you gonna love to make this" sabi ni Mom. Mukhang may hindi magandang nagyayari dito.

"Sorry again, What is it again?" tanong ko kay Nico at nakatingin ng seryoso sa kanya.

"Ehem. I think we need to eat first, hindi tayo mabubusog niyan" ma awtoridad na sabi ni Kuya. fuck, bakit sila ganito lahat?

"I want to know it first, Kuya. Mukhang may sasabihin pa siya eh" sabi ko at nakatingin kay Nico.

"It can wait naman, Isabel. We should eat first. I agree to Loel, hindi tayo mabubusog niyan" sabi ni Mom.

"Eat first, Bei. Para mabusog ka naman. Tignan mo oh ang payat mo na" sabi ni Maddie at dinagdagan pa ang nasa plates ko.

"Nico, just tell it to Bea later, let's eat first" sabi ni Jhoana. Ano ba kase yun?!

"Hey ang daya niyo na ha. 3 years lang akong nawala pero may sikreto na kayong tinatago" pagbibiro ko.

"Bea" rinig kong tawag sa'kin ni Nico. Nakita ko naman na hinawakan ni Jho ang kanyang braso.

"Babe, she need to know it. And I want to make bawi to her" sabi ni Nico, kaya naman biglang bumilis ang tibok ng aking puso.

"Bea, i'm your Kuya Nico. Magkapatid tayo sa ama. We're siblings"

Sorry for the typos and grammars.

Hey I just want to apologize for publishing again the chapter 18. Nagloloko po ang signal ng phone ko.

And i just want to thank all of you for voting and reading my story. Love you

:>

Part 20.

- -

B^{EA}

"W-what the hell?" bulong ko sa sarili ko. Andito ako ngayon sa veranda kasama si Maddie at Kuya.

"That's why I want to talk to you first before Nico told you the truth" mahinahon sabi ni Kuya.

"Paano nangyari yun?" naguguluhang tanong ko.

"Anak niya yun sa pangalawa niyang asawa. Bei, 1 taon pagkatapos kong ipanganak nagsasama na pala yung tatay mo sa ibang babae kaya yun" sabi ni Kuya na halata sa kanyang mukha na kinamumuhian niya ito.

"P-ero, f-fuck! Hindi ko na alam ang nangyayari" frustrated na sabi ko.

"Bei, kalma okay? Andito lang kami ni Kuya" sabu ni Maddie.

"Mads, paano ako kakalma? Yung girlfriend ko ay magiging asawa na ng kapatid ko" gulong gulong sabi ko.

"Calm yourself first, Isabel" sabi ni Kuya at umalis na,

"Sunod ka na sa'min. Your Kuya Nico wants to know you more" pang aasar ni Maddie.

Hindi ko alam kung paniniwalaan ko pa ang mga nangyayari ngayon. Gusto kong kamuhian ang sarili kong ama sa mga dala niyang kamalasan sa buhay namin. Napakaliit nga talaga ng mundo.

"Hey, uhm! Join us" masiglang sabi ni Nico ng marating ko ang sala, nakikita ko naman andun din si Kuya kaso lang parang hindi naman ito nakikinig sa mga sinasabi ni Nico.

"Uhm, B-bea?" sabi ni Nico ng makaupo ako sa tabi ni Kuya and Mads. Ayokong humiwalay sa kanila.

"Yes?"

"Gusto ko sana na pag kinasal na kami ni Jho ay pupunta ka" sabi nito sabay hawak sa kamay ni Jhoana. Putangina, ako lang pwedeng humawak diyan.

"Y-yeah sure. Yun lang ba ang hiling mo?" nakangiting sabi ko.

"Sure? Thank you!" natutuwang sabi niya.

"I want to help" sabi ko naman.

"What do you mean?" tanong ni Kuya Loel.

"I want to help them. Sa pag prepare ng wedding nila" sabi ko. Masakit? Oo, napakasakit.

"You sure about that, Bei?" nag aalalang tanong ni Maddie.

"I'm always sure, Mads. Gusto ko lang bumawi kay Ate Jhoana" sabi ko sabay tingin kay Jho. Sinalubong niya naman ako ng nakakalunod niyang tingin.

"H-hindi m-mo n-naman kailangan gawin yun" sabi ni Jho.

"I insist. I want to make bawi" sabi ko.

"Pumayag kana babe, gusto lang naman tumulong ni Bea eh" sabi ni Nico, kaya naman tumango na lang si Jho.

"Aside from that, gusto rin kitang makasama" mukhang nagulat naman si Jho sa sinabi ko.

"I want to spend my days with you" seryosong sabi ko. Hindi naman nakatakas sa'kin ang nagtatakang tingin ni Nico.

"Uhm, guys. Excuse lang kami ni Kuya Loel hehe" sabi ni Maddie. Kaya naman napaiwas ako ng tingin. Fuck! Ano ba tong ginagawa ko?!

"Close talaga kayo ni Jho ano?" sabi ni Nico.

"Sobrang close namin. Halos hindi na nga kami mapaghiwalay" sabi ko.

"Yeah. Alam ko yun, kase nakikita ko minsan sa IG stories ng mga friends niyo" sabi niya. Ig stories?

"You stalking us?" sabi ko.

"Actually i'm stalking Jho. Crush ko na kase to kahit nung college pa kami" how come? Hindi niya man lang ba nalaman na kami ni Jho? Damn it.

"Talaga? So matagal mo ng kilala si Ate Jho?" sabi ko.

"Unfortunately, yes. I always admire her kahit noon pa. Kaso lang naging busy din ako sa work kaya hindi ko na masyadong nasubaybayan siya. Kaya nung nakita ko siya sa condo unit niya ay hindi ko na pinalampas yung pagkakataong yun" sabi niya. Oh, he grab that opportunity. Shit.

"So hindi mo man lang ba inalam kung may boyfriend or girlfriend natong si Ate Jho bago ka gumawa ng move?" kalmadong tanong ko. Ayokong ipahalatang naiinis na ako sa kanya.

"Uhm, actually inalam ko rin and nakakatawa pa nga eh, some people always saying na kayo daw" natatawang sabi niya. Yeah! Kami nga, bitch!

"Hindi ka naniwala?" sabi ko. Napaubo naman si Jho.

"You okay, babe?""Okay ka lang, love?" sabay naming sabi ni Nico. Buti nalang at di narinig ni Nico ang sinabi ko.

"I-i"m o-okay. N-nabulunan l-lang" sabi niya at uminom ng juice.

"So, saan na nga ba tayo, Bea?" sabi niya ng masigurado niyang okay lang talaga si Jho.

"Hindi ka naniwala na baka posibleng kami talaga ni Ate Jho?" sabi ko.

"Hindi. Kase when I ask Jho, she said magkapatid lang daw talaga ang turingan niyo" bullshit! MAGKAPATID LANG DAW KAMI? Tangina, Jho?!!

"Hindi mo naman siguro papatulan yung Ate mo diba?" pahabol na tanong ni Nico.

"Actually, I'm planning. Hindi naman talaga kami totoong magkapatid" natatawang sabi ko. Nakita ko namang napatingin si Jho sa'kin.

"Mahal ko si Jhoana, Nico" seryosong sabi ko.

"Mahal ko siya bilang kapatid, kaya di ko tinuloy" pahabol na sabi ko, lumiwanag naman ang mukha ni Nico and Jho.

"Alagaan mo yung kapatid ko. If you hurt her, ako makakalaban mo" pagbabanta ko sa kanya. Kase kung sasaktan mo siya, wala ka ng babalikan.

"Mahal na mahal ko si Jhoana, Bea. Hindi ko siya sasaktan" seryosong sabi niya.

"Gawin mo sana yan sa gawa" sabi ko.

"Makaka asa ka, lil sis" sabi niya. Fuck that lil sis of yours!

"So, ba-- ay Ate Jho, are you sure about this one?" sabi ko.

"What d-d y-you m-mean, B-bei?" nauutal na tanong niya.

"Sure ka na bang magpapakasal ka na?" natatawang sabi ko. Act hanggang kayo ko pa.

"Grabe, parang ayaw mo naman sa'kin" natatawang sabi ni Nico.

"May gusto ka bang iba para kay Jhoana, Bea?" pahabol ulit na sabi niya.

"Oo, ako" bulong kong sabi.

"Huh?"

"I said, wala. Actually bagay nga kayo eh" sabi ko, napaiwas naman ng tingin si Jhoana.

"Hey, di ka pa ba uuwi? Gabi na oh" sabi ni Jhoana.

"Yes, uuwi na rin ako, babe. Hey! As long as i want to catch up with you more. But pinapauwi na ako ni Kumander eh. Next time ulit, Bei. Labas naman tayo" sabi niya at tumayo na, tumayo na rin naman si Jho kaya ako rin.

"Yeah. Next time, then" sabi ko.

"Bye, babe. Take care. I love you" sabi ni Nico at hinalikan si Jhoana sa lips. Puta!

"So paano ba yan? Tuloy na ako. Magpapa alam lang ako kay Tita at Kuya" sabi ni Nico at hinila niya man niya si Jho, kaya napaupo ulit ako sa sofa. Nakakapanghina ng tuhod.

Nagpaalam si Nico kina Mom, and hinatid niya man siya sa labas ni Mom at Jhoana. Despite of all, tinanggap pa rin ni Mom si Nico kahit anak ito sa labas ni Dad.

"Why did you deny it, Bei?" mariin na tanong ni Kuya Loel. Actually andito ako ngayon sa kitchen, uminom muna ako ng tubig kase natuyuan ako ng lalamunan sa pag uusap namin kanina.

"Para ano? Maka gulo pa" sabi ko. Napailing naman si Kuya.

"You sacrifice a lot, Isabel. Sagipin mo naman ang sarili mo" sabi ni Kuya. I can feel the tension between the of us.

"Hindi mo kase naiintindihan" mahina ngunit mariin na sabi ko.

"I understand, Bea. I always understand. Hindi ako bobo" sabi niya.

"Oh! Yun naman pala, pero bakit ka galit?" sabi ko.

"Yan ang problema sa'yo eh. Inuuna mo yung iba bago ang sarili mo. Bea, wag mong bigyan ng ikakasakit pa ang sarili mo. Ipaglaban mo si Jhoana habang maaga pa" kaya naman napatingin ako sa kanya.

Ipaglaban mo si Jhoana hanggang maaga pa.

"Ang tanong, may laban pa ba ako?" sabi ko.

"So ano, susuko ka nalang? Ganun ganun nalang ba lahat yun?" sabi ni Kuya.

"Kuya, gustuhin ko mang lumaban. Pero alam ko na sa sarili ko na talo na ako. Ikakasal na siya" sabi ko.

"Huwag kang sumuko agad, Isabel. Ramdam kong mahal ka pa rin ni Jhoana. Goodnight, Isabel. Pag isipan mo sana ang sinabi ko" and that's my cue mahal pa ako ni Jho.

Pagkatapos ng pag uusap namin ni Kuya ay lumakad na ako paalis, nakita ko namang si Mom lang ang pumasok.

"Anak, you rest na. I will rest na rin" sabi niya.

"Maya maya na po. Mauna na po kayo" sabi ko. Lumapit naman siya at niyakap ako.

"Goodnight, Isabel. I love you" sabi ni Mom kaya naman hinalikan ko na lang ito sa noo.

"I love you too, Mom. Rest kana po" sabi ko at umalis na rin ito.

"Hoy! De leon, sa room mo ako matutulog" sabi ni Maddie, tangina andito pa pala to?

"Wow? Andito kapa pala?" sarcastic na sabi ko.

"Hindi ba obvious? Hoy! Sunod ka agad, may paguusapan lang tayo" sabi niya.

"Hanap ka nalang kausap mo, Mads" sabi ko inirapan niya naman ako at tuluyan ng umakyat sa hadgan.

Napagpasiyahan kong lumabas muna ng bahay. Gusto ko munang matunghayan ang pagkinang ng mga bituin. Ngunit naagaw ng aking atensyon dahil may isang babaeng nakaupo sa may garden.

"Can I sit?" sabi ko ng malapitan ko ito. Umangat naman siya ng tingin.

"B-beatriz? Y-yeah, sure" sabi niya. Kaya naman dali dali akong umupo.

Matagal na katahimikan ang nanaig sa pagitan naming dalawa. Walang nagbabadyang magsalita, tila ninamnam ang lamig ng simoy ng hangin at nakatingin lamang sa mga bituin na napakaliit man ngunit kita pa rin ang kinang.

"How are you?""Kamusta ka?" sabay naming sabi

"I'm totally fine. Kase nakita na kita" mahinang sabi ko.

"Ikaw? Kamusta ka, babe?" sabi ko at hinarap siya.

"M-maayos a-ko" sabi niya na tila naiilang sa mga titig ko.

"Ang swerte ni Nico" nanghihinang sabi ko.

"B-beatriz" sabi niya.

"Ang swerte niya kase ikaw ang papakasalan niya" naiiyak na sabi ko. Wag kang tumulo luha, utang na loob.

"I-i'm sorry, Jho for keeping you wait" sabi ko.

"I'm sorry kase natagalan ang pagbalik ko" pahabol kong sabi.

"B-bea" naiiyak na rin na sabi niya.

"Pero bakit?" tanong ko.

"I'm so sorry, Bea. I'm so sorry" sabi niya.

"Masakit eh. Sobrang sakit" sabi ko at tuluyan na ngang bumagsak ang mga luhang kanina ko pa pinpigilan.

"I'm so sorry. Mahal kita" umiiyak na rin na sabi ni Jhoana.

"Mahal mo'ko pero di mo'ko hinintay" sabi ko.

"I wait for you, Bea. I wait for you"

"Pero bakit ganun ang nangyari? Bakit may Nico na pagbalik ko?" galit na sabi ko.

"I-i'm s-so s-sorry. S-sorry. S-sorry. S-sorry" sabi niya sabay baon ng kanyang mukha sa kanyang mga palad.

"Sorry nalang ba ang sasabihin mo? Ganun nalang ba lahat yun Jho?" sigaw ko. Wala akong pakialam kung may makarinig sa'min.

"Mahal kita, Bea. Mahal na mahal" sabi niya. Wtf?!

"Mahal mo nga ako, pero naghanap ka naman ng iba. Ang labo mo, Jho. Ang labo mo" sabi ko sabay sabunot sa aking buhok.

"Hinintay kita, naghintay ako. Pero nangulila ako sa'yo, at napunan yun lahat ni Nico. Sorry, sorry" umiiyak na paliwanag niya. Humarap naman siya sa'kin sabay hawak sa aking kamay.

"Araw araw nagdadasal ako na sana bumalik ka na. Ngunit wala eh, walang Bea ang bumalik. Pero bago ko sinagot si Nico, humingi ako ng sign. Na kapag tumawag ka, hihintayin pa rin kita. Pero wala. W-walang t-tawag g-aling sa'yo" sabi niya. Agad ko naman siyang niyakap at binaon niya naman agad ang kanyang mukha sa aking dibdib.

Oo na, ako na ang marupok.

"Ang babaw, Jho. Ang babaw ng rason mo" nagagalit na sabi ko pero yakap ko pa rin siya.

"I'm sorry. Patawarin mo'ko, Bei" sabi niya.

"I always forgive you, Jho. Kase mahal kita. Mahal na mahal" sabi ko.

"Pero sana naman hinintay mo pa rin ako. Sana naman pagbalik ko dito ako pa rin. Pero wala eh. Wala na pala" nanghihinang sabi ko. Nakayakap pa rin siya sa'kin.

"Hinintay kita. Hinintay kita" sabi niya habang umiiyak pa rin.

"Talaga bang naghintay ka, Jho?" malumanay na tanong ko.

"Oo, Bea. Oo"

"Why?" hinintay mo'ko pero may iba pa rin.

"Because that's what people do for someone they truly love and they don't want to lose" sabi niya. Coming from you pa talaga ha.

"Yun naman pala eh. Pero bakit may iba pa rin? Bakit may Nico pa rin?" naiinis na sabi ko. Kumalas naman siya ng yakap mula sa'kin.

"Mahal kita, Bea. Pero mas mahal ko na si Nico" mahinang sabi niya at nakayuko.

"Bullshit" sabi ko at tumayo.

"Sorry, Bea. Sorry"

"Sorry nalang ba ang sasabihin mo Jho?" sigaw ko sa kanya.

"Jho, 3 taon lang akong nawala, pero pagbalik ko ikakasal ka na. Minahal mo ba talaga ako?" sigaw ko ulit.

"Tapos alam mo kung ano ang masakit? Jhoana, you deny me as your girlfriend. Hindi mo sinabi kay Nico na may relasyon tayong dalawa" sabi ko. Fuck. She deny me for god sake!

"Natakot akong mahusgahan niya. Natakot ako, Bea. Takot na takot ako kase ako lang mag isa. Ako lang mag isa ang haharap sa mundo" sabi niya.

"Putangina? Natatakot ka kase ikaw lang mag isa? Jhoana akala ko ba handa ka ng harapin ang mga sasabihin ng ibang tao? Pero ang hina mo pa rin pala talaga. Mahina ka pa rin" sabi ko.

"Hindi mo talaga ako tunay na minahal" bulong ko. Ngunit yakap ko pa rin siya, yakap ko pa rin siya kahit galit ako sa kanya. Mahal ko nga talaga ang babaeng to

"M-mahal na m-mahal kita" sabi niya ngunit napa pikit nalang ako.

"If hurting me don't hurt you, don't ever tell me you love me. Kase parang wala ring saysay ang mga sinasabi mo" sabi ko sabay tayo at tumalikod na mula sa kanya.

"Bea, sorry. Sorry" sabi niya sabay yakap sa'kin mula sa likod.

"Pagod na ako sa lahat, Jho. Akala ko ikaw ang pahinga ko, pero di pala. Kase sa lagay natin ngayon, ikaw ang nagbibigay dahilan para bitawan na kita" sabi ko, ngunit napahigpit naman ang yakap niya sa'kin.

"I love you. I still love you" bulong niya.

"Mahal mo'ko pero may mahal kang iba? Tangina, tama na!" sabi ko sabay alis ng yakap sa kanya.

"Jhoana, mahal kita. Pero tama na. Sana wag mong pagsisihan ang naging desisyon mo"

Sorry for the typos and grammars.

Hindi talaga ako magaling sa mga ganitong scene. Okay, pasenisya.

:>

Chapter 21.

B^{EA}

"So if you have chance to change the events happened in your life what would it be, and why?" tanong ni Ej habang naka tingin sa mga bituin. Day off namin ngayon kaya pahinga muna.

"Well, thank you for that wonderful question, Miss. Ehem! Ehem" sabi ko, natawa naman siya.

"Wait? Miss universe pageant ba to ha?!" pahabol na sabi ko.

"Sige na, sagutin mo nalang" sabi niya.

"Well, I want to change that I and Nico are siblings, gusto ko yung mabago, and gusto ko baguhin yung nangyari kay Mom and Dad. I want to change everything, Ej. But except sa event na nakilala ko si Jho" sabi ko habang nakatingala sa mga bituin.

"Ang swerte ni Jho sa'yo" sabi niya sabay tingin sa'kin.

"Yun na nga ang swerte niya sa'kin, kaso sinayang niya pa" I chuckled after saying that word. Oo nga naman, sinayang niya pa. Ako na to oh!

"Ang taas naman talaga ng tingin sa sarili oh" sabi ni Ej.

"What? Totoo naman ah" natatawang sabi ko.

"Pero, naisip mo ba na kung hindi ka umalis siguro ngayon masaya na kayo ni Jho?" sabi niya.

"Siguro. Oo. Ewan. Hindi natin alam, Ej. Kase alam ko naman na may reason kung bakit nangyari lahat to" sabi ko.

"Ang galing mo sa part na tuluyan mo na ngang tinanggap ang mga nangyayari" sabi niya. Ngumiti naman ako.

"Kase yun naman talaga yung dapat kong gawin. Nangyari na yung nang-yari eh. Ano pa magagawa ko?" sabi ko. Ngumiti naman siya.

"I'm so proud of you, Bea. Napaka strong mo. Napakatapang mo" sabi niya.

"Well, gaya ng sabi ko, ako lang to. Si Bea de leon lang to" pagyayabang ko. Umirap naman siya.

"Di pa huli para humilom ang mga sugat ng iyong nakaraan, Bei. Pero i think naghilom na nga ng tuluyan" sabi niya. Oo, tuluyan na ngang naghilom.

"Salamat kase sa paghilom na yun naging bahagi ka. Kasama kita" ngumiti naman siya.

"Oo no! Kita ko pa nga kung paano ka umiiyak gabi gabi. Halos wala ka na ngang mata kinabukasan dahil sa kakaiyak mo. Ano yun? Naluging intsik?!" pagbibiro niya.

"Siyempre iiyak talaga ako no, mahal ko yun eh. Minahal ko yun." sabi ko.

"Alam ko. Hindi ka naman iiyak kung hindi ka nasaktan. You won't feel so much pain if you didn't give so much love to her. Hindi mo lang siya minahal, dahil ginawa mo pa siyang mundo" sabi niya kaya napatingin ako sa kanya.

"Ganun ba kahalata?" natatawang tanong ko. Oo nga naman, ginawa kong mundo yung dapat na tao lang.

"Pero bakit hindi mo siya binigyan ng chance? Alam mo bang napakasayang ng love story niyo?" sabi niya.

"Hindi naman ako yung sumayang. Hindi naman ako yung nagpabaya" sabi ko.

"Pero kahit na, dapat pinatuloy niyo yung maganda niyong sinimulan at binigyan ng masayang katapusan" sabi ni Ej.

"Parang hindi ko na naisip yan. Kase sa lahat ng nangyari parang wala na rin akong dapat ipagpatuloy. Kase ginawa ko na lahat, binigay ko na lahat" sabi ko.

"Edi sana diba lumaban ka pa rin. Sana pinaglaban mo pa rin" sabi niya.

"I don't wanna lose myself on trying to save someone else" sabi ko.

"Edi wow! Oh sige na, kwento kana ulit. Malapit ng dumugo ilong ko oh. English pa more!" sabi niya kaya natawa nalang ako.

"Oh ano? Kamusta pag uusap niyo?" tanong ni Maddie ng makapasok ako sa room.

"Wala. Mas mahal niya na daw yun eh" sabi ko sabay higa at nagtalukbong ng kumot.

"Naniwala ka naman? Hello? Bea, tanga ka ghorl? Alam mo nagsisinungaling si Jho" sabi niya.

"Mahal niya rin ako, pero mas mahal niya si Nico. Yun yung sabi niya" sabi ko.

"Edi wow! Bobo ka rin no. Ay hindi tanga rin pala. For short BO-TA" sabi niya, kaya inalis ko yung kumot na nakatakip sa akin.

"BO-TA?"

"Ay slow rin pala. BO-TA-S yan yun" sabi niya sabay irap. Magkatabi kase kami ngayon ayaw matulog sa guest room eh.

"What's that?"

"BO-TA-S. Short term ng bobo, tanga at slow. BO-TA-S" sabi niya kaya napairap ako.

"Edi ikaw na! Ikaw na nagiisip" sabi ko.

"Ako lang to no. Maddie Madayag lang to no" sabi niya.

"So ano nga pinag usapan niyo?" pagsasalita niya ulit.

"Yun na nga diba? Sinabi ko diba? Di mo ba narinig lahat lahat. Nakaka tatlo na ako sa pag uulit" sabi ko. Sinong slow sa'min dito ha?

"Eh, kase naman nakakainis. Bakit kailangan niya pang mag pretend na di ka na niya mahal eh obvious naman na affected pa rin siya presence mo" sabi niya sabay irap. Attitude ka ghorl?

"Yun yung sabi niya eh. Alam mo, Mads. Let's sleep nalang. I don't want to talk about it anymore. Kung ayaw na niya. Edi ayaw na! Ayoko namang habulin ang taong tumigil na sa pagtakbo. Ano ako asong tanga?" sabi ko.

"Hindi. Si Bea tanga. If you don't want to talk about it. Let's drink tomorrow night. Night party lang para makawala ka naman sa sakit na yan" sabi niya.

"I'm not available. Ikaw nalang" sabi ko.

"Diba sabi mo? Hindi ka na mahal ni Jho" sabi niya. Hays paulit ulit di nakakaintindi.

"Mahal niya pa rin ako. Pero mas mahal niya si Nico. Oh nakaklima na tayo ha. Kanina ka pa" nagtitimping sabi ko. Kapikon ih.

"So, malalaman natin yan bukas kung mas mahal niya nga ba talaga si Nico kaysa sa'yo" sabi niya sabay wink.

After that natulog na kami.

"Bei, are you ready? We will go na" sabi ni Maddie. Actually nagre ready na ako para sa party na sinasabi ni Maddie, sa bar naman niya ang venue.

"Yeah, ikaw nalang hinihintay ko. Pa VIP ka sis?" sabi ko sabay irap. Tumayo na ako sa pagkakaupo sa sofa

"Galingan mo later ha. Ilabas mo yung dating Bea na "panty ripper ang peg" basta alam mo na kung bakit" sabi niya sabay cling sa braso ko.

"You sure na pupunta si Jhoana? Pag hindi pumunta lagot ka talaga sa'kin" pagbabanta ko.

"Sure pa sa sigurado, Miss BDL "the panty ripper"" sabi niya sabay tawa. Diwao!

Actually, kaya kami aattend sa party na yun kase alam ni Maddie na pupunta sina Nico and Jho. Actually napili daw yun as venue para sa welcome party ng kabatch ni Nico, well hindi lang naman sila ang tao dun. May iba din naman. So yun, naisip ni Maddie na ibalik ko yung dating ako nung wala pang Jhoana. Kung paano ako kagaling magpaungol ng mga babae sa kama. Well, hindi naman talaga yun yung plano. We just want to know if may effect pa ba talaga ako kay Jho. Kase kung wala na, edi siyempre lalaban parin ako no. I'm just joking lang naman na susuko na ako. Kase di ko hahayaan na sukuan ko nalang yung taong minsan ko ng naging mundo.

"Hey, guys just enjoy the party" sigaw ni Maddie ng makapasok kami sa loob, actually nasa second floor yung event na kung saan andun sina Jho.

"Oh, Bei. Lumandi ka lang diyan. Makikita ka rin naman ni Jho kasi mas tanaw ka sa taas, and ang dali mo lang naman makita dahil sa tangkad mo" sabi niya.

"Matangkad ka rin duh" sabi ko.

"O sge na! Lapitan mo na yung mga babaeng mahilig mag twerk. Baka kapag ganun aba bigla ka na lang hilain ni Jhoana at sabihin na ikaw talaga yung mahal niya" tumatawang sabi niya.

"Pag di talaga to gumana, lagot ka talaga sa'kin, Mads" sabi ko. Bigla namang may bumangga sa likod ko.

"O-oh, you okay Miss?" tanong ko.

"Gotta go! Pagbutihan mo diyan" sabi ni Maddie at tumatawa pa talaga

"Excuse me, Miss. You okay?" tanong ko ulit dito sa babae.

"Yeah. I'm fine sorry if I bump to you. It just like that, i feel so dizzy na rin kase" sabi niya.

"Oh, felt bad for that. Uhm. Samahan nalang muna kita. Alone?" sabi lo.

"Nope. I'm with you diba? So i'm not alone anymore" sabi niya. Medj lasing na talaga to. Natawa naman ako.

"Yeah. You're with me nga. So, wanna have dance with me?" tanong ko.

"Yeah. Let's dance and dance and dance. I want to escape in everything" sabi niya. May pinagdadaanan ata to.

"O-okay? Sige, let's dance" sabi ko, ngumiti naman siya.

Andito kami ngayon sa dancefloor actually may dumadaan na nagbibigay ng drinks dito sa'min. I'm sure sinasadya to ni Maddie na lasingin ako eh. It felt good din naman. Tagal kong di naka inom eh. Naging mas sexy yung music kaya medyo napa kapit sa shoulder ko itong kaharap ko. I'm talking again with a stranger, it's been a while. Napapangisi nalang ako kapag natatandaan ko yung mga pinag gagawa ko dati.

"Hey, you're creepy ha. Why are you smiling?" tanong niya habang nilalapit ang kanyang dibdib sa'kin. Fuck. I can feel the hotness on my body.

"I can't believe that i'm dancing with the most beautiful girl, tonight" sabi ko

"Bola" sabi niya.

"I'm not, babe. I'm telling the truth" sabi ko sabay hapit sa kanya sa bewang

"Not too fast, baby. Be gentle naman" sabi niya sabay lip bite. Kaya naman napatingin ako dun, sorry Jho if i'm cheating on you. This is just nothing.

Kaya naman hinalikan ko siya agad, napakapit naman siya sa batok ko. At first, marahan lang ang aking paghalik pero nung naramdaman kong nag respond na rin siya ay mas naging agressive na ako. Fuck. Honestly ang galing niyang humalik. Potaena!

"Nice taste. Nice lips" sabi niya pagkatapos ng aming halikan.

"Level up niyo na yan. Nahiya pa kayo" kaya naman napatingin ako sa nagsalita habang nakahawak parin ako sa bewang niya at ganun din siya sa batok ko, sobrang lapit pa naman ng mga katawan namin.

"Mads!" sita ko. Nakangiti ng mapang asar eh.

"Effective sis, yung Jhoana mo nakanguso na oh" sabi niya sabay nguso sa direksyon kung asan andun si Jho.

"Excuse me, Miss. I have to go. Thank you for that amazing kiss" sabi ko.

"As long as I have to be with you, but i can't eh. Naghihintay pa pala friends ko. I have to go na rin. Goodnight. And welcome, that was amazing tho" sabi niya pero bago umalis ay nag peck naman siya sa lips ko.

"Sure ka? Saan?" sabi ko, di na kase ako nakalingon dun sa tinuro niya kanina.

"Actually pababa na siya kanina ng makita ko, siguro nakita ka rin niya na may kahalikang iba kaya ayun mukha ng dragon nung bumalik sa jowa niya. Parang sasabog na bomba, Bei" natatawang sabi niya

"Mads ha. Pag yun nagalit lagot ka sa'kin" sabi ko.

"Ay wow?! Bakit susuyuin mo? Bakit ikaw jowa?! Ikaw ang jowa?! Ha? Ha?" sabi niya sabay sundot ng tagiliran ko.

"H-hindi. And may karapatan naman ako kase kami pa rin. Remember di pa kami naghiwalay" sabi ko. Napangiti naman siya.

"Yun naman pala eh, di pa kayo hiwalay. Taray ng ate mo Jhoana ha, namamangka sa dalawang ilog" sabi niya sabay iling.

"Magiging isang ilog nalang yan, Mads. Kapag nakuha ko na ulit siya" sabi ko sabay inom ng Jack Daniels. May dumaan na waiter eh, bakit ba!

"Wow! May pagbawi si ghorl. Oh siya uwi na tayo. Mukhang uuwi na rin sina Jho eh" sabi niya sabay hila sa'kin.

Nagpapasalamat talaga ako dito kay Maddie eh. Andaming alam. Aside sa dakilang chismosa siya ay nagpapasalamat din ako kase never siyang nawala sa tabi ko. Simula nung college palang kami, siya na yung kasama ko sa lahat. Medyo nakakasawa na rin yung mukha niya pero tiis tiis muna. JOKE! HAHAHAHA.

"Oh, Bei. Basta ha, sakyan mo yung trip ko" sabi niya kaya napakunot ako ng noo. Ano na naman trip neto?!

"Huh?"

"Basta. Wag madaming tanong. Magtatanong pa eh" sabi niya at dali dali ng lumabas ng car ko. Actually andito na kami sa tapat ng bahay. And tanaw na namin ang sasakyan ni Nico na malapit na rin makalapit sa'min. Hinatid kase si Jho. Bumaba na rin ako at hinabol si Maddie.

"What do you mean by trip ba ha? Hindi ko gets" sabi ko sabay sa batok.

"Basta ha. Susundin mo ang sasabihin ko" sabi niya na para akong isang bata na kausap niya. Tumango naman ako.

"Oh, bumaba na si Jho. Tara sa loob" sabi niya sabay hila sa'kin. Nakita ko naman na pumasok si Jho sa gate.

"Kiss me, come on" sabi ko na nga ba eh, iba ang trip neto.

"Huh?" sabi ko, pero bigla na lang siyang kumapit sa batok ko.

"Huy t-teka, teka! Tek---" di ko na natuloy ang sasabihin ko ng hinalikan niya na ako. Potaena! Madayaaaaag'!

"M-mads, w-hat a-re y-ou d-oing?" sabi ko between our kiss.

"S-hut u-up. N-nalulunok k-ko la-way mo. J-just press y-our l-lips o-n mi-ne" sabi niya. Tangina! Nalulunok ko rin laway niya.

"Aaaahhhh, Bei. That's right. Uhm. Mmm!" ungol niya. Tanginaaaaaaa! Bwiset talaga. Nakita ko naman sa peripheral view ko na parang na statwa si Jhoana sa kinanatayuan niya. Ugh. Lagot talaga tong si Madayag sa'kin eh.

"I-i'm gonna put m-y le-gs on y-our w-waist. I-pu-pulupot ko ha" mahinang sabi ni Maddie. Actually nakadikit lang naman ang lips namin. Di naman talaga gumagalaw hehe.

"D-dalhin m-oko sa counte-r t-op" sabi niya kaya sumunod naman ako para matapos na agad. Pagkarating namin dun ay nilagay ko agad siya dun, kita pa rin naman ito sa sala kaya for sure nakatingin pa rin sa'min si Jho.

Nakatayo lang ako sa harap ni Maddie ng ibukaka niya ang kanyang dalawang paa at para makapasok ako dun, basta imaginin niyon nalang haha.

"Aaaahhjh, Bei. That's right. Mmmm. More baby, more" ungol niya ng napakalas. Pag kami narinig nina Mom lagot talaga tong si Maddie.

Binaba niya naman ang aking ulo saka inilapit sa dibdib niya. Pinadikit niya lang ito ulit dun, siyempre wala naman akong ginawang di kaaya aya no. Behave lang ako dun, sinandal ko lang ang head ko.

"Mmmm, massage it very well baby, para lumaki naman. Ahhhh. More ahhh" ungol niya ulit. Ugh! Ganito ba talaga to umungol? Nakaka turn on pakshet! Joke!

"Ahhhhh. Ahhhh" ungol niya sabay lumiliyad. Di nagtagal ay may narinig nalang kaming pinto na pabagsak isinara. Sa sobrang lakas neto ay baka masisira na rin. Alam kong si Jhoana talaga yun!

"HAHAHAHAHAHAHA. That was epic and fun" tumatatawang sabi ni Maddie.

"Tanginaaaaa kaaaa! Ang lakas ng ungol mo" sabi ko sabay alis sa dibdib niya.

"Thank me later, Bei. Thank me later"

____

Sorry for the typos and grammar errors.

Hanggang diyan muna mga bhe's. Tinamad na akong magsulat at magisip ey! Hahahahah.

Hey, kung gusto niyo ng kausap. Usap tayo, okay? Just message me. Usap tayo.

Please vote, sunshines! Enjoy reading. Keep safe

PS. Sa sobrang lutang ko, imbis na "Chapter 20" isusulat ko naging "Part 20" tuloy. If you will notice it on last chapter hehe.

:>

Chapter 22.

B EA

"Good morning familia De Leon" sigaw ni Maddie habang pababa sa hagdan. Dito na ata to titira eh.

"Good morning, Mads. Ang saya natin ah" sabi ni Kuya. Tumabi naman ng upo sa'kin si Maddie tapos kaharap ko si Jho. Then kaharap naman ni Maddie si Kuya. Then nasa ulohan ng table si Mom.

"Today is another day, Kuya. So that's why maging masaya dapat tayo" sabi niya.

"Goodmorning, Bei" pahabol na sabi niya.

"Goodmorning" sabi ko. Tangina alam ko na mang aasar to dahil sa ginawa namin kagabi.

"Goodmorning, Jho" sabi ni Maddie na may malapad na ngiti sa labi. Duh, alam ko ano pakay neto no

"Goodnorning, Mads. Ang saya mo nga ngayon. May nangyari ba sa iyo last night at ganyan ka kasaya?" tanong ni Jho, kaya naman nabulunan ako. Tangina?

"Oh, Bei are you okay? Ano ka ba naman, hinay hinay lang" sabi ni Mom, inabutan naman ako ng tubig ni Maddie. Leche.

"I'm fine, Mom. Sorry ang sarap kase ng bacon" sabi ko.

"Well, to answer your question. Yes may nangyari sa'min. Ay este sa'kin" tumatawang sabi ni Maddie. Watda?

"Oh, nag enjoy ka ba?" tanong ulit ni Jho sabay durog ng durog ng kanyang bacon. Qiqil si ate ghorl?

"Super. I really enjoy it, Jhoana. Ang sarap pa nga eh" mapang asar na sabi ni Maddie.

"Oh, is that so? Mukhang hindi naman nag enjoy ang kasama mo kagabi" sabi ni Jho sabay smirked.

"Pagod kase yan. Naka tatlo kami eh" di nagpatalong sabi ni Maddie. Wow!

"Naks. Ang sipag naman pala" sabi ni Jho. Ako yung naawa sa bacon niya, durog na masyado mga bhe.

"Ofcourse. Actually you should join us next time, exciting Jho. Super exciting" sabi ni Maddie. Tangina. Pinagsasabi neto?

"Really? Ang bait mo naman pala at gusto mo pang makipagshare" sarcastic na sabi ni Jho.

"Sharer ako eh" natatawang sabi ni Maddie. Wow!

"Mads, kumain ka na nga lang. Wag mong paghintayin ang pagkain. You must gain your energy again alam kong pagod ka kagabi" sabi ko kaya naman nabitawan ni Jho ang hawak niyang tinidor at kutsara.

"Pinagod mo'ko eh" sabi ni Maddie.

"At ano bang ginawa niyo kaya napagod kayo?" singit ni Kuya.

"Nag swimming po. Ang galing pa ngang sumisid ni Bei eh" sabi ni Maddie sabay wink.

"Saan? Wala naman akong napansin na naliligo sa pool kagabi ah" pagsasalita ni Mom.

"Actually po, hindi po kami diyan sa pool nag swimming" sabi ni Maddie.

"Uhm. Let's continue eating guys. Mamaya na tayo mag usap" sabi ko. I heard Maddie chuckled. And nagpatuloy na rin kami sa pagkain.

Honestly, napagod kase talaga kami ni Maddie kase tangina, nag wrestling kame neto kagabi eh. Wala daw siyang trip kaya ginawa namin yun. Eh hindi ko naman alam na magaling pala si Maddie sa ganun kaya ayun nanghihina ang katawan ko ngayon parang di ko feel magsalita. And dun sa swimming na sinasabi ni Maddie sa bath tub lang talaga yun, actually siya lang naman yung naligo.

"Uhm, Jhoana anak, kailangan mong pumunta dun sa fashion designer na gagawa at susukat sa gown mo" sabi ni Mom. Kaya napatingin naman ako kay Jho.

"Y-yes po. Actually, pupunta po ako after neto" sabi naman ni Jhoana.

"May kasama ka ba, anak?" tanong ni Mom.

"Wala po eh, kase di naman pwede sumama ni Nico" sabi ni Jho.

"Ako na lang po, i'm free naman today. And I promise to Jho na tutulungan ko siya sa preparation ng wedding nila" sabi ko. Maybe I can start my business here.

"You sure, Bei? Okay lang?" sabi naman ni Maddie.

"I mean okay lang ba na magpahatid muna ako sa bahay bago mo samahan si Jho" pagsasalita niya ulit.

"Yeah. I will drive you home, Mads. Don't worry. Sabay ka nalang sa'min ni Jho" sabi ko. Hindi naman nagsalita si Jho kaya siguro okay lang na samahan ko siya. Nagpatuloy naman kami sa pagkain.

"Oh, Bei. Prepare lang ako ha. Wait for me here" sabi ni Maddie. Tapos na kase akong mag ayos kase nga sasamahan ko si Jho and ihahatid ko siya.

"Sala lang ako, Mads. Hintayin nalang kita sa baba" sabi ko. Andito kase kami ngayon sa room.

"Okay, mabilis lang to promise" sabi niya. Tumango naman ako at pumasok na siya sa banyo. Kaya naman lumabas na ako ng room and pumunta sa sala, naabutan ko naman dun si Mom and Jho.

"Uhm. Jho anak, mukhang busy talaga si Nico ah. Hands on na hands on" rinig kong sabi ni Mom, dumiritso naman ako sa kitchen.

"Sasamahan mo talaga si Jho?" sabi ni Kuya. Kabote ba to?

"Kuya naman! Nakakagulat ka" sabi ko.

"What kanina pa ako andito no. Lutang ka kaya" sabi niya.

"Nanggugulat ka eh" sabi ko sabay inom ng tubig.

"So sure ka na talaga?" tanong niya ulit.

"Yeah"

"Bakit ba kase ang hilig mong saktan ang sarili mo?" sabi niya.

"Gusto ko lang siya makasama bago siya matali sa iba. Ito na lang ang chance ko oh" sabi ko.

"Bea, sinasabi ko sayo ha. Kapag sobrang sakit na, tama na" sabi niya.

"I know, Kuys. Kaya ko pa kaya. Strong ako no" sabi ko.

"Don't worry, i'm always here to support you. Just go and feel the pain" nang aasar na sabi niya sabay tap sa shoulder ko.

"Magpakatanga ka lang. Diyan ka naman magaling eh" bulong niya saka umalis. Napailing naman ako. Pumunta na ako ng sala at nakita kong si Jho na lang ang andun kaya naman umupo ako sa tabi niya.

"Alone?" sabi ko. Ay promise ang tanga ng sinabi ko.

"Obvious naman siguro, diba?" mataray na sabi niya.

"Sabi ko nga"

"Where's Maddie?" tanong niya.

"Room ko" simpleng sagot ko.

"Mukhang nag enjoy ata talaga kayo kagabi no?" sabi niya. Oy! Curious siya.

"Di naman, sakto lang" sabi ko.

"Di ka satisfied? Di ba magaling?" sabi niya. What the? So paniwalang paniwala siya na ginawa talaga namin ni Maddie yun? haha.

"Tama tama lang"

"Next time, pagsabihan mo si Maddie na pakihinaan boses niya. Rinig na rinig eh" sabi niya.

"Boses? Hindi naman siya sumigaw kagabi ah" sabi ko.

"Hindi nga sumigaw pero umungol naman" sabi niya kaya napangiti ako.

"Ungol? HAHAHAHA. What the?" tumatawang sabi ko.

"Tawang tawa eh no. Nag enjoy ka naman" mataray na sabi niya.

"So you mean? HAHAHAH. That's funny Jho" sabi ko.

"Tapos diyan pa talaga kayo gumawa ng milagro sa counter top. Ang lakas pa talaga maka ungol" mataray pa rin na sabi niya.

"You know what, Jho? That was nothing hahaha" sabi ko.

"Nothing eh nag enjoy ka naman" sabi niya sabay irap. Kaya naman nilapit ko ang mukha ko sa kanya, sabay bulong

"Mag eenjoy lang ako kapag ungol mo na ang narinig ko. I want to you to scream my name and beg for more"

"Diyan nalang ako bababa, Bei. Para di ka na mahirapan pa" sabi ni Maddie sabay turo sa building na bababa-an niya, nasa frontseat kase siya tapos nasa backseat naman si Jho. Mukhang lutang pa rin sa sinabi ko kanina.

"You sure? Di naman magiging hassle sa akin" sabi ko.

"Diyan nalang talaga. Para makapunta na kayo dun sa pupuntahan niyo ni Jho" sabi niya. Sinunod ko naman siya at ginilid ang sasakyan para makababa siya.

"Thanks, Bei. I enjoy last night" sabi niya. Grabe mapangasar talaga.

"Take care, Mads. I'll call you later" sabi ko. Akala ko aalis na siya pero bigla pa siyang nag peck sa lips ko. Tangina? What was that?! Then bumaba na siya.

"So di ka lilipat? Ayoko naman magmukha na isang cute na driver" sabi ko. Umirap naman siya at dali daling lumabas ng kotse at lumipat sa harap

"Teka, be careful naman sa pag sara. Parang sisirain mo na ang pinto eh" sabi ko. Kung makasara kase parang galit eh.

"Mag drive ka na nga lang" masungit na sabi niya.

"Bakit ba ang sungit mo? Meron ka ba?" sabi ko.

"Oh bakit kung meron ako?" masungit pa rin na sabi niya.

"Ay sayang. I will invite you sana" sabi ko

"Invite mo mukha mo. Invite mo si Maddie" sabi niya, napangiti naman ako.

"Ay ayaw mo sumama?" sabi ko.

"Saan ba?"

"Sa bed" sabi ko kaya naman hinampas niya ako. Fuck!

"A-aaaray! Fuck, that was hurt Jhoana" sabi ko habang namimilipit sa sakit.

"Manyak ka. Leche" sabi niya.

"Atleast sayo lang" sabi ko.

"Wow! Sa'kin lang? Naririnig mo ba sinasabi mo ha? Eh kung makahalik ka nga kay Maddie kagabi halos ayaw mo ng bitawan" sabi niya. Ang init ng ulo kay Maddie eh

"Bakit ba inis na inis ka kay Maddie ha" sabi ko. Ayokong mag assume pero feeling ko nagseselos to eh. Feeling ko lang ha

"Bakit ba?" sabi niya.

"Iisipin ko na talaga na nagseselos ka" nakangiting sabi ko. Kaya naman hinampas niya naman ako ulit. Brutal eh. Hampasin mo naman ako ng pagmamahal mo oh!

"Edi isipin mo duh!" sabi niya kaya mas lumapad ang ngiti ko.

"So nagseselos ka nga?" sabi ko.

"Bakit ba kase kailangan sa sala pa mag make out diba? Di makahintay sa kwarto?" sabi niya

"So nagseselos ka nga talaga?" sabi ko ulit

"Bakit pa kase kailangan pa lakasan ang ungol? At sasabihin pa talaga na pagigihan ang pagma massage?" sabi niya na halatang iniiwasan ang tanong ko

"So nagseselos ka kay Maddie?" sabi ko.

"Oo na! Oo na, leche" sabi niya

"Okay" sabi ko sabay baba sa car, andito na kase kami sa destination namin. Pinagbukasan ko naman siya na may malawak pa rin na ngiti sa mukha ko

"Shall we?" sabi ko sabay hawak sa kamay niya at pinag intertwined yun. Di naman siya umangal.

Pagpasok namin sa loob ay makikita mo agad ang mga elegant gowns na bagay na bagay talaga kay Jhoana. Ang swerte ni Nico dahil may maganda siyang bride. Pero hindi naman ako papayag no na isusuko ko kaagad si Jhoana.

"Babe, i think mas bagay sa'yo to" suggest ko, kaya naman napatingin ang designer ni Jhoana.

"Ikaw po pala ang mapapangasawa ni Ma'am Jho?"

"Yes""No" sabay naming sabi ni Jho.

"Uh o-okay?" sabi ng designer. Tiningnan naman ako ng masama ni Jho.

"What? Bat ganyan ka makatingin?" sabi ko.

"Umayos ka nga" sabi niya

"Maayos naman ako ah" sabi ko. Inirapan niya nalang ako kaya naman nagpatuloy lang siya sa pagpili ng gown. Umupo nalang ako sa tabi at nag cellphone nalang, wala rin naman akong maitutulong dun. Baka gusto ko pang punitin yung gown na pipiliin niya para di na matuloy kasal nila. Charot!

"Uhm. Okay lang ba kay Ma'am Jho?" sabi nung designer sabay labas sa isang room. I think fitting room yun.

Nakita ko namang lumabas si Jhoana sa room na yun. And promise I think my world turn in a slo-motion. Fuck ang ganda ni Jhoana. Sobrang ganda ni Jhoana.

"Beautiful bride. Indeed" sabi ko. Lumapit naman ako sa kanya.

"You're beautiful, Jho" sabi ko sabay tingin sa mata niya.

"O-okay l-lang b-ba?" sabi niya

"Okay na okay. Bagay na bagay sa'yo Jho" sabi ko. Althought it hurts, pero okay lang basta masaya si Jho.

"So yan na po ba?" sabi nung designer.

"Ito na po. Approved na kay Bea eh" nakangiting sabi niya kaya napangiti naman ako.

"So saan tayo next?" sabi ko nung makapasok na kami sa car ko, tapos na rin kase naman yung pagpili namin sa gown.

"Simbahan. Okay lang ba? Gusto ko lang makita ang simbahan. Next time pa naman ang interview namin ni Nico" sabi niya. Tumango na langa ako.

"Di ka pa ba gutom?" tanong niya. Di kase ako nagsalita kase fuck! Nakakaya ko talaga tong mga bagay na to?

"I'm craving for you eh. Pwede ka ba?" pagbibiro ko

"Beatriz! Umayos ka nga!"

"What? That's the truth" sabi ko. Kinurot niya nalang ako.

"Di seryoso na. Uhm. I just want to invite you lang sana in a trip" sabi ko.

"Sigurdauhin mong sure yan ha. Pag yan wala, lagot ka talaga sa'kin" sabi niya.

"Yeah. I'm sure, Jho. So ano g ka?" sabi ko

"Saan ba yan?" sabi niya.

"Sa bed" natatawang sabi ko.

"BEAAAAAAAA!"

"Yes, love?"

"Umayos ka kaseeeeeee!" naiinis na sabi niya.

"Boracay. Good for 3 days. Next week na yun. Okay lang ba?" sabi ko. Mukhang lumiwanag naman ang mukha niya.

"Okay" sabi niya kaya napasuntok naman ako sa ere.

"Hoooy! Umayos ka nga, nagmamaneho ka" sabi niya kaya naman nag focus na lang ako sa pagda drive habang may ngiti parin sa mga labi

"We're here" sabi ko. Tanaw ko na ang lumang simabahan ngunit maganda pa rin ito para sa kasal nina Jho. Dali dali ko naman siyang pinagbuksan.

"Thank you" sabi niya. Pumasok naman kami agad, nilibot naman ni Jho ang kanyang paningin. I know that she will admire this one, mahilig to sa mga ganitong design eh.

"Pray muna ako, Jho ha" sabi ko. Tumango naman siya, kaya naman nagsimula na akong magdasal. Pumikit na rin ako at lumuhod, naramdaman ko naman na parang may tumabi sa'kin.

"So ano ang dasal mo?" tanong ni Jho ng matapos na akong magdasal

"Pinagdasal ko na sana di na matuloy ang kasal mo" sabi ko kaya naman hinampas niya ako.

"Beatriz naman eh" sabi niya

"Joke lang. Pinagdasal ko na sana sa'kin ka dapat ikasal" sabi ko sabay tingin sa harapan. Binalik ko naman ang tingin ko kay Jho

"Sorry, Bea" sabi niya.

"It's fine, Jho. As long as I see you happy, happy na rin ako" sabi ko sabay yakap sa kanya. It felt so right.

"I love you, Jhoana" sabi ko. Ngunit hindi ako nakatanggap ng response.

"Let's go?" sabi ko sabay kalas sa yakap ko. Tumango naman siya. Nagsimula naman kaming lumakad palabas ngunit natigilan ako ng hinawakan niya ang kamay ko at tumigil kaming dalawa.

"May naiwan ba tayo?" sabi ko. Andito na kami ngayon sa exit ng simbahan.

"Mahal din kita, Bea. Mahal kita"

Sorry for the typos and grammar errors.

Okay, medj di ko feel ang update ko ngayon hehe

:>

Chapter 23.

B^{EA}

"So nagawa mo pa talaga siyang i-invite?" tanong ni Ej.

"Gusto ko lang naman kase sulitin yung mga araw na maaari ko pa siyang makasama" sabi ko habang nakatingin lang sa kawalan. Andito kami ngayon sa balcony ng tinutuluyan namin ni Ej. Ramdam ko ang pagdampi ng malamig na hangin sa aking balat.

"Bat ang hilig mong saktan ang sarili mo?" sabi niya, napatawa naman ako.

"Parang ikaw lang si Kuya eh no? He's always saying like that" sabi ko habang naiiling.

"Eh totoo naman! Napaka martir mo" sabi niya sabay irap.

"You know, Ej. I always acted like it wasn't a big deal while it was actually breaking my heart" sabi ko.

"See? Parang inamin mo na talaga na ang tanga tanga mo" sabi niya.

"Okay lang magpakatanga basta kay Jhoana" pabirong sabi ko.

"Alam mo, Bea. Iniisip ko talaga kung handa ka na?" sabi niya.

"What do you mean?"

"Nasaktan ka ba?" sabi niya kaya napa facepalm ako. Iiyak ba ako kung hindi ako nasaktan?

"What the? Sa loob ng ilang taon na magkasama tayo yan talaga itatanong mo? Ay di pa ba obvious?" sabi ko.

"Alam ko naman na nasaktan ka. Alam kong nasaktan ka dahil kay Jhoana" sabi niya. Weird din to minsan si Ej, ang labo.

"Oh yun naman pala eh. So why did you ask me that question, when you knew it already naman pala?" sabi ko.

"Iba kase ang tinutukoy ko. Nasaktan ka kay Jhoana. Nasaktan ka rin ba sa love?" sabi niya. See, she's so weird. Omg!

"Love ko si Jho, kaya nasaktan talaga ako" sabi ko kahit ang weird niyang kausap.

"Iba si Jhoana, iba si Love" sabi niya, that's the point na nagkasalubong talaga ang kilay ko. Ha?

"Si Jhoana, siya yung nagparamdam sa'yo ng sakit kase siya yung minahal mo. Pero si love? Siya yung nagparamdan ng kaba at saya, ngunit sa huli sinaktan ka rin niya" paliwanag niya.

"Ha? Wait! You know what, Ej? The same lang sila. Kase they give me so much pain. So what's your point? Alam mo ba na ang weird mo? Tao ka ba or Alien na bumaba lang dito sa Earth?" pagbibirong sabi ko kaso lang tumingin lang siya sa langit na nag babadyang umulan. Alien talaga siguro to.

"When Jhoana hurts you, naisip mo bang magmahal ulit?" sabi niya. Okay?

"I didn't think that I can love again. I always see my future in her, so that's why I think i'm not ready to love again" pagpapaliwanag ko sa kanya.

"You're not ready to love again?" sabi niya.

"Yes, because I don't want to use people. Ayokong makasakit ng iba habang nasasaktan pa rin ako" sabi ko.

"Well, that's different from love" sabi niya kaya napakunot muli ang mga noo ko.

"Ha? You're so alien! Ewan ko sayo" sabi ko.

"Makinig ka kase, iba kase si Jhoana kay Love" okay heto na naman tayo.

"Why? Ano ba pinagkaiba nila?" sabi ko.

"Tao si Jhoana. And yung spelling nila" tumatawang sabi niya, see? She's not even serious! Holyshit.

"Joke lang" she said when I glare at her.

"Ewan ko sa'yo" sabi ko.

"Bea, when love hurts you dare to love again" sabi niya. Kaya nakuha niya ang atensyon ko.

"Wag kang magmahal ulit ng dahil kay Jhoana. Magmahal ka ulit kase nakaramdam ka ng love" sabi niya.

"You said a while ago na you will not love again, diba? Magmamahal ka lang kapag si Jhoana pa rin. What if, makaka meet ka ng katulad ni Jhoana, yung parang hulmang hulma niya talaga si Jho ngunit sa ibang katauhan lamang?" pahabol na turan niya.

"I think, for sure magugustuhan ko siya" sabi ko.

"That's the different of Jhoana and Love. Maiintindihan mo yan, Bea" sabi niya.

"I didn't understand pa rin. Can you please pakilinaw naman? Hindi ako manghuhula no, duh!" sabi ko.

"Magmamahal ka ulit dahil nakikita mo yung katangian ni Jhoana sa kanya? Well, that's not love, Bea. Kase minahal mo lang siya kase nakita mo si Jhoana sa kanya" I think I got her point

"Magmamahal ako kase nakaramdam ako ng special affection towards that person. Hindi ako magmamahal ulit ng dahil kay Jho, kase magmamahal ako ulit ng dahil kay Love. Is that your point?" sabi ko.

"That's my point. And i think you're ready" nakangiting sabi niya.

"I'm ready in what?"

"You're ready to love again, Bea. Because I see in you that you're ready to start the next chapter of your life because you already stop rereading the last final chapter of it. And you're not stuck anymore on it" sabi niya. Ang lalim ng hugot sa buhay netong si Ej eh no?!

"Did you think that i'm ready?" parang batang sabi ko.

"Ikaw lang naman makakasagot niyan" sabi niya.

"I think masasagot ko na" nakangiting sabi ko.

"Nasagot mo na nga" sabi niya.

"Because i'm ready to move forward again""Because you're ready to move forward again" sabay naming sabi. Natawa naman kami.

"Sooooo? Saan na nga ba tayo ulit sa kwento mo?"

"So what's your plan?" Maddie asked me, kakarating ko lang sa condo niya. Dito na kase ako dumiritso matapos kong samahan si Jho kanina.

"I don't have any plans, yet" sabi ko at prenteng sumampa sa kama niya.

"Wow! Ang lakas mong mag aya ng mini vacay kay Jho tapos wala ka pang plano?" sabi niya.

"Don't worry, Mads. May bukas pa para makapag prepare ako" sabi ko. Tumabi naman siya ng higa sa'kin

"Bei, are you sure on this?" sabi niya. Dumapa naman ako at maimtim siya tiningnan.

"I'm always sure on Jho, Mads" sabi ko

"Hindi naman sa ayaw kitang tulungan na bawiin si Jho kay Nico ha. But 1 week and 3 days nalang before ang wedding nila" sabi niya habang nakatingin sa maliit na salamin, nag aaply kase siya ng beauty products.

"Like what I've said a while ago. I'm sure on this. Kaya naman i will pursue Jho, no matter what happen" sabi ko.

"Okay! Basta make sure na walang gulong mangyayari kapag nangyari yan ha" sabi niya.

"Ako na bahala"

"Hi babe, how's your day?" sabi ni Nico, pababa kase ako ng hagdan kaya nakita ko siyang sinalubong ng yakap si Jho. Puta.

"It's good. Sinamahan kase ako ni Bea" sabi ni Jho. Napangiti naman ako. Ano ka ngayon ha?

"Wow! Bonding kayo? Next time sama ako ha" sabi ni Nico. Dumaan naman ako sa kanila. Papansin ako eh, bat ba?

"Hi Bea" bati sa'kin ni Nico, lumapit naman ako sa kanya at bumeso.

"Hi dude" sabi ko.

"Thank you sa pagsama kay Jho" sabi niya.

"No worries. You can count on me." sabi ko.

"Makakasiguro talaga akong safe si Jho" sabi niya

"Uhm, babe" pahabol na sabi niya.

"Uhm, Nico" pag aagaw ko ng linya niya

"What is it, bei?" sabi ni Nico

"I want to prepare a bridal shower for Jho. Sa boracay sana ito, good for 3 days. Is that okay with you?" sabi ko.

"Bridal shower? Well, that's very okay for me. Kasama ka naman niya. So okay na okay sa'kin" sabi ni Nico saka umakbay kay Jho. Napayuko naman si Jhoana.

"Thank you, Nics" sabi ko at umalis na lang sa harapan nilang dalawa.

For sure nagtataka na itong si Jho sa sinabi ko, bridal shower? Wtf?!! Yan lang kase ang naisip kong mapalusot para hindi na sisingit sa eksena namin si Nico. Tangina, nakakaumay ang mukha eh. Ang itim. Jokeeeey! Peace tayo bruh.

"Come in" narinig kong may kumatok sa room ko. Matutulog na rin sana ako eh.

"Oh, Jho? May kailangan ka?" sabi ko. Dali dali naman akong tumayo at nilapitan siya.

"Can we talk?" sabi niya. Tumango naman ako at naglakad ulit papunta sa kama, tinap ko naman ang available space dito sa bed ko. Nag aalangan naman siyang lumapit

"Come on, Jho. Halika ka na. Wag ka ng mailang. Hindi naman ito ang first time mo para umupo sa kama ko. Muntik pa ngang may mangyaring kainan dito eh" pagbibiro ko kaya naman nakita kong napairap siya.

"Bunganga mo" sabi niya at tuluyan ng tumabi sa'kin. Nasa may edge siya malapit umupo.

"What do you need baby? My precious body ba?" i said in my huskily voice

"Beatriz ha. Hindi nakakatuwa" sabi niya

"May nakakatuwa kong may mangyayari ngayon" sabi ko ulit. This mas pinsexy ko na ang pagkasabi ko.

"I n-need t-to g-go. Bbukas nnalang tayo mag usap" nauutal na sabi niya. Napatawa naman ako sa naging reaction niya.

"Joke lang. So what's bring you here?" sabi ko. Nakita ko naman lumi-wanag ang mukha niya.

"About the bridal shower?" nahihiyang tanong niya

"What about that?" sabi ko.

"Are you sure on that? I mean pwede namang wala ng ganun pa" sabi niya.

"I'm okay with that, Jho. And I want to be with you. Don't worry tayong dalawa lang naman ang pupunta dun" confident na sabi ko, kaya naman hinampas niya ako. What's on her hampas ba? Bat ang sakit?!

"Eh parang hindi na yun bridal shower. Naku naman talaga ikaw, Bea. Napaka pasaway mo pa rin" sabi niya kaya napangiti naman ako.

"Pasaway pero sayo lang. Bea lang malakas" sabi ko kaya nakita ko ang pagpipigil ng mga ngiti niya.

"Why did you do that?" biglang tanong niya.

"Para makasama kita sa huling sandali ng mga oras" sabi ko.

"I want to be with you, Jho. Kahit sa loob ng tatlong araw lang. Tatakasan ko ang lahat, at gusto ko na ikaw ang kasama ko" sabi ko sabay hawak sa pisngi niya.

"Tatakasan ko ang lahat, lalayuan ko ang lahat. Pero sa lahat na yun ikaw lang ang hindi kasama, kase ikaw ang gusto kong makasama sa pagtakas ko sa mundong mapaglaro" sabi ko sabay haplos ng kanyang pisngi.

"Are you with me? You wanna go with me?" mahinang tanong ko. Ngunit ngumiti lang siya at hinawakan ang kamay kong nasa pisngi niya.

"Gusto ko rin takasan ang lahat, at gusto ko rin ikaw ang aking makasama" sabi niya. Kaya naman hinalikan ko na lang siya sa noo. Yung halik na sobrang tagal at ng maramdaman niya na siya lang ang babaeng minamahal ko.

"Cuddle with me baby, please" parang batang sabi ko. Napailing naman siya at tumayo sa harap ko.

"Baby?" she said and she also cupped my face

"Baby mo" I Said sabay wink

"Okay, baby ko" sabi niya at hinalikan ako sa ilong. Napangiti naman ako dun. I really missed the clingy Jhoana.

"Jho, let's be selfish for the remaining days that we have" sabi ko at hinapit siya sa bewang nakatayo pa rin naman siya sa harap ko at hawak niya pa rin ang pisngi ko.

"If that's what my baby wants" sabi niya kaya napayakap nalang ako sa tiyan niya

"I love you, Jhoana. Mahal na mahal kita" sabi ko, naramdaman ko naman na hinahaplos niya ang aking ulo at nakabaon naman ang aking mukha sa tiyan niya.

"I love you too, Beatriz. Mahal na mahal din kita" sabi niya. Napahiwakay naman ako sa yakap.

"Let's sleep?" sabi niya.

"May gusto pa akong gawin eh" sabi ko

"What is it?" sabi niya, pinaupo ko naman siya sa lap ko at pinatong ang aking baba sa balikat niya.

"I want to eat" naka pout na sabi ko.

"Disoras na ng gabi, love. Gusto mo pang kumain?" sabi niya.

"Opo" parang batang sabi ko

"What do you want ba? Ice cream? Pizza? Las---" hindi niya na natapos ang sasabihin niya ng mag peck ako sa lips niya.

"I want you" husky na sabi ko.

"Aba! Niloloko mo na ako" sabi niya sabay alis sa kandungan ko at nauna ng humiga sa bed.

"Hindi kita niloloko" naka pout na sabi ko.

"Let's sleep na po, no more monkey business love" sabi niya kaya napasi-mangot naman ako. We didn't try it already. Hindi pa namin nagagawa yun.

"Please" pagmamakaawa ko. Humiga narin ako sa tabi niya at niyakap siya kaagad sabay baon ng aking ulo sa kanyang leeg.

"One round lang" pahabol na sabi ko.

"Nope, let's sleep na lang" sabi niya at niyakap din ako.

"Sige na, please. Pretty please" sabi ko pero wa epek pa din.

"M-meron a-ko, l-love" nahihiyang sabi niya kaya napa angat naman ako ng tingin.

"A true warrior is never afraid to get a little blood on her sword. On her tongue, on her finger" sabi ko sabay kindat. Hinampas niya naman ako.

"Joke lang" pahabol na sabi ko.

"Let's sleep na okay? Goodnight, baby. I love you" sabi ko sabay halik sa noo niya.

"Goodnight, Beatriz. I love you too"

Zup fam.

Sorry for the typos and grammatical errors.

:>

Chapter 24.

B^{EA}

"Did you enjoy?" tanong ko kay Jho ng maka ahon kami, kakatapos lang kase namin mag surfing although hindi naman ganun kalaki at kalalakas ang mga alon.

"Yes, i want to try it again. I'm learning narin kaya" parang batang sabi niya, fuck? How can she stay cute kahit messy na yung buhok niya?

"Yes, we will but let's eat first love, i'm so hungry na talaga eh" naka pout kong sabi pero nagulat ako ng yakapin niya ako. Parang gusto niyang takpan ang naka expose kong katawan.

"Walk ka na, love. I will hug you lang" sabi niya sabay baon ng kanyang ulo sa'king dibdib, kaya kahit hirap man maglakad ay nagsimula parin akong lumakad.

"You're so clingy talaga today. What happened to the Jhoana na sobrang hilig manghampas" sabi ko habang lumalakad parin kami. Naka alalay naman ako sa waist niya.

"Kakainis kase eh. Bat ka pa kase nag sports bra pa at naka swim short lang?" sabi niya.

"Wow, love? What do you want ba? I'll wear pajama and long sleeve here? May ganun ba na mag swiswimming?" natatawang sabi ko. Sabi ko na eh, possessive as always.

"Nakakairita kase eh, bat ba kase kailangan pa talagang tumingin sa mga abs mo yung mga babaeng haliparot na yun" naka pout na sabi niya. Nakarating na rin kami sa cottage namin.

"Love, hanggang tingin lang po sila. Ikaw pwede mong hawakan, pwede mong pagsawaan" sabi ko sabay halik sa noo niya. Niyakap niya naman ako ulit.

"I love you, Beatriz" sabi niya kaya naman hinalikan ko na lang siya sa kanyang noo. Fuck? Let's stay like this forever!

Kung nagtataka kayo kung asan kami ngayon. Well, ito na yung sinabi kong bridal shower kay Nico. Pero sa totoo lang kami lang talaga ang andito ni Jho. Gusto ko lang kase naman sulitin ang mga nalalabing araw namin ni Jho. Last day na namin dito sa boracay and I want to make it memorable for us. We enjoy a lot of things here, nakita ko talaga ang mga masasayang ngiti ni Jho, ulit. Alam ko na kahit panghuli na ito, gusto ko pa rin maranasan na makasama siya kahit nabibilang nalang ang mga oras namin.

"Love? Love? Loooove?" tawag pansin sa'kin ni Jho.

"Ha?"

"Kanina pa ako nagsasalita di ka naman nakikinig eh" naka pout na sabi niya. Aaaaaah cute!

"Ay sorry po. What is it ba?" sabi ko.

"I said i want to eat shrimp but hindi ako marunong magbalat" parang batang sabi niya, kaya natawa naman ako.

"Ay sorry, baby. Iniisip ko lang kase kung ano pwede natin gawin mamayang gabi" sabi ko.

"Edi matulog. Or di kaya?" mapanglarong sabi niya habang wini wiggle ang mga kilay. Ugh such a naughty, baby!

"Kahit hindi mo naman sabihin yan, Jho. Gagawin ko rin naman yan" sabi ko habang binabalatan ang shrimp.

"Manyak ka talaga kahit kailan" natatawang sabi niya.

"I want to date you later, love. Is it okay with you?" sabi ko. Enjoy naman siya sa pagkain ng mga binalatan kong shrimp

"Why do you always ask a permission on me? Kahit hindi mo naman ako tanungin papayag din naman ako, kase ikaw yan" sabi niya sabay wink.

"Ako nga to, si Bea de leon na love mo" sabi ko, kaya kinagat niya naman ako sa balikat.

"Ughhh aa-araaaay, babe. Mamaya na tayo magkagatan maaga pa" sabi ko, natawa naman siya.

"Excited na akong kagatin ka, rAwr" sabi niya.

"Natututo kana ha" sabi ko.

"Galing ng mentor ko ih" sabi niya sabay halik sa cheeks ko, kaso lang lumingon ako kaya sapol sa lips. Ganyan lang yan yung mga galawang pro mga bhe's.

"Oh diba? Sobrang galing" sabi niya. Masaya naman akong tinitingnan so Jho na masayang kumakain ng mga seafoods. Ito gusto niya ih.

"Baaaaabe, can I wear this?" sabi ni Jho. Tapos na rin kase siyang kumain and napagpasiyahan namin na dumiritso nalang sa room kase sobrang init na sa labas.

"What's that ba?" sabi ko.

"Ito oh" sabi niya sabay pakita nung ring na naka ukit yung name naming dalawa. JhoBea.

"Eh may ring kana oh" sabi ko sabay nguso. Yung engagement ring nila ni Nico. Nagpout naman siya kaya nilapitan ko na ito nakaupo kase siya sa bed

"Magtataka si Nico pag nakita niya yan, love" sabi ko tumayo naman siya at hindi ako pinansin. Pinagawa ko kase yung ring, tapos nakita niya sa bag ko kase she's fixing my things kahapon eh, kaya ayun nagtatampo na naman. Nakita ko naman na pumunta siya sa veranda netong suite room namin.

"Baby, you can wear it if you're ready. If we're ready" sabi ko sabay back hug sa kanya. Pinatong ko naman ang chin ko sa balikat niya.

"Pag handa na tayong harapin ang totoong mundo, masusuot mo na yan" sabi ko ulit ng hindi siya magsalita. Kaya naman patuloy ko lang hinahalik halikan ang kanyang balikat.

"Beatriz, i'm ready" sabi niya matapos ang mahabang katahimikan na nanaig sa aming dalawa

"You sure? Wag kang ma pressure ha" pagbibiro ko

"Seryoso kase" sabi niya sabay harap sa'kin. Kumapit naman siya sa leeg ko at sa kanyang waist naman ang mga kamay ko.

"Handa na akong lumaban, Bei. Handa na kitang ipaglaban" sabi niya.

"You sure about this love?" sabi ko.

"Matagal ko tong pinag isipan, Bei. Matagal ko na tong gustong gawin" nakangiting sabi niya.

"I think boracay is the best place to make a better decision. Thank you, Bora" sigaw ko. Tunawa naman siya. Nilagay niya naman ang kanyang mga kamay sa aking dalawang balikat.

"You're my favorite place I want to go through when my mind searches for peace, calm and love. So hindi si boracay, babe" masuyong sabi niya.

"Sabay nating haharapin ang totoong laban. Sabay nating haharapin ang totoong mundo" sabi ko.

"Tayong dalawa ang magkasama patungo sa daang ating tatahakin, Mahal" sabi niya.

"I love you, Jhoana"

"Mas mahal kita, Bea"

Ayokong mawala sa salitang aking inialay sa kanya, alam kong may masasaktan sa gagawin namin ngunit mas ayokong saktan ang aming sarili dahil alam namin na mas mahal talaga namin ang isa't isa at patuloy pa rin kaming uuwi sa piling ng isa't isa. Kung nagtataka kayo kung ano ang ibig sabihin ni Jho, ay itatama na namin ang aming pagkakamali. Itutuloy na namin ang istoryang aming nasimulan, ipagpapatuloy na namin ang mga pahina sa aming storya at sa storyang yun ay kami ulit ang bida.

"Love, you will not regret this one" sabi ko habang nakahiga kami dito sa nilatag kong kumot sa buhangin. Nakaunan naman siya sa braso ko.

"I know, we will make it right this time" sabi niya sabay yakap sa'kin. Hinalikan ko naman siya sa ulo niya.

"Bakit ako, Jho?" tanong ko

"Kase mahal kita, at yun ang importante" sabi niya.

"Minahal mo ba si Nico?" tanong ko ulit

"Minahal ko siya pero mas mahal kita" sabi niya

"Pero sabi mo mas mahal mo siya" sabi ko habang hinihimas ang kanyang right shoulder

"Sinabi ko lang yun kase ayokong magulo ang sistema ko, pero mali pala eh. Kase kahit wala ka, ikaw parin hinahanap ko" sabi niya.

"Gandang gwapo ko kase eh" pagbibiro ko.

"Yabang"

"Pero mahal mo naman" sabi ko

"Mahal na mahal" sabi niya sabay higpit ng kanyang yakap.

"No matter what happen, we will fight together okay? Walang susuko, walang mapapagod" sabi niya. Pero lalaban kaya kami talaga ng sabay?

"Love, what if pagbalik natin may magbago? Tapos lahat ng nakapalibot sa atin dun kakamuhian tayo?" tanong ko.

"There is always hope everywhere. You just have to open your eyes and embrace it, Bea" sabi niya.

"Wag mong pangunahan ang mga mangyayari, okay? Kasama mo'ko. Magkasama tayo. And wag ka ngang weak. May Bea de leon ba na hindi lumalaban?" sabi niya, natawa naman ako.

"Ang alam ko kase, may Jhoana Maraguniot na lalaban para sa'kin" sabi ko.

"Hey, love i can't wait to read and say your exact full name" sabi ko ulit, napakunot naman ang kanyang noo.

"Ha? You actually said it awhile ago" sabi niya.

"Hindi naman yun yung full name mo ih" parang batang sabi ko.

"Ano ba?"

"Jhoana Louisse Maraguinot.... De leon" sabi ko sabay wink. Tumayo naman siya mula sa pagkakahiga.

"Mga kalokohan mo uy, ang baduy" sabi niya kaya tumayo naman ako mula sa pagkakahiga at umupo sabay tabi sa kanya.

"Baduy nga pero namula ka naman" sabi ko. Sus kamatis!

"Bat ba kase hindi nalang de leon agad ang nilagay sa surname mo? Hays" sabi ko, natawa naman siya.

"Eh ang pangit naman kase tignan yun, Bei. Kapatid mo tapos love mo? Ano yun? Family stroke?" tumatawang sabi niya.

"Ay oo nga no. Tama lang pala ang nilagay ni Mom" sabi ko sabay tawa. Napatingin naman ako kay Jho

"Babe, parang lumaki ata ilong mo" sabi ko. Hinampas niyas naman ako.

"Awwww, baby it hurts" sabi ko. Ngunit pinaghahampas niya naman ako. Kaya ang ending napahiga siya sa taas ko. What a nice view.

"Malaki nga ilong ko pero love mo naman ako" sabi niya habang nakapatong parin sa'kin. Fuck! Yung unang beses ba namin dito magaganap sa dalampasigan? Ay jusmeyo marimar.

"Sobrang love. Love na love" sabi ko sabay cupped ng face niya. Nakatitig lang ako sa mga bilogan niyang mata, eto yung pinaka paborito kong parte ng kanyang mukha eh, yung mata niya. Sa tuwing tumitingin ako dito ko laging nakikita at nahahanap ka agad ang mga sagot sa tanong ko. Sagot na alam kong kay Jho ko lang mahahanap.

"Jho. I want to kiss you" nagpipigil hiningang sabi ko.

"Then kiss me. I want to kiss you too also" sabi niya. Kaya walang pag-dadalawang isip ay hinalikan ko agad siya.

Una ay marahan lang ang aking paghalik sa kanyang mga labi, wala akong pakialam kung may makakita sa'min dito. At first it was just a passionate kiss, yung tipong ingat na ingat kami sa aming mga labi. Ingat na ingat kami na hindi makagat o masaktan ang labi ng isa't isa. Ramdam ko ang pagmamahal sa halik ni Jho at ang malambot niyang labi. Parang ayaw ko na itong pakawalan at kahit kapos sa hininga ay patuloy pa rin ang mainit naming halikan dito sa dalampasigan.

"Not here, Bei. Not here" sabi ni Jho siya na yung unang humiwalay sa aming halikan. Ramdam ko ang kakulangan ng kanyang hangin, kase sa kanyang pagsasalita ay hinahabol niya ang kanyang hininga.

Pagpasok namin sa room ay agad ko siyang sinunggaban ng aking maiinit na halik. I don't want to waste the time. Time is gold ika nga nila. Kaya ng makapasok kami ay sinandal ko agad siya sa likod ng pintuan. Fuck! This is so good, it felt so good and right.

"Beeeei, uhm" ungol ni Jho ng naging aggressive na ang paghalik ko sa kanya. Pinaglapit ko pa lalo ang aming mga katawan.

"Shet" ungol niya ulit ng simulan ko ng himasin ang isa sa kanyang mga hinaharap. Parang foam sobrang lambot ugh. Mas lalong nabuhayan ang init sa aking katawan ng ikinawit niya ang kanyang mga binti sa bewang ko. Naka alalay naman ang isa kong kamay sa butt niya habang ang isa ay hawak ang mala monay niyang dibdib. Nagsimula na akong maglakad papunta sa bed namin. This night is our night, we will make it sexy and wild.

"I love you, Jho. I love you" sabi ko habang nakapatong sa kanya at hinahalikan ang kanyang leeg, dinidiin niya naman ang aking ulo sa kanyang leeg. Hindi ako nakapagpigil at nagiwan pa ako ng mga marka dito.

"Ughhh, hmmm" ungol niya. Sinimulan ko ng hubadin ang kanyang mga saplot at para makita ko ang makinis niyang katawan. Ng magawa ko na ang aking pakay ay hinalikan ko siya muli sa kanyang labi. Ayokong sayangin ang oras gusto kong matikman ang kanyang masasarap na halik, gusto kong pagsaluhan namin ang mga laway na galing sa aming mga bibig.

"I am going to make you scream, and I am going to go in deeper" i said in my husky and sexy voice

"Yes, just like that."

"Oh my f*cking god!"

"You make me feel so good."

"Faster, babe. Harder."

"You made me so wet."

"I love it when you play with hmm ahh my p*ssy."

"I like to squeeze my ahh nipples and think about you."

" ahh I never want to get ahm ahh out of this bed."

"Touch ughhh ahhh hmm me right here."

" When you ahh do that thing with ahh your tongue, I melt."

"Yan ang mga salita na maririnig mo sa room namin, that night" sabi ko habang nandidiri naman ang mukha ni Ej.

"Lecheeeee! Bweset ka talagaaaa! Kailangan mo pa talaga sabihin lahat eh no?" nandidiring sabi niya.

"What? Sabi mo i'll make kwento. Oh diba nasabi ko lahat lahat. Di ka na lugi dun no" natatawang sabi ko.

"And thank me, Ej. I know I make you wet" panloloko ko sa kanya. Her eyes grew wide and she make a kaloka and unkabogable hampas to me.

"Tanginaaaaa kaaaaa! Wet? Ano ako taga produce ng tubig? Ha! Bwiset" singhal niya habang ako tumatawa lang.

"Come on, I know you're thinking na right now if how you will scream my name because of pleasure. Naku! Wag ka ng magpanggap, Ennajie" sabi ko. Inirapan niya naman ako ulit.

"Alam mo ang manyak manyak mo talaga eh no? Siguro kung totoong lalaki ka lang talaga siguro hindi na mabilang ang mga babae na laglag panty agad dahil sa'yo" sabi niya pero halata parin sa boses niya na inis na inis pa rin ito.

"Excuse me? Kahit hindi na ako maging lalaki, may nalalaglagan parin ako ng panty no. I can make scream them also gamit ang kamay at dila ko. Kaya swerte lang nila" mayabang na sabi ko.

"Ang yabang! Pasalamat ka hindi ka makakabuntis, siguro kung nagkataon? Ang dami ng nakapilang babae na may bitbit na bata at hinahanap ka" sabi niya.

"If nagkataon, i will use condom naman para may protection. Hindi naman ako susugod sa laban ng walang shield no" sabi ko kaya napairap nalang siya.

"Mabuti nalang talaga at hindi ka naging lalaki, kase for sure pagod ang abot ng mga nakaka kama mo" sabi niya.

"Ej, kahit hindi ako lalaki i can make them shower in their sweats and papagurin ko talaga sila sa ayaw man at gusto nila" sabi ko pero hinampas niya naman ako.

"Babae ka nga pero medyo bastos. Leche" sabi niya, natawa naman ako.

"Pero nagbago na ako, sa susunod na may ka chugchug ahhahh ako, dapat yun na yung magiging mommy ng mga anak ko" sabi ko habang nakangiti.

"Nakuuu! Wag ka ng mangarap na may mahahanap ka pa, kase alam ko naman hinihiling mo pa rin na sana si Jhoana ulit. Sana si Jhoana pa rin" sabi niya kaya napairap ako.

"Konting push pa, itodo pa natin to. Oh ano? Si Jho parin diba?" pahabol na sabi niya.

"Ewan ko sa'yo"

"Hoy, Beadel! Mag kwento ka pa? Gusto ko lang malaman kung pinagod mo ng husto si Jho nung gabing yun" sabi niya. Tignan mo to, may padiri diri pa nung una pero interested din pala. Labo talaga ih.

"Yieee interested, akala mo kung sinong inosente pagdating sa sex life" pang aasar na sabi ko.

"So ano nga? Napagod o hindi na makatayo kinabukasan?" sab niya.

"Both" simpleng sagot ko.

"So ano may part 2 ba?" sabi niya naman. Napangiti naman ako.

"Wala, because that's our first and last"

Sorry for the typos and grammar errors.

Keep safe. Stay at home and wash your hands. Wear mask also pag lalabas po kayo ng bahay.

:>

Chapter 25.

B^{EA}

"Beeeeei, bili tayo junkfoods!" sabi ni Ej habang hila hila niya ako. Andito kase kami ngayon nag grocery.

"Na naman?" sabi ko

"Minsan lang naman eh, kaya sige na" parang batang sabi niya.

"Pero last week we buy junkfoods, kaya wag muna ngayon, okay?" sabi ko habang namimili kung ano ang bibilhin kong milk, para kay Ej kase to kase masakitin eh.

"Eh, Beeeei naman" sabi niya

"Next time nalang" sabi ko naman, ngunit nakapout naman niya akong tinalikuran. Hays, perks of having a childish special someone.

Kaya naman nagpatuloy nalang ako sa pamimili ng mga kailangan namin ni Ej. Isang suyo ko lang naman nun ay okay na, hindi naman yung matampuhin di katulad ni Jhoana. Medyo binabawalan ko lang siyang kumain ng junkfoods, kase naman po may UTI po yung ate Ej niyo. Matigas nga lang talaga ang ulo kaya naman, heto ako pinapataas ang pasensiya pagdating sa kanya. Nagpatuloy lang ako sa paglalakad hanggang sa maka daan ako sa may Junkfoods Section. Ibibili ko nalang yung isa para naman pambawi na rin, kase alam ko naman kaya siya kakain neto eh para di daw siya antukin kapag nagkwe kwento ako.

"Hey" tawag pansin ko kay Ej ng makalapit ako sa kanya. Nakita ko kase ito sa may sweet section.

"Notice me, please" sabi ko pero patuloy pa rin siya sa pagpili ng mga matatamis na pagkain, parang hangin lang ako ngayon sa kanya.

"Okay, ibabalik ko na lang itong junkfoods na kinuha ko" sabi ko, ngunit nagulat naman ako ng hilain niya ako at yakapin.

"Wag na magtampo, okay? Pasalamat ka ang lakas mo sa'kin" sabi ko ngunit mas hinigpitan niya lang ang yakap niya sa'kin.

"Thank you, Bei. I love you" malambing na sabi niya habang nakayakap pa rin.

"Welcome, and"

"Save it, Bei. Sabihin mo kapag handa ka na. Kapag sigurado ka na"

———————————————————————

"Beeeeeeeei, dali kwento kana ulit" sigaw ni Ej mula sa room namin.

"Waaaait, i'll just prepare your milk" sigaw ko rin.

"Dali na diyaaaaan! I wanna listen to your tragic love story hahaha" pang aasar niya kaya napailing nalang ako. Ng matapos kong timplahin ang gatas ni Ej ay dali dali akong umakyat papuntang room namin.

"Drink this first before I make kwento, okay? Ubusin mo muna yan" sabi ko na parang bata ang kausap ko

"But, you can make kwento naman. Listen ako sa'yo. Promise uubusin ko naman to habang nakikinig ako" sabi niya, nakita ko naman na may inabot siya sa night stand namin.

"Hopia?" nagtatakang tanong ko.

"Yeah, kagaya mo. HAHAHA. Joke lang" nang-aasar na sabi niya, napairap naman ako.

"Diba you said, no more junkfoods for this week? Kaya heto, tiis muna sa hopia" sabi niya at sinimulan ng binuksan. Tumabi naman ako sa kanya, at sumandal din sa headboard.

"Nice one, baby. Masunurin. That's what I like" sabi ko, napatawa naman siya.

"Wag ka ngang ganyan. Umaasa ako eh" pagbibirong sabi niya.

"May aasahan ka naman" sabi ko sabay wink.

"Naku! Mga banat eh no? Kwento ka na nga. I'm ready to listen na"

"Babe, iiwan muna kita dito sa bahay niyo ha? Busy lang talaga ako sa negosyo na naiwan ni dad" rinig kong sabi ni Nico. Kakauwi lang rin namin kahapon ni Jho from Bora. And that was so memorable for us ni Jho.

"Okay, babe. Take care" sabi ni Jho, nakita ko namang niyakap siya ni Nico. Kaya naman sinalubong ko ang mga tingin ni Jho na mukhang nag aalangan. But I just smiled at her, telling her na okay lang.

"Gotta go, love you" sabi ni Nico at nagtangka pang humalik kay Jho ngunit mabilis naman naiwas ni Jho ang kanyang ulo. Kaya sa cheeks lang tumama. That's my girl.

"Yeah. Ingat ka" sabi ni Jho at hinatid niya muna si Nico sa labas ng gate. Naghintay lang naman ako dito sa garden at pasimpleng nagbabasa ng newspaper.

"Hey" sabi ng babaeng tumabi ng upo sa'kin.

"Hi"

"Sorry about kanina ha. Hindi ko alam na haha---" sabi ni Jho ngunit pinutol ko na ito.

"It's okay, baby. Basta alam ko lang na pagkatapos neto ako parin pipiliin mo" sabi ko. Napayakap naman siya sa'kin.

"Love, we have only 3 days to tell Nico that I will call out the wedding" biglang sabi niya. Hinahalikan halikan ko naman ang tuktok ng ulo niya.

"Don't worry, i got your back. Kahit hindi ko alam kung asan ba talaga ang likod mo, dalawa eh" natatawang sabi ko kaya naman hinampas niya ako sa may tiyan.

"Wow! Eh kung maka masahe ka nga akala mo wala ng bukas. Kung maka dede ka nga dito akala mo wala pa ring bukas" sabi niya kaya natawa na talaga ako.

"Siyempre baby mo'ko eh. Ako lang may karapatang dumede diyan" sabi ko, umirap naman siya.

"Pero, seryoso na. No matter what happen. Whatever it takes. Strength in numbers..." kaya naman nakatanggap na naman ako ng hampas.

"Kakalaro mo yan ng NBA eh" sabi niya, nagpout naman ito.

"Joke lang" sabi ko at niyakap siya ulit.

"Kahit anong mangyari babe, tandaan mo na may Bea de Leon na naghi-hintay sa'yo. Babalikan mo ang cute na kayakap mo ngayon" sabi ko.

"Ang kulit mo ngayon ha. May gusto ka sigurong hingin no?" sabi naman ni Jho.

"Wala na akong gustong hingin, kase andito ka na. Hawak na kita" sabi ko, napayuko naman ako upang makita ang kanyang mukha. Yown! Nagpipigil ng ngiti.

"Yieeee, kinikilig. Si Jhoana kinikilig" pang aasar ko.

"Sino ba naman ang hindi kikiligin sa isang Bea de Leon na ubod ng banat ang katawan" sabi niya kaya napatawa naman ako.

"I hope we can say like this forever, love" mahinang bulong ko.

"We can, babe. Kase lalaban tayo"

Sana nga, Jho. Sana nga.

———————————

"Bea, are you insane? What the fuck are you doing huh?" sigaw sa'kin ni Kuya. After nung pag uusap ni Jho sa garden, ay nagpasama muna si Mom na mag grocery kaya ngayon kami lang ni Kuya ang natira.

"We just want to fight for our love, Kuya. And what's wrong with that?!" sigaw ko rin.

"You know that Jho is already committed to Nico. 3 days more and they will ended up tie to each other." sabi niya ulit, I know na nagpipigil si Kuya sa kanyang mga emosyon. I can sense it.

"Kaya nga gumagawa kami ng paraan para itama ang aming pagkakamali, diba? Ipaglalaban ko si Jho kahit anong mangyari" determinadong sabi ko.

"What the fuck? Nag iisip kaba, Bea?!" singit ng isang matangkad at maputing chismosang babae. Yeah, it's Maddie. Kakapasok lang eh, eeksena agad.

"Yan, pagsabihan mo yang tanga mong kaibigan" sabi naman ni Kuya.

"Come on, guys. Ipa feel niyo naman ang support niyo for me" sarcastic na sabi ko.

"I can't support your decision, Bea. You know that's not the right thing to do. You're just making things complicated. Mag isip ka nga" sabi ni Maddie.

"I'm thinking, Mads. And I know that this is the right thing to do. If you won't agree on my decision well it's up to you, guys. Basta I will fight for Jho, no matter what happen" sabi ko.

"You can fight for her, Bea. Pero ang tanong ipaglalaban ka ba talaga ni Jho? Baka naman kahit lumalaban ka pa, pero siya sumuko na" sabi ni Maddie, kaya naman napatingin kami sa kanya ni Kuya.

"Kung noon nga, natatakot siyang mahusgaan ng iba. At nagawa ka pa niya kalimutan para sa sarili niyang kapakanan, ngayon pa kaya? Bea, bigyan mo naman ng kahit konting awa ang sarili mo" sabi ulit ni Maddie.

"I know what I'm doing, Mads. And alam ko rin na ipaglalaban rin ako ni Jho" sabi ko

"You know what you're doing nga. Pero alam mo rin ba kung anong magiging kalalabasan neto?" sabi niya ulit.

"Bahala na, Mads. Basta lumaban ako. Pinaglaban ko si Jho. Pinaglaban ko ang mahal ko" sabi ko. Napailing nalang si Kuya.

"Beatriz, i'm not against naman sa inyo ni Jho. Pero, Bea may Nico na" sabi ni Kuya.

"Let her go. She will be happy without you" sabi naman ni Maddie.

"What the fuck are you saying, Mads. Jho is happy with me. I can make her happy" naiinis na sabi ko.

"Sa una lang masaya, Bea. Sa huli masakit rin pala" sabi niya ulit.

"Ewan ko sayo, Mads. Kung bitter ka lang sa love wag kang mandamay" sabi ko.

"I'm not bitter, Bea. Gusto lang kitang protektahan mula sa sakit" sabi niya.

"You better support me nalang, wag mo na akong protektahan. Masaktan na kung masaktan" sabi ko.

"Yan ang mahirap sa'yo eh, hindi mo iniisip ang mga mangyayari. Nagpapadalos ka kaagad" sabi naman ni Kuya.

"Ang kulit niyo eh no? Iniisip ko, naiisip ko" naiinis na sabi ko.

"You know on yourself that you deserve so much more, Bea" sabi naman ni Maddie.

"And that more is, Jho. Sapat na si Jho" sabi ko. Napailing naman si Maddie.

"You know what, Bei. The irony of pain is that you want to be comforted by the one who hurt you" sabi niya.

"And that's also, Jho. She's my comfort zone" sabi ko.

"I hope maganda ang kalabasan sa napiling pasya niyo ni Jhoana, Beatriz. Sana hindi niyo to pagsisihan" sabi naman ni Kuya.

"We're hooooome" rinig kong sigaw ni Jho sa labas. Kaya naman dali dali namang umalis si Kuya and si Maddie naman ay bumeso kay Mom.

"Oh, hija. Napadalaw ka ata?" sabi ni Mom kay Maddie.

"I want to taste your famous lasagna po, Tita. Namiss ko yun eh" sabi ni Maddie. Tumawa naman si Mom.

"Hi love" sabi ni Jho ng makita ako.

"Hello" sabi ko at hinalikan siya sa noo. Nakita ko naman na lumakad na papunta sa kusina si Mom. At sumunod naman sa kanya si Maddie.

"Ayusin mo yan, Bea. Umayos ka" bulong ni Maddie ng maka daan siya sa harap ko.

"Ano yung binulong ni Maddie?" tanong ni Jho. Hindi niya na kase ata narinig talaga kase naka focus siya sa phone niya.

"Ang cute ko daw" pag iiba ko sa topic.

"Luh siya oh. Ang hangin" sabi ni Jho. Inakay ko naman paakyat ng room ko si Jho.

"What are we doing here?"tanong ni Jho ng makapasok kami

"Rest. And you know" sabi ko habang taas baba ang mga kilay ko.

"Naku! Bea ha. Namimihasa" sabi ni Jho, umupo naman ako sa kama ko.

"What's the problem, love?" tanong ni Jho ng magpakawala ako ng buntong hininga.

"I'm just tired, babe" sabi ko. Lumapit naman siya at tinabihan ako.

"Rest ka muna po" sabi ni Jho.

"Don't give up on us, okay? Sabay naman tayong lalaban, diba?" sabi ko, napangiti naman si Jho sabay hawak sa mukha ko.

"Walang susuko, walang mapapagod" sabi niya, hinawakan ko naman ang kanyang mga kamay.

"Motto na ba natin yan?" sabi ko at natawa naman siya.

"Yes and yan ang laging mong tandaan. I love you, okay?" sabi niya.

"I love you so much, Jho. I can't afford to lose you" mahinang sabi ko.

"Kapag pagod kana. All we need is a break from our lives. Pero hindi tayo yung magbe break, okay?" sabi niya kaya natawa naman ako.

"Hindi ako susuko. Hindi kita bibitawan. Hindi ako mapapagod sa mundo ko" masuyong sabi ko. And this time ako naman ang nakahawak sa kanyang mukha at humawak naman siya sa kamay ko.

"I wish that the person I have right now will be the person I will be in the future" mahinang sabi ko.

"Then, we will make it that happen. Kasama mo ako sa lahat, Bea. Walang maiiwan" sabi niya. I hope so, Jho.

"We can handle everything in the right time. Trust the process. I love you Jho" sabi ko sabay halik sa noo niya. Niyakap niya naman ako.

"Palagi mong tatandaan na meron kang ako na paulit ulit kang pipiliin. I love you too, Bea"

____

Sorry for the typos and grammar errors.

Continue reading and voting po. Keep safe and Godbless!

Stay at home.

:>

Chapter 26.

B^{EA}

"Love, are you ready?" tanong ko kay Jho. Napag planohan kase namin na lalabas kami ngayon. May natitirang 2 days na lang kami para sabihin namin kay Nico na aatras siya sa kasal.

"I'm always ready, love. Basta ikaw" sabi niya, napag pasiyahan kase niyang magbihis dito sa room ko.

"So ready ka rin sa bed? Ganun?" pagbibiro ko, napairap naman siya.

"Kamanyakan mo oy!" sabi niya. She's wearing a yellow dress above the knee, take note guys fit na fit talaga ito sa kanya. Kanina pa ako nagpipigil dito.

"Manyak na ba yung ganun? Fyi, baby. I just want to make love with you. Kaya wag kang judger" natawa naman siya.

"Okay na! Defensive mo eh" sabi niya habang naiiling na lumapit sa'kin.

"You're so cute on your denim polo shirt love" sabi niya habang inaayos ang collar ng suot ko.

"I'm always cute, Jho. Kaya wag mo ng sabihin" sabi ko kaya kinurot niya naman ako sa pisngi

"A-araaaaay, loooove!"

"Cute ka diba? Kaya yan, yan ang price sa mga cute" sabi niya at nauna ng maglakad.

"Where are we going ba?" tanong ni Jho habang hawak ko ang isa niyang kamay, nasa manobela naman ang isa kong kamay.

"To the place where we belong" sabi ko.

"Huh? Sa'yo lang ako na belong, babe" pagbabanat niya.

"Luh siya oh, ang galing ng bumanat" sabi ko, napatawa naman siya.

"Mentor kita eh"

"You better sleepp muna, love. Medj malayo layo pa po tayo" sabi ko sabay halik sa kamay niya.

Pupunta kami ngayon sa Batangas, i want to bring her there. She's always saying kase kapag pumupunta siya dun ay nararamdaman niyang nabibilang siya dun. She always calling Batangas as her home, yung kapag pumupunta daw siya dun ay iba ang nararamdaman niya, magaan at masarap daw sa pakiramdam. Kaya naman ng makarating kami sa isang lugar na kung saan tanaw namin ang City lights ay napag pasiyahan kong maglatag ng banig dito, i want to make it this night romantic and memorable.

"Love, love. We're here na po. Wake up, sleepyhead" sabi ko, unti unti niya namang binuksan ang mata niya.

"Saan tayo?" sabi niya.

"You will see, come on" sabi ko, i signal to stay put on her position at binuksan ko agad ang pintuan at nakita niya agad ang banig na puno ng pagkain na aming pagsasaluhan.

"Batangas?" masiglang tanong niya.

"Our home, love" sabi ko.

"You're my home, Bea. Kaya pangalawa lang tong Batangas" masuyong sabi niya kaya naman hinalikan ko na lang siya sa noo, ginabayan ko naman siya upang makalapit kami sa banig na hinanda ko.

"Paano mo to nagawa? Eh, magkasama tayo buong araw" tanong niya

"I have my ways, Jho. I found a way" sabi ko naman at sinimulan ng ilabas ang mga pagkain sa basket namin.

"BDO ka ghorl?" pagbibiro niya kaya napatawa naman ako.

"Yes, Bea is D'One for you. B-D-O" sabi ko at tinuro pa siya. Napailing naman siya.

"Ang witty eh no?" sabi niya.

"I'm amaze lang sa surprise mo ha. You choose the nice spot, miss. May papayong ka pa" sabi niya, naka tayo kase ang payong dito upang hindi naman kami mahamugan.

"Siyempre, ikaw ba naman ang mayroong kasamang maganda. Hahayaan mo bang panget ang maging surprise mo for her? Siyempre, no way. She deserve more" sabi ko. Napatingin naman siya sa'kin.

"Thank you, love. This is too much. I love you" malambing na sabi niya at niyakap ako kaagad.

"I just want to make you happy, babe. You deserve this, you deserve me" sabi ko, umalis naman siya sa pagkakayakap,

"Ang conceited lang ha. Aba mas you deserve me naman no" di nagpapat-along sabi niya.

"Okay, deserve na lang natin ang isa't isa" sabi ko sabay wink

Pagkatapos naming mag usap ay kinain na namin ang mga pagkain dito, we just talk some random things. Pinagusapan namin ang mga plano namin in the future. I'm so happy kase after all this time, kahit may Nico na. Ako at ako pa rin talaga. I can feel the love of Jho for me. The way she talk how happy she is right now, ay sapat na yun para panghawakan ko na sabay naming haharapin ang dadating pa na dagok sa aming dalawa. And i'm ready to face it all, because i'm with her.

"What if hindi tayo nagkakilala, love?" tanong ni Jho. She was lying on my right arm right now, and i'm brushing her hair through my fingers.

"Edi siguro hindi ako nagbago. Ako pa rin siguro yung Bea, 6 years ago" sabi ko.

"Why did you have to do that?" sabi naman ni Jho.

"I want to escape from everything, love. I'm so attached sa pag iwan sa amin ni Dad. I can't forget that day. The pain is still fresh on my heart" sabi ko. Naramdaman ko naman ang paghigpit ni Jho sa yakap niya.

"Hindi kita iiwan, Bea. I will stay with you" sabi niya. Hinalikan ko naman siya sa ulo niya.

"Alam mo ba love kung ano ang purpose ng mga stars sa night sky" tanong ko.

"Palamuti? Design?" sabi niya naman, napatawa naman ako.

"Hindi no, grabe ka naman" sabi ko, napatawa rin siya.

"Eh ano pala?"

"They gave light into the sky, kaya kahit walang moon may ilaw pa rin na natatanaw sa kalangitan" sabi ko.

"Ah so you're my star pala" sabi niya,

"I'm your moon, babe. And you're my sun" sabi ko naman

"Because sometimes, I think of the sun and the moon as lovers who rarely meet, always chase, and almost always miss the one another. But once in a while they do kiss and then the world stares in awe of their eclipse" sabi ko

"You and your geek words" sabi niya.

"I'm always chasing you, Jho. I'm always missing you. That's all" sabi ko, napatawa naman siya.

"Love na love na love mo talaga ako no?" sabi niya.

"Sobra pa sa sobra, sobra" sabi ko naman

"If i'm your sun. And you're my moon sa kwento ko. Well sa kwento ko naman tayo yung sky and land" sabi niya kaya napakunot naman ako ng noo.

"Kase maitim ka, at maputi ako?" sabi ko, hinampas niya naman ako sa tiyan.

"Bea naman eh" sabi niya.

"Joke lang. Oh sige na nga, bakit yun love?" sabi ko ulit

"Because our love is like a sky, although they never meet each other but yet are together" sabi niya.

"Ang lalim naman nun" sabi ko.

"I hope after all of this. The sun and the moon will collide and sky and land will meet" sabi niya ulit.

"You mean? We will end this things together?" sabi ko naman.

"We will end the things, not us. Because we will ended up together. We will build our own world, our own home, and our own family" sabi niya kaya naman sinalubong ko ang kanyang mga tingin. Nakatagilid na kami ngayon at kaharap namin ang isa't isa.

"I love you, my sun and my sky" sabi ko.

"I love you too, my moon and my land"

After staring at each other. We choose to close the gap between us, we ended our moment with a passionate kiss.

____

"Take care sa pag uwi mo ha" sabi ni Jho. Hinatid ko kase ito sa bahay na tinutuluyan nila ni Nico. Mukhang wala pa namang tao kaya pinipilit ko pa siya na samahan mo na siya dito.

"I will stay pa love, wala kang kasama oh" sabi ko naman.

"Just go home na kase, gabi na oh. And magpa practice pa ako sa mga words ko na sasabihin kay Nico" sabi niya naman.

"So you mean? You will ended it tonight? As in ngayon na?" masiglang sabi ko. Napatawa naman siya.

"Ang hyper mo ha. I will make it right, Bei. So we can live together. I love you" sabi niya. Kaya namab nilapitan ko siya at inipit ang mga strands ng buhok niya na medyo nakaharang sa mukha niya.

"Hindi ko alam kung gaano ako kasaya ngayon, love. Omg! Ito na yung hinihintay ko" naluluhang sabi ko.

"Anywhere with you feels right, Bei. As I look at you now. I know to myself that I want this forever" sabi naman ni Jho sabay kapit sa leeg ko. Hinapit ko naman siya sa bewang.

"I love you, Jho" sabi ko at unti unti kong nilapit ang aking mukha sa kanya, naramdaman ko muli ang malambot niyang labi. Sa paglapat ng aming mga labi ay tila tumigil ang lahat, bumagal ang nasa paligid. Hiling ko sana na wag na matapos to.

"Putanginaaaaa" isang malakas na pagtulak at sapak ang aking naramdaman.

"Your cheating on me, Jho? What the fuck?" sabi ng isang lalaki na halata mo ang galit sa kanyang mukha.

"N-nico. I-i'm s-sorry" sabi ni Jho na nagsimula ng umiyak. Dali dali naman akong tumayo at nilapitan si Jho ngunit isang malakas na sapak ulit ang inabot ko.

"How dare you, Bea?! Pinagkatiwalaan kita! Tapos ito lang ang gagawin mo! Gagawin niyo!" sigaw ni Nico.

"I'm sorry, but I just want to get what's mine!" sigaw ko rin.

"Kailanma'y hindi naging sayo si Jhoana, Bea! Akin lang siya. Akin lang" sigaw ni Nico habang tinutulak ako, pinipigilan naman kami ni Jho.

"Fuck you! I just want you to know na bago naging kayo, may ako na! And you know what?! Mahal pa rin ako ni Jho. Kaya back off!" sabi ko naman na nagpipigil ng galit ko.

"W-what d-do you mean?" sabi ni Nico.

"Siya yung sinasabi kong first love, Nico" sabi naman ni Jho, kaya napatingin si Nico sa direksyon niya.

"Fuck! Bullshit! This is shit, Jho. What the hell?!" galit na sabi niya.

"Ako ang may karapatan kay Jho, Nico!" sabi ko.

"Putangina! Jho, malapit na tayong mag dalawang taon tapos ngayon mo lang sinabi? Bakit Jho? Bakit?!" sigaw ni Nico.

"I-i'm s-o s-sorry. S-ssorry" sabi ni Jho. Kaya naman nilapitan ko ito at niyakap.

"Sorry? Sorry nalang ba lahat, Jho? Ginago mo ako, pinagmukhang tanga! Tanginang buhay to oh!" sabi ni Nico at sinipa ang kotse niya.

"Accept the fact, i'm Jho's first love. And first love never die" i said and leaving a smirk. I don't give a damn, stupid! Akmang susugurin ako ni Nico ng magsalita si Jho.

"I'm calling out the wedding, Nico. I'm sorry. But I didn't see my future with you" sabi ni Jho. Kaya naman napatigil sa Nico sa pagsugod sa'kin.

"W-what?" sabi ni Nico.

"Bingi ka ba? Sabi ni Jho, umaatras na siya sa kasal niyo. Kaya back off, wag si Jho!" angas na sabi ko.

"Fuck you, Beatriz!" sabi ni Nico at sinugod ako bigla. Nagsuntukan lang kami at kahit pagod na ay hindi parin kami tumitigil. Kahit si Jho ay hindi kami napigilan. Hindi kami nagpatinag

"Hayop ka, Bea! Wala kang kwentang kapatid! Mang aagaw!" sigaw ni Nico sa'kin.

"Wala akong inaagaw, binabawi ko lang ang akin" sabi ko at susuntukin ko sana si Nico ng makita kong si Jho ay nahimatay.

"Jho!""Love!"

"Putangina! Kasalanan mo'to, Bea! Kasalanan mo!" sabi ni Nico.

"Walang akong kasalanan! Ikaw yung hindi nagpa awat! Tangina ka! Tangina" sabi ko sabay tulak sa kanya. Dali dali ko namang binuhat si Jho at pinasok sa kotse.

"I love you, Beatriz. And i'm sorry"

"Wow! Action star ka sis?" sabi ni Ej habang tumatawa, luh! Ano nakakatawa dun?

"Grabe ka ha! Nabugbog na nga ako sa kwento mo, tumatawa ka pa" sabi ko. Ngunit mas nilakasan niya pa ang tawa niya.

"Eh paano ba naman kase! Ang yabang yabang mo dun, tapos sa huli talo rin pala" sabi niya habang pinupunasan ang mga luha sa gilid ng eyes niya.

"Wala eh, nangyari na yung mga nangyari" sabi ko sabay subo ng hopia niya.

"Ayan kainin mo yan! Times 2 tuloy pagiging hopia mo hahahaha" sabi niya.

"Grabe feel na feel ko talaga ang pagkasupportive mo" sarcastic na sabi ko.

"Kung nakinig ka lang sa friend mo at sa Kuya mo siguro ngayon masayahin ka pa ring tao" sabi niya, pero this time naka serious face na siya.

"Ginusto ko naman yun. And duh! Masaya pa rin naman ako ngayon ah" sabi ko.

"Masaya nga, pero may mga sakit pa rin sa mata mo" sabi nya.

"Mas better kung uuwi ka nalang muna at palayain mo na ring ang sarili mo, palayain niyo na ang sarili niyo" sabi niya.

"In the right time, Ej. I'll go home" sabi ko.

"You can always start again. You can always begin again. And this is the right time, Bea. Wag mo ng patagalin" sabi niya.

"I know, give me some time" sabi ko.

"Matagal na ang binigay na oras ng panahon sa'yo. Kaya gora na sis. Balikan mo yung pinaglaban mo" sabi niya na halata mo namang nang aasar

"This time, magiging malaya na ako. Makaka usad na rin ako" sabi ko.

"Ang mali mo naman kase eh" sabi ni Ej.

"Paano naman ako naging mali?" sabi ko.

"Kase pinaglaban mo yung taong ayaw ka naman ipanalo"

———————————————————————

This story is only a fan fiction.

Sorry for my typos and grammar errors.

I hope you enjoy this one, keep smiling my sunshines. Mahal ko kayo.

:>

Chapter 27.

B^{EA}

"Congratulations, Mrs" sabi ng doctor na nakangiti ngayon kay Jho.

What the fuck? May nahimatay bang pag bagong gising binabati agad?

"What do you mean, doc?" sabi ni Kuya. Actually andito sina Mom and Kuya, kase i called them para samahan ako dito. Andito din kase si Nico eh, para in case may part 2 yung sapakan namin may pipigil na.

"Are you the husband of Ms. Maraguinot?" tanong ni Doc kay kuya.

"No, i'm his brother" sabi naman ni Kuya.

"Oh! Well, congrats tito!" masiglang bati ni Doc.

"Tito? Oh! Come on, Doc. Wag kang pa thrill" sabi ko naman. What the hell she's saying ba?!!

"Isabel. Umayos ka" sita naman ni Mom.

"You're sister is pregnant, she is 2 months pregnant"

PUTANGINA!

"H-huh?" nagtatakang tanong ni Jho.

"Congrats to us, babe" singit naman ni Nico. Sabay hawak sa tiyan ni Jho. Kaya naman parang nanlambot ang aking mga tuhod. No, this can't be!

"N-nico" nanghihinang sabi ni Jho.

"So are you the husband of Ms. Jhoana? Well, congrats to you, Sir. Alagaan mo ang misis mo. Gotta go!" sabi naman ng doctor. Halos di ko maangat ang tingin ko kina Kuya. Fuck!

"Are you happy, babe? Magkaka baby na pala tayo" sabi ni Nico. Parang walang nangyaring gulo, kase bakas ang saya sa kanyang boses.

"Excuse us, Jho and Nico. Punta lang ako sa cashier bayaran ko lang ang bill mo" rinig kong sabi ni Mom. Naramdaman ko naman ang isang kamay na nakahawak sa aking balikat.

"Let's talk after this" bulong ni Kuya bago sumabay kay Mom palabas, kaya napapikit nalang ako at pinipigilan ang mga luhang nagbabadyang tumulo.

"Ahm, do you want some fruits? Milk? Uhm, ano ba?" masayang sabi ni Nico. Halos di na ako makagalaw sa kinatatayuan ko ngayon. Potah!

"N-nico, diba we use a contraceptives naman? Paano nangyari to?" mahinang sabi ni Jho. Kaya naman napayukom ako at dali daling lumabas sa room na yun! Fuck! Ayokong marinig ang mga ginawa nila paano sila naka buo! Pootah! Pootah!

Nagtatakbo akong lumabas sa hospital, at rinig ko ang tawag ni Kuya sa'kin. Napadaan kase ako kung nasaan sila. Di ko alintana ang mga taong aking nababangga. Bakit ngayon pa to nangyari? Hadlang nga ba talaga ang tadhana sa'min? Wala na ba talaga akong karapatan para sumaya na kasama si Jhoana? Hindi ba talaga sang ayon ang tadhana sa aming dalawa?

Mabilis akong nag drive papunta sa lugar na hindi ko alam. Hindi ko alam kung bakit ako tumigil dito sa lugar na tanaw mo ang mga ilaw na nanggagaling sa mga gusaling matataas, dito ako dinala ng sarili kong kotse sa isang lugar na pwede kong isigaw ang aking mga nararamdaman.

"TADHANAAAAA! ANG DAYA DAYA MO! A-ng d-daya d-daya m-mo" umiiyak na sigaw ko.

"N-nakahanap k-ka nga n-ng t-taong pwede m-mong pagtagpuin, ngunit d-di pa rin pala t-tinadhana" nanghihinang sabi ko.

"BAKIT KAMI PA NI JHO?! BAKIT SA AMIN KA PA NAKIPAGLARO?! TADHAAAAANA, DUROG NA DUROG NA AKO! ANO MASAYA KANA BA?!! HA!!!" sigaw ko. Pumulot ako ng maliliit na bato sabay tapon sa malawak na bakanteng lote dito sa ki-natatayuan ko.

"PUTANGINAAAAA! AYOKO NAAAA! A-AYOKO N-NAAAAA!" namamos kong sigaw. Napaupo naman ako sa gilid ng aking kotse sabay sandal dito.

"I-IKAW RIN KU-PPIDO! ANG B-BOBO M-MO!" umiiyak parin na sigaw ko, napabaon nalang ako sa sa mga kamay ko.

"P-pumana ka nga pero sa maling tao naman" bulong kong sabi. Iniyak ko nalang lahat ang nararamdaman ko ngayon. Halos di ko na ramdam ang mga lamok na nakakagat sa akin ngayon.

"Pag-ibig! W-wala k-ka n-na bang i-ibang a-alam kundi sa-ktan ako?! HAAAA! DUROG NA DUROG NA AKO. WASAK, NASASAK-TAN, PAGOD!" humihikbing sabi ko.

"PAGOD NA AKO SA LAHAT. AKALA KO SI JHO YUNG MAGIG-ING PAHINGA KO, PERO HINDI RIN PALA. PUTANGINA! TADHANA, KUPIDO, PAG-IBIG. MGA WALA KAYONG KWEN-

TA!! AAAAHHHHHH! BULLSHIT, FUCK!" sigaw ko ulit sabay sabunot sa aking buhok, di ko na alam ang gagawin ko.

"PAULIT ULIT NA LANG YUNG SAKIT EH! PAULIT ULIT NA LANG! A--ANG SA-SAKIT EH! SOBRANG SAKIT. SANA HINDI KO NALANG GINAWANG MUNDO YUNG DAPAT NA TAO LANG" humahagolgol na sabi ko.

"Kung tao, dapat tao lang. Wag mo ng palalimin pa" sabi ng isang boses. May nakita naman akong mga paa sa aking harapan. Nakayuko kase ako sa aking mga tuhod

"Thanks to GPS!" bulong na sabi ni Maddie saka tumabi sa'kin.

"M-mads!" sabi ko ng makita kong siya nga iyon, dali dali naman niya akong niyakap at humagolgol sa kanyang balikat.

"Iiyak mo lang, Bei. I'm here na! I'm here na" sabi niya sabay run ng likod ko

"I'm so tired at everything, M-mads" umiiyak na sabi ko.

"Ssshhhh! Everything will be alright" pagpapatahan niya sa akin.

"Ayokong mawala ulit si Jhoana" parang batang sabi ko.

"Sa una palang, Bei. Binalaan na kita dito diba? Pero hindi ka nakinig. Kaya heto! Umiiyak kana naman" parang nanay na sabi niya.

"I will still fight for Jho. For us" determinadong sabi ko kahit wala ng boses na lumabas sa bibig ko.

"Ang tigas parin ng pala talaga ng ulo mo eh no? Hala! Magpakatanga ka pa" sabi niya sabay hagod sa likod ko.

"Mahal ko si Jho. Mahal na mahal" sabi ko naman, ngunit narinig ko ang kanyang pagbuntong hininga.

"What is meant for you, will be for you. Hindi si Jho ang para sa'yo. Halata naman siguro eh no?" sabi niya ngunit mas napahagolgol ako sa narinig ko. Hindi pwede!

"Bea, kapag hindi talaga kayo para sa isa't isa, kahit gustuhin o pilitin man. Hindi pa rin uubra" pahabol na sabi niya. POOTAH! ANG HOPIA NG LOVE STORY NAMIN!

"Kaya wag ka ng sumugal pa. Matatalo ka pa rin kapag ginawa mo yun" sabi ulit niya. Kaya naman iniyak ko na lang ang mga maaaring mangyari sa susunod na mga araw. Will Jho still fight for me, for us?

"Kapag tapos ka na, alis na tayo, okay? But for now iiyak mo lang. Hindi naman nahiya ang damit kong basa na ng mga luha mo" sarcastic na sabi niya.

Tingin ko mga 20 minutes di akong umiyak sa balikat ni Maddie. Naririnig ko pa nga siya na nagrereklamo kase kinakagat na daw siya ng lamok. Halos di tumigil ang mga luhang patuloy pa rin na tumutulo, walang katapusan parang walang hangganan. Ng mapansin kong wala ng luhang tumutulo ay kumalas na ako sa pagkayakap kay Maddie.

"You fine? Okay ka na?" sabi niya. Lutang rin to minsan pag magsalita eh.

"How did you know that i'm here?" sabi ko naman sabay punas sa luha ko

"Tumawag si Kuya Loel, masyadong nagaalala sa'yo. Ang bilis mo daw nawala. Si flash ka ghOrl?" sabi niya,

"That's not the answer to my question. Hindi naman alam ni Kuya na andito ako" sabi ko.

"Hoy! Sinabi ko na kanina, naka on ang GPS ng phone mo at diyan sa car mo. Kaya wag kang epal diyan! Tumayo ka na, puno na ako ng kagat ng lamok dito" sabi niya sabay tayo at pagpag ng short niya. Sus! Arte.

"Pipiliin pa rin kaya ako ni Jho?" out of nowhere na sabi ko.

"Masasagot lang natin yan kapag babalik na tayo. Kaya tara na! Nag grab lang ako kaya wag kang epal" sabi niya saka sumakay na sa passenger seat

"Sana Jho tutuparin mo ang pangako mong lalaban tayo hanggang huli"

"Ito yung sinasabi ko sayo, Beatriz. Ang tigas kase ng ulo mo eh" galit na sabi ni Kuya. Sa bahay na kase kami dumiritso.

"Hindi na lang ako basta basta susuko, Kuya! Ano hahayaan ko na lang sila? Ganun ba?" sigaw ko rin

"Bea, kuya mo yan. Please low down your voice" sabi naman ni Maddie.

"I've told you that no matter what happened, I will fight for Jho. Gusto ko lang lumaban at mahalin si Jho. Mahirap ba yun intindihin?" sigaw ko ulit, mabuti nalang at wala si Mom, sumama kase ito kay Jho dahil pinalabas na rin siya ng doctor.

"Lumaban ka kung may ipaglalaban ka pa. Wag ka nang lumaban dahil alam mong talo kana" singhal naman ni Kuya.

"Hindi pa ako talo. Nangako si Jho na we will make it right this time, at pinang hahawakan ko yun" sabi ko.

"Ang pangako maaaring mapako. Bea, iba na ang sitwasyon ngayon. Magkaka anak na sila. Irespeto mo naman yun" sabi naman ni Kuya.

"Kaya ko silang buhayin. Kaya kong panagutan si Jho. Kaya kong magpaka tatay at maging asawa kay Jho. I'm matured enough now. Kaya ko na" determinadong sabi ko.

"Susuportahan pa sana kita kung nalaman kong iniwan si Jho dahil buntis siya. Pero Bea andiyan si Nico at magpapakasal na sila. Wag ka namang desperada" galit na turan niya, kaya naman napayukom nalang ako sa sinabi niya.

"Desperada? Kuya, mahal ko lang si Jho kaya kahit mag mukha akong desperada ay okay lang. Dahil mahal ko siya, siyang ang buhay ko" galit na sabi ko.

"Mahirap bang intindihin na hindi na sa'yo si Jhoana ha?! Bea, matalino ka sana eh, pero bobo rin pala" sabi niya kaya naman hindi na ako nag dalawang isip na suntukin siya.

"BEAAAAA! KUYA! ANO BA?!" pag aawat sa amin ni Maddie.

"YOU?! IF YOU CAN'T SUPPORT ME ON THIS FIGHT, PLEASE JUST SHUT YOUR MOUTH. ALAM KO ANG GINAGAWA KO" galit na sigaw ko.

"BEA! ANO BA?! RUMESPETO KA NAMAN" sigaw din ni Maddie.

"Pabayaan mo yan, Mads. Basta, Isabel kung ano man ang mangyari wag ka sanang magsisi" sabi naman ni Kuya at umakyat na pataas.

"BULLSHIT! FUCK! FUCK! FUCK!" sabi ko sabay sabunot sa aking ulo. Tama namang ipaglaban ko si Jho, diba?

"BEA! Tama na" sabi ni Maddie.

"Ikaw rin ba? Ano?! Sige! Sumbatan mo rin ako, sabihan mo rin akong bobo at desperada" sigaw ko

"Hindi na ikaw ang kilala kong, Bea" naiiyak na sabi niya.

"Yan ang mahirap sa inyo eh. Huhusgahan niyo ako, tapos sasabihan ng masama pero kayo parin ang lumalabas na victim" galit na sabi ko .

"Wag mo naman sanang ituon nalang lahat ng atensyon mo kay Jhoana, Bei" sabi niya.

"Eh saan ko itutuon? Sa iba? Ha? MADS! YOU DON'T UNDER-STAND NAMAN KASE EH. NAGMAHAL LANG AKO, MALI BA YUN?" sabi ko

"I understand you, Bei. I always understand you! And hindi naman maling magmahal, yung minamahal mo yun yung mali" sabi niya

"Kailanma'y hindi naging mali si Jhoana, kase sa kanya ko lang naramdaman na ang lahat ay tama" sabi ko.

"Yan ang mahirap sa'yo eh, puro ka nalang Jho. Jho. Jho. Jho" sabi niya at nagsimula ng umiyak.

"Bakit ba hindi mo na lang ako suportahan ha!" sigaw ko.

"Alam mong suportado kita, pero sana naman tama na" sabi niya.

"I will not give up on Jho easily, Mads. Kaya kung wala kanang magandang sasabihin. You can leave now! LEAVE!" sabi ko.

"Sana naman hindi mo kalimutan na may nagmamahal pang iba sa'yo. Andito pa sina Kuya. Andito pa ako"

Sorry for the typos and grammatical errors.

Hi zup. Usap tayo sa telegram. Just message me lang for my account name.

Continue reading and voting sunshines, thank you and mahal ko kayo

:>

Chapter 28.

B^{EA}

Kinukulayan ang isipanPabalik sa nakaraanWag mo ng balikanPatuloy ka lang masasaktan

Yan ang naririnig kong tugtog ng buksan ko ang door ng room namin ni Ej. Dun kase ako naligo sa cr sa baba dahil ginamit ni Ej yung cr dito sa loob.

"BEEEEEI" sigaw ni Ej ng makita niya. Agad naman akong tumalikod. Ay the fuck!

"S-sorry, akala ko tapos kana" sabi ko, nakatalikod kasi si Ej at undies lang ang suot niya. Petengene! Nakaharap kase siya sa mirror.

"Kumatok ka kase!" singhal niya,

"Pwede ka ng humarap" sabi niya, nakita ko namang naka nighties na siya.

"I'm so sorry, akala ko you're done na" sabi ko sabay kamot sa batok.

"Ay wow! Natuto ka ng mahiya? Eh sa kwento mo halos araw araw kang nakaka kita ng kahit kaninong katawan" pang aasar niya.

Tayo ay pinagtagpo,Ngunit hindi tinadhanaSadyang mapaglaro itong mundo.

"Ano ba yang song mo?!" sabi ko at umupo sa bed. Napairap naman si Ej. Naka connect kase yung phone niya sa speaker kaya heto parang dama namin ang pananakit ng Magnus Haven.

"Relate ka ghorl?" natatawang sabi niya. Mang aasar pa eh. Sumandal naman ako sa headboard ng bed namin, sumunod naman siya.

"Edi wow, ghorl!" sabi ko sabay irap, natawa naman siya.

"Kwento kana ulit hehe" sabi niya sabay cling sa arm ko. Ang clingy ha!

"Why are you so interested in my past ba? Bakit gagayahin mo?" sabi ko, hinampas niya naman ako.

"Interesting kase eh, atsaka ang ganda kaya parang teleserye" nang aasar na sabi niya.

"So, direk? Pang MMK na ba yun or pang MPK?" pagsasabay ko sa biro niya.

"Tulfo gusto mo? Kaya sige na kwento ka na"

———————————————————

"Bei, just text me if i'm going to fetch you na ha? I'm just one call away" sabi ni Maddie sa'kin.

"Thanks, Mads. I owe you a lot. Take care, okay? Don't ya worry, i'll text you naman. And kasama ko na si Jho nun" masiglang sabi ko, ngunit may nakatago paring kaba sa aking ngayon.

Kung nagtataka kayo kung asan ako ngayon, andito ako sa park. I texted Jho kase if i'm allowed to talk to her na and she said yes naman. Kaya napag pasiyahan kong dito nalang kami magkita. Maddie insist that she will be going to drop me here. Dali dali naman akong bumaba sa car ni Mads and I wave at her. Nakita ko naman ang papalayong kotse niya, at kasabay rin nun ang pagtigil ng isang black fortuner dito sa front ko. This must be Nico's car. Hays. Nakita ko namang dali daling bumaba si Nico sa driver seat at pinagbuksan si Jho.

"Hey, i will fetch you later ha. Take care, babe. I love you" rinig kong sabi ni Nico at hinalikan si Jho sa noo. Dapat ako yan.

"T-thanks. Bye, take care also" sabi ni Jho. . Dali dali naman akong lumapit kay Jho ng maka alis si Nico

"Hi love" masiglang bati ko ng makalapit ako kay Jho. Hinalikan ko naman siya agad sa noo at niyakap ng mahigpit.

"I missed you" malambing na bulong ko ngunit wala akong narinig na kahit anong salita na nagmumula sa kanya.

"J-jho?" sabi ko ng makahiwalay ako sa yakap niya. Ngunit nagulat ako ng yakapin niya ako ulit.

"S-sorry. S-sorry, Bea. S-sorry" sabi niya at may hikbing kasabay.

"Why are you saying sorry, love? Wala naman tayong problema" sabi ko at hinaplos ang kanyang ulo.

"D-duwag ako eh, d-duwag" sabi niya. Agad naman akong humiwalay mula sa kanyang pagkakayakap at dali dali siyang inalalayan para maka upo dito sa bench.

"Hey, relax okay? Relax" sabi ko habang pinupunasan ang kanyang mga luha. Naramdaman ko naman ang pag tigil niya sa pag iyak.

"I'm so happy that you come, love. I'm glad that you're here to see me" sabi ko sabay haplos sa mukha niya.

"B-bea" naiiyak na wika niya.

"Yes, love?"

"I'm so s-sorry" sabi niya at umiyak ulit.

"Kanina ka pa nag so-sorry, pero wala ka namang kasalanan. Ako nga dapat mag sorry sa'yo about what happened last last night eh" sabi ko.

"Patawad, Bea. Patawad" sabi niya at nagsunod sunod na ngang tumulo ang kanyang mga luha.

"Sssssh, love. Bakit ka po ba nagso sorry? Please, linawin mo naman oh" sabi ko. Ngunit hinawakan niya lang ang aking kamay sa kanyang mukha.

"M-mahal k-kita" sabi niya.

"And I love you too, love. You know it already" malambing na turan ko.

"I k-know. I c-can f-feel it" sabi niya habang umiiyak pa rin.

"So? Are we going to continue our love story?" masayang sabi ko. Ngunit mas humigpit lang ang kanyang hawak sa aking kamay.

"W-we c-can't, Bei. L-let's e-nd t-this" biglang tumigil ang mundo ko ng marinig ko ang mga salitang yun na galing kay Jho. Shit!

"A-re you kidding, right? Is this a prank? Wait, i'll find the camera's" sabi ko at akmang tatayo na sana ngunit pinigilan ako ni Jho.

"B-bei, this is not a prank. L-let's e-end t-this" sabi niya ulit.

"Oh! Come on, Jho!" sabi ko, napaiyak naman siya.

"I thought we will face the world together. Ano na ang nangyari? Diba sabay pa tayong lalaban?" naiiyak na sabi ko.

"D-duwag ako, Bea. Ang h-hina h-hina ko" sabi niya. Kaya naman napatayo naman ako at sinuntok ang puno na nagsilbing panangga namin sa haring araw.

"Putangina! Bullshit!" sigaw ko at malakas na sinuntok ang puno.

"B-bea"

"Bawiin mo yun, Jho! Bawiin mo" sigaw ko.

"No, Bea. T-that's final" sabi niya. Kaya naman napapikit nalang ako sabay hagod ng buhok ko.

"No, this can't be. Nagbibiro ka lang eh" sabi ko.

"I'm so sorry"

"Jhoana? Sorry nalang ba parati? Bakit ayaw mong lumaban? Hindi ka naman nag iisa eh, kase andito ako. Kasama mo ako" sigaw ko, mukhang nagulat naman si Jho sa naging asal ko.

"Kase nga duwag ako. Duwag ako, Bea. Hindi ako katulad mo na handang lumaban" sigaw niya rin.

"Parati ka nalang bang magiging duwag ha! Paano naman ako, Jho? Isipin mo naman ako. Napapagod din ako, ngunit di ko kayang sumuko kase ikaw ang lakas ko" pahinang pahina na sabi ko.

"B-bea. Mali to eh, mali tayo!" sabi niya.

"Kailan pa naging mali ang pagmamahal, Jho? Eh, kung kasama kita ang lahat ng mali nagiging tama. It feels so right when i'm with you, Jho" sabi ko, ngunit napailing lang siya at pinipigilan ang kanyang mga luha na nagbabadya na namang tumulo.

"Hindi mo alam ang mga mangyayari kapag pinatuloy natin to. Hindi mo alam" sabi niya.

"Jho, malalaman ko. Malalaman natin kapag pinagpatuloy natin to" sabi ko sabay hawak sa kanyang kamay.

"Let's fight again, love. Let's face the world again, together" sabi ko ngunit bumitaw lang siya mula sa pagkakahawak ko.

"Tama na, Bea. Tama na! Tapusin na natin to" sabi niya.

"Bakit ba Jho? Ano ba ang dahilan mo?" sabi ko.

"Magkakapamilya na kami ni Nico. Itutuloy namin ang kasal" diretsong sabi niya. That's fucking bullshit!

"Pesteng Nico na yan!" sabi ko.

"Ayokong lumaki ang anak ko na walang kinikilalang ama. Ayokong lumaki siya na hindi buo ang pamilya. Ayokong maranasan niya ang naranasan ko. Ayoko" sabi niya.

"Jho, kaya kong maging ama sa kanya. Sabay natin siyang palalakihin ng may respeto sa kapwa. Bibigyan natin siya ng tahanan na puno ng pagmamahal. Kaya ko lahat ng yun, Jho. Kaya ko kase ikaw ang kasama ko" mahabang sabi ko.

"Kaya mo nga lahat, Bea. Pero kay Nico hindi komplikado" sabi niya.

"That's bullshit, Jho. Dahil lang ba lalaki si Nico ay dun kana sa kanya ha! Dahil kay Nico walang judgement ang matatanggap mo kase lalaki siya! Yun ba ang dahilan, Jho? Yun ba?!" sigaw ko. Bahala ng pagtinginan kami ng mga tao dito.

"Oo, Bea. Oo. Kase kay Nico tama lahat. Hindi komplikado, hindi magulo" sigaw niyang pabalik sa akin.

"Putangina! Kaya naman nating balewalain ang sasabihin ng iba ah? Bakit tayo magpapa apekto kung marunong naman tayong umunawa?" sabi ko.

"Hindi mo kase naiintidihan eh. Hindi ka kase maka intindi" sabi niya. Damn it.

"Kaya nga ipaintindi mo, makikinig naman ako" sabi ko.

"Hindi mo kase naiintidihan. Na para lang sa babae ang lalaki, at ang lalaki naman ay para lang sa babae" sabi niya. Kaya naman napayukom nalang ako.

"Eh bakit nararamdaman ko tong putanginang pagmamahal na to kung para lang pala sa mga lalaki ang babae? Bakit pa kita minahal kung para ka lang pala sa lalaki at hindi sa babae na katulad ko" sigaw ko. Ngunit hindi siya nakasagot, hindi siya naka imik.

"Bakit mo pa ako sinagot at minahal kung para ka lang pala sa isang lalaki at hindi sa katulad ko na salot at walang saysay dito sa mundo?" mahinang sabi ko.

"Kase nalilito ako, Bea. Nalilito ako. Hindi ko alam kung anong gagawin ko. Kung bakit ako kinakabahan kapag andiyan ka. Kung bakit ako masaya kapag kasama kita!" sabi niya.

"Lahat ng yun ay dulot ng pagmamahal. Kaya mahal mo ako, Jho. Minahal mo ako" sabi ko. Ngunit nakita ko ang pag iling niya.

"Hindi kita m-minahal, Bea. Gusto ko lang masubukan kung paano makipag relasyon sa isang katulad ko na babae" kaya nanghina ako sa mga sinabi niya. All this time, experiment lang pala yun para sa kanya. GAGO!

"Ginamit mo lang pala ako para malaman ang mga gusto mong subukan? Tangina, Jho hindi ako laruan na kapag nagsawa ka na, iiwanan mo na" sabi ko.

"Gusto ko lang maranasan, Bea. Ngunit hindi ko inaakala na ganito pala ang mga mangyayari. Akala ko nung una ay tama itong ginagawa natin pero hindi pala. Bea, i realized now that i'm fucking straight. And I don't want to enter this kind of relationship again. Not with other's. Not with you" sabi ko. Hindi ako makapaniwala sa mga sinasabi ni Jho ngayon. Ginawa niya lang akong sangkap sa kanyang expirement. Puta!

"Bullshit! Kung ginamit mo lang pala ako edi sana sinabi mo, hindi yung aasa na lang ako at maghahabol sa'yo pero yun pala pinagsawaan mo na ako. Jho, that's bullshit. Ang sakit eh, ang sakit malaman at galing pa talaga sa'yo" nanghihinang sabi ko, at tuluyan ng bumagsak ang mga luha na puno ng sakit at paghihinagpis.

"Akala ko magiging masaya ako sa relasyon na tinahak ko. Ngunti hindi pala. Dahil may kulang. At hindi parin pala sapat lahat" sabi niya.

"Fuck you, Jho. The way you said I love you's to me, i can feel the sincerity in your voice. And you mean it. The way how you became clingy to me, ay ramdam ko ang pagmamahal mo. And the way you scream my name sa unang pagtatalik natin ramdam ko pa rin ang pagmamahal mo. Kaya ngayon mo sabihin na hindi mo ramdam ang pagmamahal ko at ngayon mo rin sabihin kung anong naging kulang at bakit hindi naging sapat?" sabi ko.

*PAAAAAAAK! isang napakalakas na sampal ang natanggap ko imbis na paliwanag mula sa kanya. Mukhang wala na nga atang pag asa.

"Matuto ka ngang mahiya sa pinagsasabi mo. Bea, kung ayaw mong matanggap na wala na talaga tayo. Pasensiya pero ayaw ko ng lumaban kasama ka. Ayaw ko na, Bea. Kaya tama na!" sigaw niya.

"Ayokong mapagod sa'yo pero ikaw ang gumagawa ng paraan para mangyari yon" nanghihinang sabi ko. Wala ng luha ang lumalabas sa mata ko, marahil ay naubos na dahil kanina pa ako umiiyak dito.

"Yun naman pala eh, kaya tama na" sabi niya.

"Ganun ganun nalang ba talaga lahat, Jho. Dito naba matatapos lahat?" sabi ko.

"Kahit isa pang chance, Jho. Pagbigyan muna natin" nagmamakaawang sabi ko.

"Tama na, Bea. Pagod na ako. Nakakasawa na" sabi niya.

"Alam mo kung ano ang masakit? Lumaban muna ako bago sumuko. Pinaglaban muna kita bago ako bumitaw. Ayoko sanang sumuko, Jho. Pero pagod na rin pala ako." sabi ko. Ramdam ko ang pagtuyo ng aking mga luha sa aking pisngi.

"Hindi ko sinabing lumaban ka pa, kaya hindi ko na yun kasalanan, Bea" sabi niya.

"You just let me fall for you when you know in the end you will just leave me" wika ko.

"Alam mo rin yan, Bea. Pero bumalik ka pa rin at lumaban ka pa rin" sabi niya habang nakatingin ng diretso sa aking mga mata.

"Ngunit kumapit ka rin, binalikan mo pa rin. At nangako ka rin na sabay natin haharapin. Haharapin ang bukas na walang ng makakahadlang sa atin. Pero anong nangyari, Jho?" sabi ko.

"I need to go, Bea. Salamat sa lahat" sabi niya at tatalikod na sana

"You were looking for reasons to leave, while I was looking for reason to stay. Sana wag mong kalimutan na mahal na mahal kita, Jho. Sana wag mo rin itong pagsisihan"

____

"Pinagtagpo, ngunit hindi tinadhana" pagkanta ni Ej. Nang aasar lang to eh.

"Wow! Ang ganda pala talaga ng boses mo eh no?" sarcastic na sabi ko.

"Ang sabihin mo naaasar ka sa kanta. Wag ka nga, Bea!" sabi niya. Kaya naman napairap nalang ako.

"Pero in fairness ha! Bet yung mga words mo sa last part, bhe" natatawang sabi niya.

"Ay talaga? Pwede na po ba, direk?" pagbibiro ko.

"Pwede na tayong gumawa ng movie tapos ikaw ang bida. Bet mo yun?" sabi niya.

"Nope. Pero bet kita" sabi ko sabay wink. Sinakop niya naman ang mukha ko ng kanyang palad at saka tinulak ng mahina.

"Mga banat mo uy. Hinay hinay naman" sabi niya. Kaya natawa naman ako.

"Back to your story na nga tayo, so diba natuloy yung kasal nila, so pumunta ka dun?" tanong niya.

"Excuse me ha! Hindi naman ako forever tanga no para saktan ko pa ang puso ko ng todo todo. Edi siyempre hindi na, pero sumilip lang ako hehe" sabi ko sabay kamot sa kilay ko.

"Edi ganun na rin yun. Tanga ka pa rin pala" sabi niya sabay batok sa akin.

"Hindi naman, medj lang" sabi ko.

"Hoy alam mo sayang talaga yung love story niyo eh. Ang ganda talaga gawan ng movie" sabi niya. Napailing nalang ako. Lakas ng trip eh.

"Alam mo, libre naman mangarap pero parang malabo naman ata yang sa'yo" pang aasar ko sa kanya.

"Bea, naiisip mo ba ang naiisip ko?" sabi niya.

"Ej, naiisip mo rin ba ang naiisip ko?"

"Hindi, pero yung akin naiisip mo?" kaya naman napa face palm naman ako sa sagot niya. Lord! Ilayo niyo na po ako sa sinto sinto kong kaibigan.

"Iniisip mo ako?" sabi ko, pero napairap naman siya

"Kapal, ew!" sabi niya kaya natawa naman ako.

"So ano nga ang iniisip mo?" tanong ko.

"Iniisip ko ang pagkawala niyo sa landas ng isa't isa" sabi niya. Sabi ko na eh, about sa'min to ni Jho.

"So?"

"Nagkasalubog kayo sa isang kalsada na sa dulo nito ay liliko ka sa kanan at siya naman sa kaliwa. Pinatagpo nga kayo pero hindi naman pala talaga tinadhana"

Hi sunshines, keep voting. And thank you for reading. I hope you enjoy this one!

Sorry for the typos and grammatical errors.

Keep safe, and have a great day. I love y'all.

If you want kausap, don't hesitate to chat me. Take care, sunshines

:>

Chapter 29.

B^{EA}

"Bei, today is Jho and Nico wedding" rinig kong sabi ni Maddie. After our talk ni Jho ay napag pasiyahan kong kumuha agad ng ticket pabalik sa Italy.

"I know. You don't need to mention" walang ganang sabi ko.

"Is tita det know about this?" sabi niya. Isa rin yan sa mga problema ko. I didn't tell mom yet.

"I will tell her nalang later. Mamaya pa naman yung alis ko" sabi ko habang nag iimpake ng gamit ko.

It's 3 am in the morning palang. And Maddie choose to stay here para madamayan niya daw ako. Honestly, i'm still broken and homeless after our talk ni Jho. I can't believe that all of that was only a play. Hindi niya man lang ba inisip na masasaktan niya ako? She's so selfish. Sarili niya lang ang iniintindi niya.

"Why do you have to leave, Bei?" sabi ni Maddie na nakapagpabalik sa akin mula sa pag iisip.

"To escape from everything, duh! And hindi naman ako tanga para makita silang masaya" sabi ko and umupo sa sofa dito sa room ko.

"Did you and Kuya Loel talk already?" sabi niya.

"Nope! And you know that sermon lang ang abot ko on him" sabi ko sabay roll ng eyes ko.

"You must talk to him. Magpaalam ka naman" sabi niya.

"Okay, okay para sa ikakapanatag ng loob mo" sabi ko

———————————————————

"Are you insane? Mom didn't know about this, Bea! Wag kang mag desisy-on ng wala kaming alam!" sigaw ni Kuya when I said that I will fly again back to Italy today.

"Kaya nga I will said to her later, and utang na loob please low down your voice baka magising si Mom" it's 5 am pa kase eh, i don't want to disturb Mom.

"Bea, palipasin mo nalang to ng isang araw" sabi niya.

"Hindi ako bato para hindi masaktan. Ano dadalo ako dun sa simbahan hanggang sa reception kahit durog na durog na ako?!" sabi ko.

"Pwede naman hindi ka nalang pumunta. Please lang, Bei. Kahit ngayon ka lang makinig sa akin" sabi ni Kuya.

"Sure na ako sa decision ko. I'm sure mom will understand me naman. And utang na loob, kindly look out for Jho kahit wala na ako. She will always be my number one. Kahit hindi na ako" i said tsaka lumabas na ng room niya.

———————————————————

I'm in Mom's room right now. Tinabihan ko ito at hinahaplos ang kanyang buhok. Maybe this is the last day i will see mom sa malapitan.

"Mom, wakey wakey, you will prepare pa po" malambing na sabi ko sabay halik sa noo niya.

"I-isabel?" mom said in her sleepy voice.

"Hi mom! I prepare something for you. Tadaaaa!" sabi ko sabay pakita ng food na hinanda ko.

"What's with you ha? Why did you prepare something for me?" natatawang tanong niya sabay upo.

"Ahm, Mom. Can we talk? Pero after you finish your food nalang po" mahinang sabi ko.

"If this is about Jho's wedding, we can start talking right now" mom said. She really know me well.

"I want to fly back again to Italy. Today" sabi ko. But she just smiled at me and hold my face.

"I'm so sorry, anak. Wala man lang akong magagawa para maghilom ang sugat sa iyong puso" sabi ni Mom.

"Kaya ko, Mom. Don't bother yourself" sabi ko sabay hawak sa kamay niyang nasa mukha ko.

"I wonder why Jho need to choose between you and Nico. You could have been the best choice, yet, you didn't get the chance to be chosen" malungkot na sabi niya.

"I also wonder, Mom. Bakit kailangan niya pang magpatali sa taong hindi niya naman totoong mahal" sabi ko at umayos ng upo. Bumitaw naman si

Mom sa pagkakahawak sa mukha ko at dali daling isinandal ang aking ulo sa kanyang balikat.

"Anak, hindi mo naman pipiliin ang isang tao kung hindi mo naman mahal" sabi niya.

"But Jho do that. I know that she's lying" sabi ko.

"Anak, i just want to tell you na pagdating sa pag ibig pipiliin mo talaga ang tama" sabi ni Mom.

"Mali ba ako, Mom?"

"Hindi. Walang mali sa'yo. Kase, anak maaaring hindi ka pinili ni Jho dahil may nakalaan talagang tao para sa'yo" sabi niya.

"I always wanted Jho, Mom. Siya lang paulit ulit kahit ang sakit sakit na. I never see myself with another person. I always wanted with her" naiiyak na sabi ko.

"Kapag mahal mo, palayain mo" sabi ni Mom sabay haplos sa aking likod.

"Kase hindi mo naman hahayaang manatili siya sa'yo pero wala na yung saya sa mukha niya. Hindi mo naman kakayanin na andiyan nga siya pero parang hangin ka lang naman sa kanya. Kaya you must let go of her. Wag kang manatili, umusad ka rin" pahabol niyang sabi.

"Anak, wag mong hayaan na maging bilanggo ka sa iyong pagmamahal para sa kanya. Kailanma'y hindi ka magiging masaya kung patuloy ka paring nakakulong sa mundong ikaw na lang mag isa"

"Matuto mong palayain ang iyong sarili mula sa pagkakabilanggo. Ito lang ang masasabi ko sa'yo pag nagsimula ng mapalitan ng pagod ang pagmamahal mo sa kanya. Maiintindihan mo kung bakit din siya bumitaw mula sa pagkakahawak niyo sa isa't isa"

"Pagod na ba si Jho? Napagod ba siya?" umiiyak na tanong ko. Lahat ng sinabi ni Mom parang hindi ko pa kayang gawin.

"Hindi siya napagod. Sumuko lang siya kase yun yung tama. Bumalik ka dito na meron ng iba. Kaya siya sumuko kase ayaw ka niyang masaktan. Alam kong hindi kakayanin ni Jho na nakikita kang masaya pero ang mga rason ay galing pala sa isang kasinungalingan" mom said.

"Pero bago ako umalis, Mom. Ako yung nauna eh. Kaya binabawi ko lang yung akin. Kailangan kong bawiin ang tunay na akin" parang batang sabi ko.

"Sinubukan mo ngang bawiin pero nabawi mo ba? Anak, sa pag ibig kailangan mo ring magparaya. Kase hindi mo alam na mas maganda pala ang nilaan sa iyo ng tadhana"

"Destiny was against on us, Mom. Ang daya daya niya. Hindi niya ba alam na nakakasakit din siya?" sabi ko.

"Ginawa niya yan para matuto kayo. Para sa susunod handa na kayo. Wala ng katanungan sa isipan, dahil sigurado ka na sa iyong gagawin"

"Kaya kung gusto mong bumalik sa Italy. Hindi kita pipigilan, anak. Enough of pain. Rest and find yourself again. Kapag handa ka na, bumalik ka ha. Balikan mo rin ang minsa'y naging tahanan at mundo mo. Baka sa pagbalik mo. Sang ayon na ang tadhana na sabi mo ay sobrang daya" sabi niya sabay tawa sa dulo.

"Thank you, Mom. You the best. I love you" sabi ko sabay kalas sa yakapan namin.

"You deserve the happiness in your life, Isabel. Buohin mo ang sariling mong nawasak. Hanapin mo ang parte ng iyong puso at bumalik ka rito ng buo at wala ng sakit na nadarama. Mahal kita, anak"

When I'm on my way, I think a lot of things. What if hindi ito nangyayari ngayon? Will Jho and Me have a happy ending? Or should I say we have the best story that I can share to our kids someday.

Pero mapaglaro nga talaga ang tadhana. Habang tinatahak ko ang daan patungong airport. Nadaanan ko ang isang lugar na puno ng saya sa mga mukha ng mga tao. Ngiti na abot tenga, mga mata'y halos di na makita dahil sa mga tawa. Kami dapat yung nandiyan eh, ako dapat ang may mga ganyang ngiti.

"Tay, patabi po. Sisilip lang po ako saglit. Matagal pa naman ang flight ko" sabi ko sa driver ni Mom na naghatid sa akin.

"Sigurado po kayo, Ma'am?" nag aalalang tanong niya.

"Siguradong sigurado, Tay. Bababa lang po ako, madali lang po ito."

Nasilayan ko ang kakaibang liwanag sa mukha ng babaeng naglalakad papuntang altar, ngiti na alam mong hindi totoo, at luha na nag uunahan sa pagtulo. Mga luha ba yan ng kasiyahan o luha ng pagsisisi? Gusto ko itong lapitan at itanong iyon sa kanya.

Ako'y sumilip sa parte ng simbahang ito na dala dala ang sakit at paghihinagpis na aking nararamdaman ngayon. Kaya kong ibigay lahat lahat ngunit mas pinili mong manatili sa taong kaya ko naman lamangan. Sa bawat hakbang na iyong tinatahak, gusto kitang pigilan at itakbo papalayo sa lugar na tayo lang ang may alam. Jhoana, bakit umabot sa ganito? Bakit di ka lumaban hanggang dulo? Ng marating mo ang altar dun ka sinalubong ng isang lalaki ng pagkalawak lawak ang mga ngiti sa labi, napaka swerte ng nilalang na ito at ikaw pa talaga ang hinarap sa altar na ito.

Napansin kong nawala ang iyong mga ngiti sa labi ng mag tagpo ang ating mga mata. Mga mata na paulit ulit akong nilulunod, ngunit sa mga matang iyan diyan ko rin pala mararamdaman kung paano masaktan. Halata ang gulat sa iyong mukha ngunit mabilis kang ngumiti ng agawin ang iyong atensyon ng lalaking katabi mo ngayon. Nagsimula na kayong maglakad sa harap ng pari. At dun ko napag pasiyahang umalis.

Kase di ko pala talaga kaya na makita kang masaya sa piling ng iba.

Hanggang sa muli, aking Jhoana.

"Grabe bravesoul HAHAHAHA" nang aasar na sabi ni Ej.

"At yun ang pagtatapos ng aking istorya" sabi ko. Tumawa naman siya ulit,

"Ang tanga mo sa last part. Biruin mo sumilip ka pa talaga dun at nasaksihan ang paglakad niya patungong altar pero hindi naman ikaw ang naghihintay HAHAHAHA" sabi niya kaya naman napa pout nalang ako. Ang bully eh!

"Eh ano naman ngayon? Yun na yung huli kaya susulitin ko na no" sabi ko.

"Babalik ka pa don uy! Wag kang epal. Duh!" maarteng sabi niya.

"I mean, gusto ko lang talagang makitang masaya siya sa araw na yun. Yun lang" sabi ko. Pero hampas lang ang abot ko.

"Ang sabihin mo gusto mo lang sumigaw ng "Itigil ang kasal" HAHAHA-HAHA" tawa niya ulit.

"Hindi ko yan naisip and I respect her decision" sabi ko. Napangiti naman siya pero may halong pang aasar.

"Ang sabihin mo mahal mo parin siya" sabi niya sabay tusok tusok sa face ko. Ugh! Ang kulit.

"Stop it, Ennajie. Para kang bata" naiinis na sabi ko.

"Mahal mo pa no? yieeeee, Bea inlove parin kay Jhoana" pang aasar niya.

"Drop that. Ugh! Nakakainis ka!"

"Aminin! Si Jhoana pa rin. Ayieeeee" pang aasar niya ulit.

"Okay fine. Pero 20% nalang. Hindi naman siya mahirap kalimutan kaya siguro ganun" sabi ko

"Wow! Ano yan battery percentage? May pa percent percent pang nalalaman. Ang sabihin mo di ka pa totally move on" sabi niya.

"Natural! She was my first love. My world. My home" sabi ko.

"Asuuus! Nahiya ka pa. Isama mo na rin si universe at galaxy. Pati na yung mga planets" sabi niya kaya napailing naman ako. Ang utak talaga neto! Nakuuu.

"Pero one thing I realized in your story is--- ay hindi pala one, marami pala" kaya naman napa facepalm nalang ako sa sinabi niya. Jusko ka, Ej!!!

"What is it ba? Wag kang madaldal, ingay eh" naiinip na sabi ko.

"Atat ka ghorl?" kaya inirapan ko lang siya.

"Unang natutunan, wag na wag mong piliting bumalik yung taong pinili kang iwan"

"Second na natutunan" kaya naman napatawa ako ng malakas.

"Anooo?!!" inis na tanong niya.

"Conyo ka ghorl?" pang aasar ko sabay gaya ng boses niya.

"Leche ka!"

"PANGALAWANG NATUTUNAN. Lahat ay pwede mangako, pero di lahat ng pangako natutupad. At the end, promises is just only a word" sabi niya sabay diin ng unang dalawang salita.

"Naks! English" pang aasar ko.

"Pangatlong natutunan. Hindi lahat ng gusto mong ipanalo, ipapanalo ka. Kase nga minahal ka naman niya pero pansamantala lang pala" sabi niya. Napangiti naman ako.

"Ang galing makinig ah. 76 ka sa akin, student" pagbibiro ko.

"Kahit wag nalang po, hindi ko kailangan ang 76 sa grado ko" sabi niya sabay flip hair. Ediwow!

"Okay na yun, atleast may grade ka" sabi ko sabay tawa.

"Pero yung pinaka natutunan ko talaga? Wag nalang umibig para hindi masaktan" sabi niya.

"Hoy support ako diyan. Pero masarap din mainlove. Try mo nga sa'kin" pagbibirong sabi ko. Napairap naman siya.

"Masarap? Masarap ba yung tatawa ka kahit ikaw lang mag isa? Baliw tawag dun, hindi sarap" sabi niya.

"Ej, kapag nagmahal ka. Masasaktan at masasaktan ka talaga. Masasaktan ka muna bago ka matututo."

"Magmamahal lang ako kapag nahanap ko na ang tamang tao na para sa'kin" pagda drama niya.

"Puputi pa ang uwak, Ennajie"

"Baka ikaw, puputi nalang ang uwak pero di ka pa rin nakaka move on" sabi niya sabay belat.

"Paano ako makaka move on, kung araw araw mo naman pinapa alala. May pa kwento kwento ka pang nalalaman"

"At isa pa, Ej. Hindi ko madaling makalimutan ang unang nagparamdam sa akin ng tunay na pagmamahal at kasiyahan"

Sorry for the typos and grammatical errors.

Tara, usap tayo?

Keep safe, sunshines. I love y'all.

:>

Enjooooy!

Chapter 30.

BEA

"Beaaaaaaaa" sigaw ni Ej mula sa baba, andito kase ako sa room.

"O? Ano?" nagmamadaling sabi ko

"Huuuuuy! Magbihis ka ng maayos! Balik ka muna dun!" sabi niya sabay iwas ng tingin. Wow! Ang arte, eh antagal na niya akong nakikitang ganito.

Naka sports bra and cycling lang naman po.

"No, need. Sanay kana dito" sabi ko pero umirap naman siya.

"Tumawag si Maddie" sabi niya kaya nagulat naman ako, inabot niya naman ang phone ko.

"Ano sabi?" sabi ko sabay tingin ng call history ko. Tumawag nga.

"Hello? Sino to? Bea, huy! Ay sorry! Who are you? Girlfriend kaba ni Bea?" sabi niya kaya naman napa irap ako. Grabe ang galing mang gaya ni Ej Laure.

"What did you say?"

"Sabi ko hindi pa" sabi niya kaya naman pinilit kong palakihin ang mga mata kong singkit.

"The fuck? Why did you say that?" di makapaniwalang tanong ko.

"Hoy! Ang OA ha. Kalma. Joke lang kase yun" sabi niya.

"Wag ka ngang magbiro!" sabi ko naman. Napatawa naman siya.

"Bea the praning! Duh. As if naman na papayag akong maging girlfriend mo no! Over my dead sexy body! Hmp" nandidiring sabi niya.

"Ikaw nga dapat mahiya eh. Bea de leon nato oh. Tapos choosy ka pa" sabi ko, naglakad naman ako papuntang kitchen para kumuha ng water. Ramdam ko naman na sumunod si Ej.

"Umuwi ka na daw, yung mama mo" sabi ni Ej, nakaramdam naman ako ng kaba.

"What h-happen to m-mom?" nauutal na tanong ko.

"Uhm. Gusto ko rin siya maging mama hahahah" kaya naman napa facepalm nalang ako dahil dun. Oo nga, si Ej nga pala itong kausap ko.

"Umayos ka nga" naiinis na sabi ko sabay abot ng baso.

"Yung mama mo, gusto kaw daw makita. Miss kana daw eh" sabi niya.

"I'll talk to her later" sabi ko.

"Di ka uuwi?" tanong niya.

"Ewan, di pa ako sure"

"Umuwi kana daw, may matagal na daw na naghihintay sa'yo dun" sabi niya kaya napakunot naman ang noo ko. Naghihintay?

"Bat ang dami mong alam?" sabi ko naman.

"You better go back to the Philippines, Bea. Go and find your home"

"Hello, Bei" sabi ni Maddie sa phone.

"Hey, where are you? I'm here na" sabi ko naman at palinga linga dito sa paligid ko nagbaba kasakaling mahagilap ko si Maddie.

"Waaaaait! Omgggg! Ikaw na ba yan? Ay fuck ang papi! Teka lang lalapit na ako. Byeee!" tili niya sa kabilang linya. Natawa naman ako at binalik ko na kaagad ang phone ko sa pocket ko.

Guess where I am? hahahaha tama nga. I'm in airport right now. Napag pasiyahan kong umuwi na rin. Parang natauhan di ako sa sinabi ni Ej. And besides namiss ko rin sina Mom.

"BAAAAAABYYYYYYYY!"tili ng isang Maddie Madayag na nagtatak- bong papunta sa akin.

"Heeeeey! Oy, grabe ang bigat mo. Baba ka nga" natatawang sabi ko. Paano ba naman kase parang isang bata kung makakapit hindi inalala na sobrang higante niya.

"Namiss lang kita, oh my god! You've changed a lot babe" sabi niya. Nakita ko namang nagtitinginan ang mga tao sa paligid namin, but hindi lang yun may binubulong din pero rinig na rinig naman. Lol!

"They thinking that we are a couple. We better go nalang. Ayokong ma link sa iyo" pang aasar ko, pikon na pikon naman ang mukha ni Madayag haha.

"Aba! Hindi porket pinuri lang kita at manlalait ka na! Hoy, Bea. Wag kang pa feeling" naiinis na tugon niya haha.

"Mads, hindi ako feelingera okay? And lahat ng sinabi mo totoo naman. Heto na nga oh, nasa harap muna" sabi ko sabay suot ng shade ko at nagsimula ng maglakad. Kumapit naman si Maddie sa braso ko.

"Hindi na kita miss, leche ka!" sabi niya

"Well, i miss you so much. Ang tagal ko ring hindi narinig ang boses mo ng ganito kalapit, ang tagal mo ring hindi ako nasermonan" sabi ko,

"Sana naman yun na ang last sermon ko no! Ayoko ng sermonan ka ulit. Sana naman natuto kana talaga" sabi niya sabay irap.

"I learned a lot of things. I realized a lot of things." taas noong sabi ko.

"Wow! Coming from you is very new. So ano? Maraming chika babe ang naghihintay sa'yo sa bar ko? Soooooo?" natatawang sabi niya.

"Sooooo? Let's get it on"

"Hey? No clues ba sina mom, about sa pagdating ko?" I ask Maddie while waiting for our order. We choose to eat muna kase gutom na talaga ako haha.

"Wala no! Magaling atang mag tago to" sabi niya.

"Coming from you pa talaga no? All secrets ko nga nalalaman nina Adrian dahil sa'yo" naiiling na sabi ko.

"Nagbago na ako, Bea. Wag mo naman akong husgahan" sabi niya sabay hawak sa kanyang dibdib at umaktong parang nasasaktan.

"What? Totoo naman ah. I'm not accusing you feeler ka lang talaga" natatawang sabi ko.

"Leche ka talaga kahit kailan" sabi niya sakto namang dumating ang order namin.

"So, Mads. How's Philippines nung wala ako?" sabi ko.

"Wow? Ano ka president? Makatanong parang ikaw talaga ang namamahala ng bansa" sabi niya.

"I mean, may nagbago ba? Or ganun pa rin?" sabi ko sabay irap.

"Wala namang nabago, ganun pa rin. Madaming buildings, traffic always at higit sa lahat single pa rin ako" sabi niya. Natawa naman ako.

"Sino ba kaseng balak mag tangka sa'yo no? Hindi ka naman jowable" asar na sabi ko.

"Hoooy! Ang harsh ha. Ang sakit sa feelings" sabi niya sabay subo ng pagkain niya.

"So kamusta sina mom?" sabi ko.

"Okay naman. I'm always visiting her, we always cook lasagna and alam mo what my favourite about tita?" sabi niya.

"What?"

"Hindi siya nagsasawa sa mukha kong maganda" taas noong sabi niya .

"Ang sabihin mo wala lang talaga siyang choice dahil ikaw nalang yung natirang makita niya" pang aasar ko kaya napairap naman siya.

"Ano pa itatanong mo? Uhm. Well, si Kuya Loel naman. Always busy talaga. You know he grow up in business world kaya ganern. Hindi matyempuhan palaging wala" sabi niya tumango naman ako.

"Wala kanang itatanong bukod sa kanila?" sabi niya naman na halatang nang aasar.

"Uhm. How about Kianna? Alam mo ba kung saan siya ngayon? And I want to see my inaanak lang sana" sabi ko. Omg! I miss baby Precious na rin naman kase.

"Actually last time I saw her is sa school ng anak niya. Napadaan kase ako dun sa school na yun then sakto kakalabas nila pa lang sa gate ng school kaya I offered her to make sabay nalang on me. And thank me, Bei. Kase I got her condo address kase I insist to make hatid them sa condo nila" sabi niya.

"You didn't inform me that you're conyo na rin pala. Omg! You idolized me talaga eh no?" pa girly na sabi ko haha.

"Edi ikaw na bakla! Hoy ang cute kaya pag conyo ako no. Andaming na aattract hehe" pabebeng sabi niya.

"Wow! Ang conceited mo na rin pala" sabi ko naman.

"Wala ka na talagang itatanong? Yun na yon? Ay sayang prepared pa naman ako sa next person na itatanong mo" sabi niya sabay tawa.

"Bakit? May nakalimutan paba akong ikamusta?" sabi ko.

"Ay wala na ba? You already forgotten her na ba talaga? Kaloka bes, move on ka na nga" sabi niya.

Ah ok. Si Jhoana pa pala.

"Sa pagkaka alam ko, yun na yon eh" pagmama angan ko.

"Hmmm. What about Jho and her baby? You don't want to ask me about them? About sa kanila ni Nico? Ayaw mo na talagang malaman?" sabi niya.

"Ha? About sa kanila ni Nico? Ofcourse, they are totally happy with each other. Kaya ayoko ng mag aksaya ng laway para kamustahin pa sila" sabi ko naman.

"Bea, wala ka talagang alam sa mga nangyayari" umiiling na sabi niya.

"Ano ba talaga ang totoong nangyari? Ha?" sabi ko.

Ngumit siya ng pagkatamis tamis.

"You can win back your home again, Bea. Pwede niyo ng ipagpatuloy ang naudlot niyong istorya"

____

"I'm hooooooome!" sigaw ko ng makapasok ako sa bahay.

"Oh my Gooood! Isaaaabel? Is that you, anak?" sigaw ni Mom na alam kong na sa kitchen ngayon. Kaya dali dali ko naman tinahak ang daan papunta doon.

"Mooooom! I missed youuuuuu!" sabi ko at niyakap siya ka agad.

"I missed you too, anak. Sa wakas nagpakita kana rin" maiyak iyak na sabi ni mom.

"Mom! Don't cry nga, i'm here na nga po oh" sabi ko saka pinang gigilan siya yakapin.

"Naku! Ang daya mo ha. Bakit hindi ka nag sabi ha?!" sabi ni Mom habang papunta kami sa sala. Nakita naman namin si Maddie na pumapasok.

"Hi tita deeeeet!" masayang bungad ni Maddie.

"Naku don't tell me na ikaw lang yung may alam sa pagbalik ni Isabel" sabi ni Mom sabay beso dito.

"Bea wants to surprise you daw, tita. Kaya ayoko naman basagin yung trip niya. Alam mo naman ang daming pakulo yan sa katawan" sabi ni Maddie habang naka akbay kay Mom.

"Na surprise naman po kayo diba, mom? So? We better spend our time because I really really missed you po talaga" sabi ko sabay lapit sa kanila ni Maddie,

"I really missed the clingy Isabel. Well if that's the case you must changed your clothes first then we will bake cookies agad agad" sabi ni Mom.

"Agad agad? Sure na po kayo diyan?" natatawang tanong ko.

"Naku! You're so makulit pa rin pala. Opo, sure na po ako anak" sabi ni Mom saka tumawa.

"Makulit pero love mo naman" sabi ko, pero natawa lang siya.

"Tita, kapag kayo po nagkaroon dito ng apo kay Bea wag na po kayong magtaka kung maging makulit din ang anak neto" sabi ni Maddie.

"Apo? We should to talk about that, Isabel. I'm getting old and I want to see you carrying a baby na" seryosong sabi ni Mom. Kaya napakamot nalang ako sa batok

"Baby? Oh, Bei. Carry me nga" sabi ni Maddie sabay lapit sa'kin. Nagtataka naman kaming tumingin ni mom sa kanya.

"Diba, tita you want to see Bea carrying a baby? So carry me na, Bei. Diba baby mo'ko" natatawang sabi niya kaya napailing nalang ako sa kalokohan niya.

"Naku! Kayong dalawang bata talaga. Oh! Sige na, sige na. Isabel change your clothes muna, then you Mads, follow me. Namiss kitang kasama sa kusina" sabi ni Mom at nagsimula ng maglakad papuntang kitchen.

"Baby daw, Bea. I can reto you naman to my friends in my bar" nang aasar na sabi ni Maddie.

"Baby batok gusto mo?" pagbabanta ko.

"Ito naman di mabiro" sabi niya, aalis na sana ako pero bigla na lang nagsalita si Maddie.

"No pressure, Bei. Pero pwede naman tayong gumawa hahahahah" sabi niya sabay alis, kaya naman pinilit kong palakihin ang mga mata kong singkit.

Wtf?!!! Hindi ba siya nandidiri?!!

"MADAYAAAAAAG! DON'T YOU DARE MAKE LAPIT TO ME! NAKAKADIRI KAAAAAA!" sigaw ko pero halakhak lang ang naririnig ko mula sa kanya.

"No pressure, Bei. Sobrang mag bestfriend natin diba?" tumatawang sigaw niya. Kaya naman napa akyat nalang ako sa room ko.

As I enter my room, nothing has changed. Siguro yung mga memories na minsan naming ginawa dito ni Jho is yun nalang ang mga bagay na maari kong maalala dito sa room. I can still remember when she wants to have a movie marathon here, gagawin namin agad. Sabay sasandal siya sa dibdib ko at nasa likod niya naman ako, the way she will lay on my bed and hihintayin akong matapos mag bath tanda ko pa yun habang nakanguso na nakaharap sa phone niya sabay reklamo dahil antagal ko daw. At kapag bored naman siya magtata talon talon dito sa bed ko sabay suot ng favorite pooh attire niya. Napatawa ako at napailing.

"It's not just the goodbyes that hurts. It's the flashback and memories that follow" mahinang bulong ko.

Tinahak ko naman ang side table na katabi ng bed ko at umupo ako sa gilid ng kama ko. Andito pa pala to? Picture kase namin yun ni Jho nung nasa Boracay kami, if you can still remember. It was a mirror picture of us. She's clinging into my arms while I was wearing a black shirt and a black cap atsaka hinalikan ko siya sa tuktok ng ulo niya. Naka landscape naman ang phone ko na hawak niya at nagsilbing nakatakip sa mukha niya. This one was cute doe. Hinayaan ko na lang manatili ang mga bagay na nakapag papa alala sa'kin kay Jho. Hanggang dito na lang ang mga ito. Hanggang alala na wari ko'y magsilbing maganda.

"Oy! Oy! Grabe naman yan, Mads. Kakain ka na ng wala pa ako?" sabi ko ng makarating ako sa dining area.

Akala ko cookies lang ang hinanda, parang buffet naman to kase andaming ulam. Umorder kase si mom.

"Ang tagal mo eh. Gutom na ako" naka pout na sabi niya. Di ko alam kung may alagang dragon to si Maddie sa tiyan niya eh, kakakain lang namin lol.

"Para kang pato, di bagay" natatawang sabi ko. Natawa rin naman si Mom.

"Kayong dalawa. Hindi na ako magtataka kung kayo talaga ang tinadhana" nagbibirong sabi ni Mom.

"Ew! Yuck!"No way no. Kadiri kaya, mom" sabay naming sabi ni Maddie.

"Oh sige na, kain muna bago ang asaran" sabi ni mom habang naiiling.

Nagkwentuhan naman kami about sa mga ganap ko habang andun ako sa Italy. It was fun doe, kase sabi ni Mom may nanliligaw daw kay Maddie, but Maddie always saying dun sa suitor niya na pagbalik ko na daw sasagutin niya iyon, kaya tumigil nalang daw sa panliligaw kase sobrang tagal ko daw nakabalik haha.

"Hindi ko siya type no. And you know me naman that I don't want to give pain sa person na ang alam ay gustuhin ako" pagtatanggol niya sa self niya.

"Pero it's better when you warn him that in the end of the day, no answer from the great Maddie Madayag na he will be able to wait" natatawang sabi ko. Totoo naman. Paasa kase to.

"'I'm not fan of giving pain kase to someone. Hindi ko lang talaga bet ang makasakit" sabi niya ulit, natatawa nalang kami ni mom.

"Parang ganun din kase yun no. Paasa mo talaga" pagbibiro ko. Umirap naman siya. Pikon to ih.

"Uhm, Isabel. Why don't you try to visit Jhoana?" ayun nadali tayo!

"Yun oh! Oh, Bea. Bisitahin mo daw si Jhoana" nagtataas kilay na sabi ni Maddie.

"Uhm. If i have time po, why not diba? I'm pretty sure that happy naman siya with Nico" sabi ko sabay balik ng tingin sa food ko.

"I don't think so" sabi ni Maddie.

"Hindi mo ba nabalitaan, anak?" nagtatakang tanong ni mom.

"Nabalitaan?"

"Wala na si Nico at Jhoana. Matagal na"

I was walking now sa park na kung saan dito namin tinapos ang lahat na namamagitan sa'min ni Jho. I'm sitting on the bench kung saan ko siya hinintay dati. Ganun pa rin naman iyon. At sobrang labong narin ng punong nagsisilbing silong sa mainit na haring araw.

I still can't believe sa nangyari kay Jho and Nico. I thought when I leave all of the pain here in Philippines, Jho will be happy. Na kapag bumalik ulit ako dito ay nakikita ko si Jho na masaya sa piling ni Nico kasama ang kanilang mga anak. But all of my predictions are not really accurate on the present. Parang mali pa rin talaga ang mga naiiisip kong mangyari sa buhay ni Jho. Habang pinapaliwanag sa'kin ni Mom ang mga nangyari, hindi ko mabatid kung magiging masaya ba ako or hindi.

"Wala na si Jhoana at Nico. Matagal na" sabi ni Mom.

"What do you mean by matagal na?" di makapaniwalang tanong ko.

"Nung unang tatlong buwan palang nilang magkasama sa iisang bubong ay hindi na maganda ang pagtrato ni Nico kay Jho. Kaya nabahala ako kase nagdadalang tao si Jho, and I want to stay muna there so I can watch over Jho and sa magiging apo ko. But days passed by, Nico getting worst. Hindi na namin alam kung anong pwede naming gawin kay Nico. He became paranoid and possessive, natatakot ako kay Jho at sa magiging anak niya, Isabel. Kaya naman isang araw ay nag wala ito at pilit inuulit ulit ang mga karanasan niya dati" mahabang paliwang ni Mom.

"Please enlightened me, Mom. Continue po"

"Napag alaman namin na may sakit pala sa pag iisip si Nico. Simula noong bata pa siya ay namulat siya sa lugar na kung saan maraming umaapi at bumubogbog sa kanya. Kaya naman matapos naming mapag alaman iyon ay mas minabuti ko nalang na ilagay siya sa isang tahanan na siguradong doon ay maaalagaan siya ng husto" sabi ni Mom.

"How about, Jho. Is she fine?" nag aalalang tanong ko.

"Nothing to worry anak, pagkatapos kong mailagay si Nico sa Mental Hospital ay ako na ang nagsilbing gabay ni Jhoana sa kanyang buhay. Dito na siya nanganak at dito na rin niya pinalaki ang kanyang anak. Kaso nga lang nung 3 years old na ang anak niya ay lumipat na rin siya at binuhay mag isa ang anak niya. Pero pinigilan ko naman ito pero knowing Jhoana hindi talaga siya magpapapigil"

Habang nagku kwento si Mom, parang gusto kong balikan ang nakaraan at manatili nalang ako dito. Masyado kase akong duwag kase tinakasan ko lang ang mga masasakit na nangyari sa akin dito. Habang nakaupo ako dito sa bench ay umagaw pansin naman ang isang bata na di mapakali at palinga linga sa paligid niya, kaya naman nilapitan ko ito at mukhang nawawala.

"Hi little one" sabi ko sabay lumuhod sa harapan niya.

"I can't find my mom, i want to go home na. Pero nawala siya" naiiyak na sabi niya. Ang cute niya. Super.

"Are you lost baby girl?" napasapo nalang ako sa sinabi ko. Obvious na nga diba, Bea. Ang tanga ko talaga.

"Y-yes. Can you help me po to find my mommy" sabi niya sabay pinagsaklop ang kanyang palad sa harapan ko. Ang liit ng mga palad niya. Siguro mga 5 years old tong edad ng batang to.

"What's your name, baby?" tanong ko.

"Ayanna Isabel Louisse po" ang haba naman.

"It's to looooong. How about your nickname?" sabi ko.

"You can call me Aya, Bel, or Louisse" Louisse? hi Jho?

"I prefered hmmm, Aya. It's cute kase like you" sabi ko sabay pisil ng pisngi niya. Kinarga ko naman siya at yumakap naman siya sa leeg ko.

Ang sarap sa feeling.

"So, saan mo huling nakita mama mo?" sabi ko, naluluha na siya kaya nagsalita na ako.

"There po oh, sa may slide" sabi niya sabay turo gamit ang kanyang cute finger.

"Okay, let's go there. Baka andiyan na mama mo" sabi ko sabay lakad papunta dun sa tinuro niya.

Habang palapit na kami sa slide may naaninag naman akong isang familiar na tao na pabalik balik sa paglalakad. This must be Aya's mom.

"Mommy! Mommy, i'm here po" masayang sigaw ni Aya at nagpupumi-glas sa pagkaka karga ko. Ngunit natigilan ako ng lumingon ang babaeng tinawag ni Aya. Fuck!

"Aya, oh my god! Anak, sabi ko naman sa'yo na wag kang aalis dito, di----" hindi niya na natuloy ang sasabihin niya ng mapansin niya ako habang karga ko pa rin si Aya. How I missed those beautiful eyes of your's.

"B-beatriz?" nauutal na sagot ni Jho,

"Hi" nakangiting sabi ko.

"Mommy she help me to find you po. You know her po?" inosenteng tanong ng batang karga ko pa rin

"Yes, I know your mom, Aya." sabi ko habang nakatitig ako kay Aya.

"Wow! Cool" sabi niya kaya napangiti naman ako.

"Balik kana kay mama mo. I better go na rin, may gagawin pa ako eh" sabi ko, iaabot ko na sana siya kay Jho ng yakapin niya ako sa leeg.

"Thank you po" malambing na sabi niya.

"You're welcome, baby girl. I hope this is not our last, sana makita pa kita ulit" sabi ko sabay pinanggigilan ang mukha niya, napatawa naman ito ng mahina. Habang nakatitig lang sa amin si Jho.

"Uhm, Jho." sabi ko sabay abot ko kay Aya.

"T-thank you, babawi ako" sabi niya. Karga niya na ngayon si Aya.

"No need. It's nice meeting you by the way, baby. Una na ako ah. Pakabait ka kay Mama mo" sabi ko kay Aya sabay halik sa noo niya.

"What's your name again po?" sabi naman ni Aya. This time binaba na siya ni Jhoana galing sa pagkarga. Mabigat din kase itong si Aya eh.

"Isabel Beatriz" nakangiting sabi ko sabay yuko upang magpantay ang mukha namin ni Aya. Hinawakan niya naman ako sa pisngi. Nakita ko naman na tumingala siya sa kay Jho sabay balik ng tingin sa'kin.

"Are you Mom's first love po? Your name and Mom's first love name are the same."

Chapter 31.

B EA

"She knew?" I ask when I sit on her couch.

Yes, i'm here sa house nila. As I promise to mom, i will visit Jho. Mom gave me Jho's address so I will be able to find her easier.

"I'm always making kwento to her about you, Bea" nakangiting sabi niya.

"Mommy, can I borrow Tita Bea first? We will play lang po" sabi ni Aya ng makalapit sa amin. She's so cute and adorable.

"We will play the whole day, okay? I'm gonna make bawi to my one and only favorite baby girl" sabi ko sabay karga sa kanya.

It's been a week after our encounter dun sa park, and I always fetching her in their house para makasama ko lang siya, kahit naman anong mangyari pamangkin ko pa rin ito. Kase nga diba, half brother ko rin si Nico. Labas na yung alitan naman pagdating kay Aya. I can't resist her cuteness. Kaya kapag sinusundo ko siya I'm always giving what her want. I want to spoil this little chootie. And ngayon lang ako nabigyan ng opportunity na pumasok sa bahay ni Jho kase pinilit ako ng bata, di katulad non na susunduin ko lang siya at ihahatid at iaabot kay Jho sa labas ng gate nila.

"Uhm, Jho. We will play lang ha. Usap tayo later" sabi ko kay Jho at inakay na si Aya papuntang room niya.

"Tita Bei, can I ask you something?" sabi ni Aya ng makapasok kami sa room niya.

"You can always ask me something, baby" nakangiting sabi ko.

"How you meet my mom?" sabi niya kaya napalunok naman ako. Sa murang edad neto hanep na kung magsalita haha.

"She was my special friend before. We're best of friends. She was my partner in everything. She was my guide when I lost my pathways. She was my world, my home" sabi ko at taimtim lang na nakikinig si Aya.

"And she was my everything, before" mahinang sabi ko.

"Are two girls can be inlove po?" sabi niya kaya napangiti ako. Maaaring nasabi na rin ni Jho kung ano kami dati.

"Why did you ask that?"

"Because Mommy said that it was a special love, when you feel that in a girl also" inosenteng sabi niya.

"It will be always special when you feel inlove. And yes, baby. They can" sabi ko sabay ipit ng strands ng buhok niya sa maliit niyang tenga.

"Did you?"

"Yeah, before. Because I met your mom" sabi ko sabay smile. Napa cover naman siya sa mouth niya gamit ang kamay niya.

"Wow! Are you mom's first love?" sabi niya ulit. This was the second time she ask me, the first one is in the park. But I wasn't able to answer it, ayoko naman pangunahan si Jho.

"What Mommy told you about me?" sabi ko sabay kandong sa kanya.

"She said that you are. She always making pakita your picture to me" sabi niya na nakatingala sa akin. Kaya hinalikan ko siya sa buhok niya.

"She do? Oh my god! She's really inlove on me ha" pagbibiro ko kaya napatawa naman si Aya.

"Can I call you Dada? I'm always wanted to meet my dada. But mommy always saying na you're my dada" kaya muntik na akong mapaiyak sa sinabi niya. After all this time, akala ko wala na.

"If that's my baby wants. Yes you can, baby" sabi ko na naluluha.

"Oh my god! I have a dada na! Dada! Can i hug you?" cute na sabi niya kaya hindi nalang ako sumagot. Hinagkan ko na siya kaagad.

Naglaro lang kami ni Aya sa loob ng room niya, magpapahinga lang kami kapag kakain na siya or iinom ng milk. I'm always wanted to have a child, like what mom's said. Kaya this is my time to give what mom wants, gusto niya daw magka apo kaya naman gagampanan ko nalang ang pagiging isang dada kay Aya. Buong maghapon dito lang ako nag stay kina Jho. Gusto ko rin naman sulitin yung oras ko kay Aya. Gusto ko rin siyang makilala ng lubusan.

"You sleepy na po?" I asked Aya pagkatapos naming kumain ng dinner. Andito kami ngayon sa sala while si Jho nililigpit ang pinagkainan namin.

"I want to sleep beside you, Dada" sabi niya sabay kuskos ng kanyang mata marahil ay nakakaramdam na ito ng antok.

"Tita Bei will go home, Aya. Bukas nalang ulit" sabi ni Jho sabay luhod sa harapan naming dalawa ni Aya. Kinandong ko kase si Aya.

"I can stay naman po" sabi ko kase parang naiiyak si Aya ng marinig niya iyon.

"But sabi mo may gagawin ka pa bukas sa office mo, diba? You can go home naman. I will talk Aya nalang" sabi ni Jho pero umiling ako. Kung importante yung gagawin ko mas importante naman si Aya no.

"Uuwi nalang ako ng maaga. Makapag hihintay naman yung gagawin ko sa office. I will sign some papers lang naman. So I can stay for my baby" sabi ko kaya yumakap naman sa'kin si Aya.

"Thank you, dada. I love you po" sabi niya kaya hinayaan ko nalang siya na umunan sa dibdib ko. Tinatap tap ko naman ang likod niya sabay hum ng lullaby para makatulog ito.

"You sure that you will stay? Pwede naman after matulog ni Aya pwede ka ng umuwi" sabi ni Jho sabay tabi ng upo sa'kin.

"Yes, i'm sure po. Gusto ko lang naman magampanan ang pagiging dada ko sa bata" sabi ko, nagpipigil ngiti naman si Jho.

"Thank you. Kase matagal na niya talaga gustong may tinatawag na dada" sabi niya kaya tumango nalang ako. Pansin ko naman na mukhang mahimbing na natutulog si Aya.

"Saan ba natutulog si Aya? Sa room niya ba?" sabi ko.

"Sa room ko. Natatakot pa kase yan" sabi niya kaya natawa naman ako. Kaya inakay ko naman si Aya papunta sa room ni Jho. Siyempre kasama rin namin si Jho.

Pagkalapag ko kay Aya sa kama ay inayos ko muna ang damit niya. Kinumutan ko rin ito, umupo muna ako sandali kase bumukas ng konti ang mata niya.

"Goodnight dada, I love you" sabi niya kaya hinalikan ko nalang siya ng matagal sa noo, at bumalik na rin siya sa kaniyang pagtulog. Tatayo na sana ako ng mapansin ko ang picture sa gilid ng kama ni Jho.

That was our picture in Boracay. Yung katulad din ng picture na nasa room ko.

"I keep that." sabi ni Jho. Nahalata niya siguro na napatingin din ako. Kaya napangiti nalang ako.

"I also keep the copy of that"

Ng makalabas kami ni Jho sa room niya ay pumunta nalang ako sa may pool side ng bahay nila. Ngunit nagulat naman ako sa isang boses na nang gagaling sa likod ko.

"Wine?"

"Yeah. Sure" sabi ko. Inabot niya naman sa akin ang baso atsaka nilagyan ng wine ang glass ko.

"Pasensiya kana kay Aya ha" sabi niya kaya napangiti naman ako.

"Makulit din eh, gaya mo" pahabol na sabi niya.

"Ngayon ko lang nakita na ganun kasaya si Aya, for almost 5 years na magkasama kami. Ngayon ko lang nakita ang mga ngiti na matagal ko ng hinahanap" simulang sabi ni Jho habang nakatingin sa tubig dito sa pool nila.

"Tanda ko pa noon na nabubully siya dahil wala daw siyang tatay at paano daw siya nagawa kung wala naman pala siyang tatay. Kaya nung nagtanong siya kung sino ba daw ang tatay niya ay ikaw ang sinabi ko. Kahit madami siyang tanong tungkol sa'yo. Sinagot ko pa rin ito. Kahit nagtaka man siya na babae ang tatay niya, pinaliwanag ko pa rin ito sa kanya" naiiyak na sabi niya.

"Why?"

"Ayokong mas ma bully si Aya dahil sa sitwasyon ni Nico. And alam ko sa sarili ko na kapag bumalik ka ay mas magagampanan mo ang gampanin ni Nico na hindi na niya magagawa para kay Aya" sabi niya at dun hindi nakatakas ang mga luhang kanina pa niya pinipigilan.

"I'm so thankful that you came back, Bei. Hindi ko alam kung ano pa ang sasabihin ko kay Aya kapag nagtanong siya ulit tungkol sa'yo at wala ka pa" sabi ko atsaka niyakap ko nalang siya.

"Don't you worry, Jho. Hindi na ako mawawala" sabi ko

"Alam ko na masyado kitang nasaktan noon, Bea. Pero gusto kong bumawi sa'yo. Let's make it right this time" sabi niya.

"Let's take it slow, okay? Bawiin natin ang mga oras na wala tayo sa isa't isa" pahabol niyang sabi.

"I'm always waiting for this moment to come. Masasabi ko na sa tagal ng panahon na di kita nakasama parang may kulang. I saw home in your eyes and I found love in your smile. We will make it right this time, Jho" sabi ko sabay hawak sa pisngi niya.

"I love you so much, Bea. I always do" malambing na sabi niya, at napaluha.

"I love you so so much, Jho. Nothing has change. It's always you"

Saksi ang buwan at bituin sa mga katagang aming binitawan. Kaya bago matapos ang gabing puno ng kasiyahan.

Pinagsaluhan namin ang isang matamis na halik na simbolo ng aming pagmamahalan.

Maaga akong nagising at wala na akong katabi dito sa higaan. Fuck! Don't tell me panaginip lang yun. Pero napawi ang aking pangamba ng makita kong wala ako sa aking kwarto. At nakita ko rin yung picture ni Aya at Jho kaya dali dali naman akong bumangon para hanapin sila.

"Mommy! I'm gonna make pancake for dada. Can you help me, please" malambing na sabi ni Aya habang naka upo sa kiddie chair niya at naka-harap kay Jho na nagluluto. This kid is so sweet.

"You can't make pancake pa po. Your hands are still small and cute pa po" rinig kong sabi ni Jho. Kaya napagpasiyahan ko ng magpakita sa kanila.

"But dada and mommy will help you naman. We will make pancake and bake cookies okay ba yun?" sabi ko sabay karga sa kanya.

"Cookies? Mommy, that's my favorite! Yehey, we will make cookies. Thank you dada" natutuwang sabi niya at nagpapalakpak pa.

"But you're still have work to do pa. Don't tell me hindi ka pupunta. Bea ha! Lagot ka talaga" sabi ni Jho kaya natawa naman ako.

"Nakalimutan mo atang may ari ako ng company na yun" mayabang na sabi ko.

"Ang yabang parin talaga eh no. Pero b---" hindi ko na siya pinatapos.

"It's family time, love. Kayo muna bago ang work" sabi ko sabay halik sa noo niya. Nakita ko namang namula si Jho.

"Dada i'm gonna make tampo na talaga sa'yo" nakapout na sabi ni Aya.

"Why my baby will going to make tampo to me?" inosenteng tanong ko.

"I don't have forehead kiss from you pero si Mommy meron" nagtatampong sabi niya kaya napatawa naman ako.

Parang si Jhoana, ang selosa.

"Aw. Okay i'm gonna give a lot of kisses nalang" sabi ko at sinimulan na siya halikan.

"Ahhh! Dada, hey. Stop it! Kiliti ako! Ahhh hahahahah. Stop na po" tumatawang sabi niya pero patuloy parin ako sa paghalik sa mukha at leeg niya.

"Hey! Hey! The two of you, upo na kayo. We will eat na" sabi ni Jho na siya nakapagpatigil sa aming dalawa. Kaya naman binulungan ko si Aya.

"1, 2, 3" bilang naming sabay ni Aya.

"Aye! Aye! Captain" sabay naming sigaw sabay saludo, napailing nalang si Jho.

Kaya naman after naming kumain ay nagbake na kami agad. Kung makulit ako, mas makulit naman si Aya. Punas ng flour doon, punas dito kaya naman beastmode na si Kumander sa aming dalawa ni Aya. Pero nawawala din kapag sabay naming kini kiss ni Aya si Jho sa cheeks.

"Dada, we will bake again po? Kailan?" sabi ni Aya na kakatapos lang maligo, ako na ang nagpalit ng damit niya kase nililigpit pa ni Jho ang kalat namin sa baba.

"Opo pag free ulit si dada. Bukas kase may work na si dada eh, pero promise I will fetch you here tomorrow, okay? Dun ka muna mag stay sa office ni dada" sabi ko sabay suklay ng buhok niya.

"Pwede po ako stay sa office mo? Can I bring there toys po?" excited na sabi niya.

"Yes, because you will be the boss in future. Anything you want to bring. You can bring there po" sabi ko kaya naman tumayo na ako at hinawakan siya sa kamay. Bumaba na kami at naabutan namin si Jho na nagpupunas na ng kamay. I think she's done na.

"Ang fresh naman ng baby ko" sabi ni Jho ng makita niya si Aya.

"Thank you po" sabay naming sabi ni Aya. Napatawa naman ako kase umirap lang si Jho.

"Fresh ka?" mataray na sabi ni Jho.

"Hindi pa, pero baby mo rin ako" sabi ko sabay wink.

"May susuotin ka ba, Bea? Yung mga damit ko kase hindi magkasya sa'yo" sabi ni Jho. Bumitaw naman si Aya sa pagkakahawak ko at nagsimula ng manuod ng favorite cartoon niya.

"Yes po, i have dun sa car ko" sabi ko sabay akbay sa kanya.

"Bea, pawis pa ako oh" umiiwas na sabi niya.

"I don't care. And ngayon ka pa nahiya na nagshare na nga tayo ng pawis noong sa Boracay tayo" mapaglarong sabi ko. Kaya nahampas naman ako ni Jho.

"Manyak!" sabi niya kaya natawa naman ako.

"Ha? What do you mean pala? We share pawis diba nung hinabol kita kase you take a picture of me tapos epic pa talaga kaya pawisan tayong nagkayakap nung nahabol kita" sabi ko kaya namula naman siya.

"Ikaw ha. Iba iniisip mo" panunuksong sabi ko.

"Linawin mo kase" naiinis na sabi niya, kaya inakbayan ko siya ulit.

"Love, can I bring Aya tomorrow sa office?" sabi ko.

"Love ka diyan! Kuning mo muna approval ko at kay Aya" nang aasar na sabi niya.

"Yun lang ba? Ay madali naman yun eh. I will make ligaw to you everyday. If that's what you want" sabi ko sabay halik sa noo niya. Yumakap naman siya sa bewang ko,

"Thank you and I love you po" sabi niya naman. Napangiti nalang ako.

"So? Can I bring her?" tanong ko ulit,

"Uhm. Boring na naman ako dito sa bahay. Di na naman ako pwedeng sumama" nakapout na sabi niya.

"You can stay naman sa house ko. Naging bahay mo rin yun" sabi ko. Naglakad naman kami papunta kay Aya. Pero itong bata ayaw pa istorbo diretso lang ang mata sa tv.

"I have something to do pa kase eh. Yung isang branch ng company niyo ako parin ang humahawak. Kaya work from home pa po ako" sabi niya.

"You can bring it naman sa bahay. Matutulungan kapa ni Mom" sabi ko sumandal naman siya sa balikat ko. Bale napagitnaan nila ako ni Aya ngayon dito sa couch.

"Okay. Pupunta nalang ako dun, bukas. And you can bring Aya din" sabi niya pero halata sa boses ang lungkot niya.

"Ayaw mo bang malayo kay Aya? Pwede naman sumama ka nalang then dun mo na lang gawin sa office ko ang work mo" sabi ko.

"Hindi naman sa ayaw malayo pero gusto ko lang talagang mag alaga ng bata. And nasanay na ako na palagi kong kasama ang bata" sabi niya kaya napangiti nalang ako.

Ang galing pa rin talaga mag alaga. She's a great mom. Ang sarap ng pakasalan, char.

"Gusto mong mag alaga pa ng bata? If that's what you want. Pwede naman tayong gumawa"

Epilogue

B^{EA}

"So, prof nagkatuluyan po ba si Jho and Bea?" tanong ng isa kong student.

"That was the question, nagkatuluyan nga ba talaga sila?" tanong ko.

"What do you mean, prof?" nagtatakang tanong ng isa ko pang student.

"Almost..... is never enough" nakangiting sabi ko.

"Pero prof, sa kwento niyo diba nagkabalikan sila?" kaya natawa ako sa tanong ni Ayesha.

This kid. Natatandaan niya pa kaya ako? Ofcourse, she was part of my story. Our story.

"Nagkabalikan lang pero hindi nagkatuluyan" nakangiti kong sabi.

Ilang taon na nga ba? Ilang taon na nga ba ang nakalipas at heto na naman ako. Nagkukwento sa naranasan ko. Tunay ngang mapaglaro ang tadhana. Akala ko sa huli ay pwede na, ngunit hindi pa pala.

If you're wondering why they called me Prof. Well, i'm a professor now. And one of my student is si Ayesha. Anak ni Jhoana. Iniba ko lang yung name sa kwento para hindi naman halata na siya at yung sa kwento ko ay isa. It was a long story, me and Jho are separated our ways, again. Hindi ko malaman na sa dinami dami naming pinagdaanan mauuwi rin pala kami dito. Na kung saan wala ng tayo.

I really can't imagine after all this time, mauuwi rin pala sa wala. Akala ko handa na siyang lumaban pero iniwan niya lang pala ako muli sa ere. I was so stupid for giving a shot again. Pero I never blame Jho for what happened, because after all that we've been through, it's all worth it because of Jho. She will be always my favorite almost.

The last time we talked is when Ayesha is already in grade four. You've been always getting mad at me for picking you up in Ayesha school, bakit pa ba kailangan pa kita sunduin don? Because that was part of my obligation as your partner and being dada to Aye. Pero yun pala nakakatanggap kana ng mga masasakit na salita galing sa parents ng ibang kaklase ni Ayesha.

"How many times do I have to tell you, Bea? Wag mo na kaming sunduin ni Ayesha sa school!"

Galit na galit ka nun, diba? Pero you never given me a chance to know your reason's. Hinayaan mo lang na ako ang maka alam. Is the second chance that we always aiming is not enough for us to continue our love for each other? How ironic right? Ginusto mong magsimula ulit, pero ikaw rin pala ang tatapos ng paulit ulit.

"Love, what's wrong? Ano naman bang kasalanan ko?"

"Paulit ulit na lang ba, Bea? Hindi ba pwedeng intindihin mo muna ako? Kaya ko naman tanggapin ang mga diskriminasyon na galing sa ibang parents eh. Pero si Ayesha na ang naaapektuhan, she's always getting bully dahil sa'yo. Dahil sa relasyong ito!"

That was our second argument, right? You were very mad at me, kase naiipit na si Ayesha ng dahil sa akin. Pero kahit ganun, mas nakikita ko pang lumalaban si Ayesha kesa sa'yo. She's always the kid who is very understanding. She will be the one who will approach me kapag sa sofa mo ako pinapatulog dahil nga galit ka. Siya pa yung magbibigay ng kumot sa'kin o di kaya yung mag o-offer na dun nalang ako matulog sa room niya para may maayos daw akong higaan. That was the moment I realized na ibang iba nga talaga sa'yo si Ayesha.

"You can't understand ba ha? I'm really busy right now! You can eat dinner naman kahit wala ako. Or you better bring Ayesha nalang with you!"

That was the third time you shouted at me, but I didn't mind it doe kase alam ko sa sarili ko na you have a hard time sa mga papers na kaharap mo that time. I always understand you kase your handling one of our business kaya kahit gustong gusto na kita makasama, iniintindi ko pa rin na mas ibubuhos mo ng marami ang oras mo sa trabaho kaysa sa akin, kaysa sa amin.

"Love, Ayesha wants to eat cookies. Bake tayo ngayon? I will inform kuya nalang na next day mo na lang yan ipapasa"

"Kayo na lang, Bea. Hindi ko pwedeng ipag paliban to" you coldly replied.

"Sige na, love. Hindi naman magagalit si kuya if delayed ka makakapasa. And pagbigyan na natin si Ayesha" I wanted to back hug you pa sana kaso lang umiiwas ka.

"Ano ba, Bea. Stop being clingy. Hindi kana bata"

"May problema ba, love?"

"Problema? Oo! Ikaw. Pwede ba kahit ngayon lang tigilan mo muna ang pangungulit mo. Nakakapagod na!"

Hindi ko batid kung anong pwede kong maramdaman pagkatapos mong sinabi yon. Kung tutuusin nga ako dapat yung mapagod sa ating dalawa eh. Kase ramdam ko naman na sa relasyong ito ako palagi ang lumalaban. Pero hindi ko sinumbat yon sa iyo, kase alam ko na sa mga panahong yon gulong gulo ka lang talaga. Pero mali rin pala, mali rin palang tumaya ng husto kung sa huli matatalo at matatalo pa rin ako.

"Bea, ayusin natin to oh" nagmamakaawang sabi mo.

"Matagal na sana natin tong naayos, Jho. Pero ayaw mo pa rin sumugal. Hindi ka pa rin natuto"

This was the time I saw you begging for me to comeback in your arms again. Pero tao rin naman ako, Jho. Napapagod din. 1 month tayong di nag uusap kase iniiwasan mo ako. Sa loob ng 1 month na yun hindi ako napagod upang suyuin ka. Pero anong nangyari palagi mo nalang ako tinatanggihan. Palagi mo nalang akong iniiwasan.

"Let's make it right, Bei. Please give us a chance, again" umiiyak na sabi mo.

"Jho?! Seriously? Isa pang chance, ulit? Naririnig mo ba sarili mo ha?! Jhoana, kahit paulit ulit pa nating bigyan ng chance ang pesteng pagmama-hal nato. Kung hindi ka rin marunong lumaban. If you're not ready to take the risk. Well, let's end this one. Let's end this fucking relationship. Kase pagod na ako. Pagod na pagod na ako sa'yo"

"Bakit hindi mo na kayang bigyan ng chance? Bakit, Bea. May iba na ba?"

"Hindi ko na kaya kase kahit paulit ulit pa nating bigyan ng chance. Kung duwag ka pa rin pala, hindi rin magwo-work. And don't you dare drop that kind of question on me. I try to take the risk again with you. But you always bringing it down. Sinasayang mo lang"

"And to answer your question kung may iba na ba" I try to calm my self so I can't say any hurtful words for you. Kase mahal na mahal talaga kita.

"Walang iba, Jho. Pero hindi na ikaw"

That was our last conversation. Tanda ko pa nun na parang bumalik na naman ako sa una. Parang nakabalik ako sa panahon nung mas pinili mo si Nico kaysa sa akin. Nanumbalik lahat ng sakit, pait, at yung binuo kong mundo para sa panibagong tayo, ay unti unti ng gumuho dahil sa ating pagsuko.

I came back from my senses when the bell rang. Hindi ko napansin na uwian na pala. I was very occupied sa mga nangyari sa amin ni Jho. And for sure nagtataka kayo kung bakit ako naging professor na ngayon. Well, I divert myself for being lonely and broken. Pinagtuonan ko nalang ng pansin ang pag aaral ulit. This was my second course the i'm pursuing way back in college. But since nga, my mother and brother are into business mas pinagtuonan ko nalang ng pansin ang course ko about sa business. So, I think this is my opportunity din to continue my dream to teach and help the students to achieve their goal and dream in life. I want to be part of it. It feels heaven.

"Prof, bukas panibagong kwento na naman ha. Yung hindi naman sana hopia. Dapat happy ending din. Yung mala fairytale" sabi ni Kaleb. Ito yung pabibo kong student eh.

"Kaleb, if you want a fairytale version, read some book. Cinderella and Sleeping Beauty" kaya naman nagsitawa ang mga students ko.

"Kal, try to read Beauty and the Beast. Total mukha ka naman beast HA-HAHAHA" sabi ng kaklase niya, kaya napuno na ng tawanan ang room na ito.

"Oh really? I'm the beast? Well, ikaw naman yung kontrabidang walang kwenta dun sa story" napipikong sabi ng binata. Napapailing nalang ako.

"Enough of that, young boys. Class dismissed. Don't forget for the reporting tomorrow. That's part of your grade. Pagbutihan niyo dapat" sabi ko sabay ligpit ng projector and laptop ko na naka set up.

"Bye prof, story mo bukas ah. Aasahan namin" kaya napangiti nalang ako sa kanila. Naging hobby na din kasi namin na kapag maaga kaming natapos mag discuus, magku kwento ako. Kaya siguro nakasanayan na talaga.

"Dada" mahinang bulong ng isang tinig na siyang nagpangiti sa akin. Kami nalang kaseng dalawa dito sa loob ng room.

"Yes, Miss Ayesha. May problema ka ba? Ano mahirap ba an----"

"Dada naman, ayan kana naman eh" naka pout na sabi niya kaya naman napaupo nalang ako sa table ko.

"1st year college kana, pero marunong ka parin magtampo. At may pa pout pout pa talaga ha" natatawang sabi ko kaya mas lalo siyang ngumuso.

"Okay, ano kailangan ng baby ko?" malambing na sabi ko sabay ipit sa kanyang tenga ang ilang strands ng buhok niya.

"I just want to say thank you for sharing your story to others. Although it was tragic, but that was still the best for me" nakangiting sabi niya, ngunit may lungkot sa mga mata.

"The best talaga for you. Tayo yung bida eh" pagbibiro ko kaya natawa naman siya.

"Thank you also for changing my name in our story. You still my ever protective dada" sabi niya sabay yakap sa akin kaya niyakap ko naman siya at ginawaran ng halik sa noo.

"And you will always be my favorite baby, kahit damulag ka na" pagbibiro ko kaya napahiwalay siya yakap namin, atsaka umirap.

"You still the bully person I know. Ugh! I'm still wondering why you and Tita Ej are together pa rin. Ang hirap kaya may makasamang bully sa bahay" pagbibiro niya kaya natawa naman ako.

"Because your Tita Ej is crazy for me. Baliw na baliw yun sa'kin kaya yun" natatawang sabi ko.

"Ehem! Ang yabang naman nong Bea de leon" rinig kong sabi ng isang babae na nakatayo sa pinto.

"Titaaaaaa!" sigaw ni Ayesha kaya dali dali akong bumaba sa pagkakaupo dito sa table ko. At lumapit sa nagyayakapang Ej and Ayesha.

"Hi babe" sabi ko sabay halik sa kanyang noo.

"Ahh! Kapagod" bulong niya at niyakap ako. "Kain tayo sa labas, sama na natin yang anak mo" sabi ni Ej sa'kin. Kaya napatingin naman ako kay Ayesha na ngayon nakatutok na sa phone niya.

"Sige, i'm gonna ask Ayesha lang. And akin na yang gamit mo" sabi ko sabay kuha din ng bag and lesson plan niyang dala.

"Ako na niyan. May dadalhin ka pa oh" sabi niya sabay nguso dun sa gamit sa table ko.

"Hindi, iiwan ko yan dito. Laptop lang naman dadalhin ko" sabi ko kaya binigay niya na ulit ang gamit niya. Kaya naman kinuha ko muna ang laptop ko atsaka inakbayan si Ayesha. So bale nasa gitna nila ako.

"Baby Ye, dinner tayo. Treat ko. And i don't take no for answer, baby. Hahatid ka naman namin sa bahay niyo" sunod sunod na sabi ko. Ngayon nalang ulit kase kami kakain ng sabay.

"I want to come sana, dada. Pero su----"

"Louisse" tawag ng isang pamilyar na boses.

"M-mom!" nauutal na sabi ni Ayesha kaya napa alis ang akbay ko sa kanya.

"Uhm, I have to go na po dada. And if libre pa yung offer mo bukas. Makakapunta ako. Bye po! Bye tita!" pabulong na sabi ni Ayesha. Kaya naman hinalikan ko nalang siya sa noo. Napansin ko namang napaiwas ng tingin si Jho.

May halik ka rin sana sa noo, kung hindi ka lang bumitaw. Char.

I waved my hand to Ayesha. And ganun din siya. Kaya naman naglakad na kami ulit ni Ej at hinawakan ko naman siya sa kamay. Kahit hirap na hirap na ako dito sa hawak ko, okay lang basta kumakapit pa rin. Naks! hahahah.

"Alam mo, yung batang yun masyadong sweet talaga. Gusto ko ganun din magiging anak natin" nagulat ako ng mag salita si Ej, nakafocus lang kase ako sa daan kase nga i'm driving.

"She is. And sana nga. But before that, ipon muna tayo para sa future" pagbibiro ko. Kahit hindi naman mag ipon kaya ko naman sila buhayin as long as dala nila ang surname ko.

"Future ka diyan. Hoy! Hindi naman sa nagpaparinig ha. Pero magpropose ka muna" sabi niya atsaka may kasama pang irap.

For almost 3 years na in relationship kami. I never felt any doubt and fear in this. Ramdam ko ang pagmamahal ni Ej. At the very first time I was afraid na baka maparehas din kay Jho ang nangyari. Palagi niyang pinaparamdam na yung takot sa sarili ko ay dapat kong harapin ng buong tapang, at hindi matatakot na suungin dahil may kasama ako, at siya yun. Marami akong natutunan sa kanya. We grow up together, I become more mature. Kami yung tipong puro asar at kulitan pero andun talaga yung pagmamahal na couple. Kaya wala na akong hihilingin pa kay Ej. Because she is more than enough, hindi na ako hihiling pa ng kung ano. I'm now contented with Ej. And i'm willing to spend my next years with her.

I stop the car in front of our favorite restaurant.

"Inunahan mo na naman ako" kamot batok kong sabi, kaya napabunot ako sa pocket ko.

"This may be not a romantic proposal. But I would gladly to propose to you right now. Ayoko ng maging baduy kase I know for sure aasarin mo na naman ako. No more cheesy words and corny words na mang gagaling sa akin ngayon" sabi ko, tumingin naman ako sa kanya na napapaiyak na. Binuksan ko naman ang lalagyan ng diamond ring na binili ko kahapon.

"Ej Laure, will you marry me?" take note guys, andito pa ako ngayon sa driver seat hahaha.

"Tangina! Ano ba yan, Bea! Sa kotse talaga, hindi ba pwedeng doon nalang sa loob ng restaurant? Paano tayo magviviral niyan? Ay kainis uy!" sabi niya. See guys? Yeah.

"Wow? Ikaw na nga tong nagmamadali. Ikaw pa tong badtrip. So ano na? No pressure ha?" kaya naman hinampas niya ako.

"Oo na, oo na. #Napilitan. #NoChoice" kaya natawa nalang ako sa naging sagot niya. Yes, guys. We're already mature na talaga.

Kaya naman ng maipasok ko na

Ang singsing. Kayo naman napaka green haha. I cupped her face and kissed her lips. I think matutupad ko na ang gusto ni Mom. Na makikita niya na akong may kargang bata

"O! O! Enough na. Wag mo naman sanang gawin ang ating early honeymoon ay dito pa rin sa kotse mo! Naku! Bea, pwede bang sa 5 star hotel o di kaya sa Bali nalang? Bumawi ka naman" sabi niya. Pero alam ko naman nagbibiro lang to. Kahit saan naman, papayag to. Charot.

"Babawi ako, wag kang mag alala. Babawi ako sa honeymoon natin" mal-
okong sabi ko. Pero nagulat nalang ako ng bigla siyang tumingin sa singsing
at tuluyan ng naiyak.

"Totoo ba to, Bea? Tangina! Di ako makapaniwala" umiiyak na sabi niya.
Kaya naman niyakap ko nalang siya.

Ready na ako makasama ang malokong babaeng to.

"Babe. Palagi mo tong tandaan, okay?" tumango tango naman siya.

"My love for you is like a ring. It has no beginning, and no ending"